ภาษาไทยชั่วโมงแรกของฉัน

我的第一堂泰語課

陳正娟（ANTHIKA MANOWONG）
阮國榮（JIRASAK RAKKARN）
沈兆鼎、陳立洋　合著

附標準泰語發音＋
朗讀音檔QR Code
請掃描下載聆聽

作者序

　　學習一門新語言，就像開啟一段與世界溝通的新旅程。對許多華語使用者來說，泰語是一門既熟悉又陌生的語言——熟悉的是我們常聽到的泰國歌曲、電視劇和旅遊回憶，陌生的則是那一套獨特的聲調、拼音與語法規則。

　　這本《我的第一堂泰語課》，正是為了協助初學者跨出第一步而寫成的。我們四位作者，都是長期從事泰語教學、語音研究與教材設計的老師，平時不僅教課、編寫教材，也常陪伴學生一步步從完全不會泰語，到能夠開口打招呼、點餐、購物，甚至跟泰國朋友聊天。也因此，我們很清楚學習泰語時最常遇到的問題是什麼，又該怎麼幫助學習者逐步克服。

　　本書的內容規劃，主要聚焦在三個重點：「發音基礎要紮實、語法概念要清楚、會話能力要實用」。此外，我們還特別整理了很多學習過程中容易遇到瓶頸的地方，並提供一些實用的小技巧與練習方式，幫助學習者更快突破這些關卡。

　　本書有 5 大學習特色，介紹如下：

- **最清楚的拼音規則講解**：泰語的聲調、子音、母音，看起來複雜，但其實有規律可循。本書將拼音規則整理成圖表，讓學習者能跟著練習發音，慢慢熟悉。

- **用自然的對話來學習語法**：本書不會把語法當文法課來講解，而是透過生活中的對話情境，慢慢引導學習者理解句型如何產生、語序如何使用。

- **最貼近生活的會話練習**：本書不會讓學習者學一些用不到的句子。我們設計的對話都是真實生活中會碰到的：自我介紹、買東西、點餐、日常互動……讓學習者不只讀懂，更能說出來。

- **最貼心的泰中對照及拼音輔助，自學也不是問題**：即使學習者沒有泰語老師帶著學，也能透過本書的中文翻譯與拼音標示對照學習，不再走冤枉路。

- **最常見的學習疑難雜症整理與解法**：學習泰語時聲調總是念錯？拼音總是記不起來？句子老是顛倒順序？本書整理了這些問題的解決方法，今後在學習時絕不再手忙腳亂。

我們希望這本書不只是一本教材，而且也是你學習泰語時的好夥伴——幫你解惑、陪你練習，也讓你在學習中慢慢找到成就感。

雖然泰語看起來難，其實一點一滴學起來，絕對會有滿滿的成就感。期盼《我的第一堂泰語課》能幫助你勇敢地說出第一句泰語，並一步一步走進這個有趣又親切的泰語世界。

作者群 敬上

คำนำ

การเรียนรู้ภาษาไทยเปรียบเสมือนการเริ่มต้นการเดินทางครั้งใหม่ ที่จะเปิดโลกแห่งการสื่อสารให้กว้างไกลยิ่งขึ้น หลายคนอาจคุ้นเคยกับภาษาไทยจากเพลง ละคร หรือประสบการณ์ท่องเที่ยวในประเทศไทย แต่ในความเป็นจริง ภาษาไทยมีความซับซ้อนเฉพาะตัว ทั้งในด้านระบบเสียง วรรณยุกต์ และโครงสร้างทางไวยากรณ์

หนังสือ "ภาษาไทยชั่วโมงแรกของฉัน" เล่มนี้ จัดทำขึ้นโดยผู้เชี่ยวชาญ 4 ท่าน ซึ่งล้วนมีประสบการณ์ตรงในการสอนภาษาไทยให้ชาวต่างชาติ การวิจัยด้านระบบเสียง และการออกแบบตำราเรียนภาษาไทย ผู้เขียนเข้าใจถึงอุปสรรคที่ผู้เรียนต้องเผชิญจึงมุ่งมั่นที่จะช่วยให้กระบวนการเรียนรู้เป็นไปอย่างมีประสิทธิภาพ

เนื้อหาในหนังสือมุ่งเน้น 3 ประเด็นสำคัญ ได้แก่ "การฝึกออกเสียงให้แม่นยำ การเข้าใจไวยากรณ์อย่างถูกต้อง และการนำบทสนทนาไปใช้ได้จริง" นอกจากนี้ ผู้เขียนยังได้รวบรวมอุปสรรคที่ผู้เรียนมักพบเจอ พร้อมเสนอเทคนิคและแนวทางในการแก้ไขเพื่อให้ผู้เรียนสามารถฝึกฝนและนำภาษาไทยไปใช้ได้อย่างมั่นใจ

จุดเด่นของหนังสือ

- **ระบบการออกเสียงชัดเจน** หนังสือเล่มนี้มาพร้อมกับตารางเปรียบเทียบเสียงและแบบฝึกการออกเสียง เพื่อช่วยให้ผู้เรียนสามารถออกเสียงได้อย่างถูกต้องและแม่นยำ

- **เรียนรู้ไวยากรณ์ผ่านบทสนทนา** มีการนำเสนอบทสนทนาในสถานการณ์จริงเพื่อให้เข้าใจโครงสร้างประโยคโดยไม่ต้องพึ่งการท่องจำ

- **บทสนทนาใช้งานได้จริง** บทสนทนาจะครอบคลุมหัวข้อสำคัญในชีวิตประจำวัน เช่น การแนะนำตัว การซื้อของ การสั่งอาหาร และการพูดคุยทั่วไป

- **มีคำแปลและคำอ่าน (พินอิน) ประกอบ** เนื้อหาจึงเหมาะสำหรับทั้งการเรียนในชั้นเรียนและการเรียนรู้ด้วยตนเอง

- **สรุปปัญหาพร้อมแนวทางแก้ไข** มีการรวบรวมปัญหาต่างๆ ไม่ว่าจะเป็นการจำวรรณยุกต์ไม่ได้ การออกเสียงไม่ถูกต้อง หรือการไม่เข้าใจโครงสร้างประโยค หนังสือเล่มนี้มีเทคนิคที่จะช่วยแก้ไขปัญหาเหล่านี้ได้ง่ายและตรงจุด

ผู้เขียนอยากให้หนังสือเล่มนี้เป็นเสมือนเพื่อนร่วมทางในการเรียนภาษาไทยที่จะอยู่เคียงข้างผู้เรียนในทุกก้าวย่างของการฝึกฝน มอบความมั่นใจ แรงบันดาลใจ และความสนุกสนานตลอดการเดินทาง

การเรียนภาษาไทยอาจจะดูซับซ้อนในช่วงของการเริ่มต้น แต่หากฝึกฝนอย่างเป็นระบบและสม่ำเสมอ ผู้เรียนก็จะสามารถสื่อสารภาษาไทยได้อย่างถูกต้องและแม่นยำ

ผู้เขียนหวังเป็นอย่างยิ่งว่า หนังสือเล่มนี้จะเป็นจุดเริ่มต้นที่ดีในการพาผู้เรียนก้าวเข้าสู่โลกของภาษาไทยและเป็นแรงบันดาลใจให้ผู้เรียนกล้าพูดภาษาไทยประโยคแรกได้อย่างมั่นใจในไม่ช้า

ด้วยความปรารถนาดี

ผู้เขียน

本書使用說明｜使用導引

本書專為泰語初學者設計，從語音與拼讀規則、常用句型、實用會話、排解學習障礙到字母書寫練習，建構一套由淺入深、理論與實務並重的學習路徑。只要依照以下規劃學習，必能提升學習效率與語言運用能力。

★ 學習建議與結構導引

1. 依單元順序學習，打穩語言基礎

- 本書分為四大單元，每個單元相互銜接、環環相扣。建議按照順序循序漸進學習，完整建立聽、說、讀、寫能力。
- 初學者可搭配筆記記錄重點內容、錯誤整理及自我檢測，以促進吸收與內化。

2. 活用跨單元對應設計，強化理解與應用

- 若在第一單元學習過程中遇到困難（例如「聲調不易區分」、「拼音規則複雜」），請查閱**第三單元**的「學習困難」，尋找解釋與對應技巧。
- 學習**第一單元**的泰語字母與數字時，可同步運用**第四單元**的「泰語字母書寫練習」，加強視覺記憶與書寫熟練度。

3. 進行多元練習，整合語言技能

- 建議搭配口說練習，透過反覆朗讀、角色扮演與情境模擬，從單字、句型到實用會話，逐步培養語言直覺。
- 本書附有作者親錄音檔，建議搭配使用進行聽力訓練與口音模仿。

★ 各部分使用方式說明

第一部分｜基礎核心泰語

- 內容涵蓋泰語數字、子音、母音、聲調規則、拼音方式與特殊讀音。
- 是建立泰語發音與閱讀基礎的核心單元。
- 學習第一單元時，若對字母形狀辨識、聲調記號判讀、尾音發音或拼音規則感到掌握不易時，可對照**第三部分**之「學習困難」，進一步釐清觀念才能有效練習。學習過程中，也請同步搭配**第四部分**進行字母與數字的「筆順練習」，透過手寫加強記憶。

第二部分｜基礎對話

- 整合泰語常用基本句型與生活化場景（如「問候」、「購物」、「點餐」等），輔以常用單字，同步擴充句型與詞彙量。
- 可搭配角色朗讀、模擬對話練習，培養語言應對能力。
- 建議將重點句型記錄至筆記本，逐步內化應用。

第三部分｜泰語學習困難

- 分析初學者常見問題（如「子音難以記憶」、「聲調混淆」、「拼音誤用」、「書寫錯誤」等），提供針對性的解說與學習策略。
- 為**第一部分**的延伸與補充，適合反覆查閱以鞏固觀念。
- 可作為自我診斷與解惑工具，幫助排除學習障礙。

第四部分｜泰語字母書寫練習

- 對應**第一部分**字母與數字內容，提供筆順練習欄位。
- 建議每日練習少量字母，提升書寫流暢度與字形辨識力。
- 可重複書寫與臨摹，加強肌肉記憶。

目次

作者序 002

本書使用說明｜使用引導 006

關於泰語 011

- 泰語拼字的基本組成 012
- 母音的位置要注意 013
- 字與字之間沒有空格 014
- 泰語的聲調 015
- 泰語字母的筆順 016

第一部分　基礎核心泰語 017

第 1 單元　泰語數字

1.1 泰語數字 018

1.2 數字單位（進位） 020

1.3 數字 1 和 2 的規則 022

1.4 數字＋量詞 025

1.5 序數（第～） 026

1.6 小數與分數 028

第 2 單元　泰語字母

2.1 44 個泰語子音 030

2.2 泰語子音 21 音 035

2.3 泰語子音分類 036

第 3 單元　母音及聲調符號

3.1 32 個母音 040

3.2 母音分類 041

3.3 聲調符號與聲調 048

第 4 單元　字母拼讀

4.1 泰語的音節結構 055

4.2 泰語拼音的聲調規則 058

第 5 單元　尾音

5.1 尾音的種類 097

5.2 清尾音 098

5.3 濁尾音 115

第 6 單元　開音節與閉音節 124

第 7 單元　母音形變

7.1 「長母音＋尾音」的形變 132

7.2 「短母音＋尾音」的形變 136

7.3 母音形變綜合比較 138

第 8 單元　複合子音

8.1 真複合子音 141

8.2 假複合子音 149

第 9 單元　前引字母

9.1 「雙低子音」與「單低子音」 151

9.2 前引字 154

第 10 單元　特殊拼音

10.1 「ร」的特殊發音 167

10.2 消失的母音 170

第 11 單元　其他常用泰語符號 177

第二部分　基礎對話..................187

第 1 單元　泰語句型..................188
第 2 單元　打招呼..................217
第 3 單元　自我介紹..................222
第 4 單元　今天星期幾？..................241
第 5 單元　現在幾點？..................250
第 6 單元　點餐..................258
第 7 單元　購物..................269

第三部分　泰語學習困難..................291

第 1 單元　泰語子音學習困難點歸納..................293
第 2 單元　泰語母音學習困難點歸納..................306
第 3 單元　泰語聲調學習困難點歸納..................314
第 4 單元　泰語拼讀學習困難點歸納..................327
第 5 單元　泰語語法與其它學習困難點歸納..................355

第四部分　泰語字母書寫練習..................371

・數字..................372
・中子音..................377
・高子音..................382
・雙低子音..................388
・單低子音..................395
・配對母音（短母音＋長母音）..................400
・特殊短母音..................414

關於泰語

泰國文字是一種拼音文字,在學習泰語之前,如果對泰語的基本組成有概念,將有助於提升之後泰語學習的掌控度。

泰語拼字的基本組成

- 泰語的每個音節中,拼字的組成可能有「子音」、「母音」、「尾音」、「聲調符號」,其中最基本的,是一定要有「子音＋母音」。

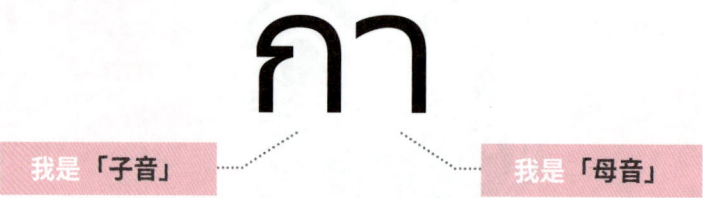

- 有些音節可能多了一個尾音,形成「子音＋母音＋尾音」。

- 有些音節可能多了一個聲調符號,形成「子音＋母音＋聲調符號」。

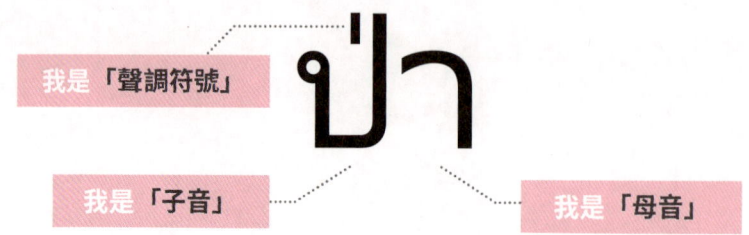

- 有些音節全部都有,形成「子音＋母音＋尾音＋聲調符號」。

母音的位置要注意

- 母音的位置可能會在子音的上、下、左、右，不同的母音擺放的位置都不同，每個母音與子音結合的位置是固定的，需要熟記。

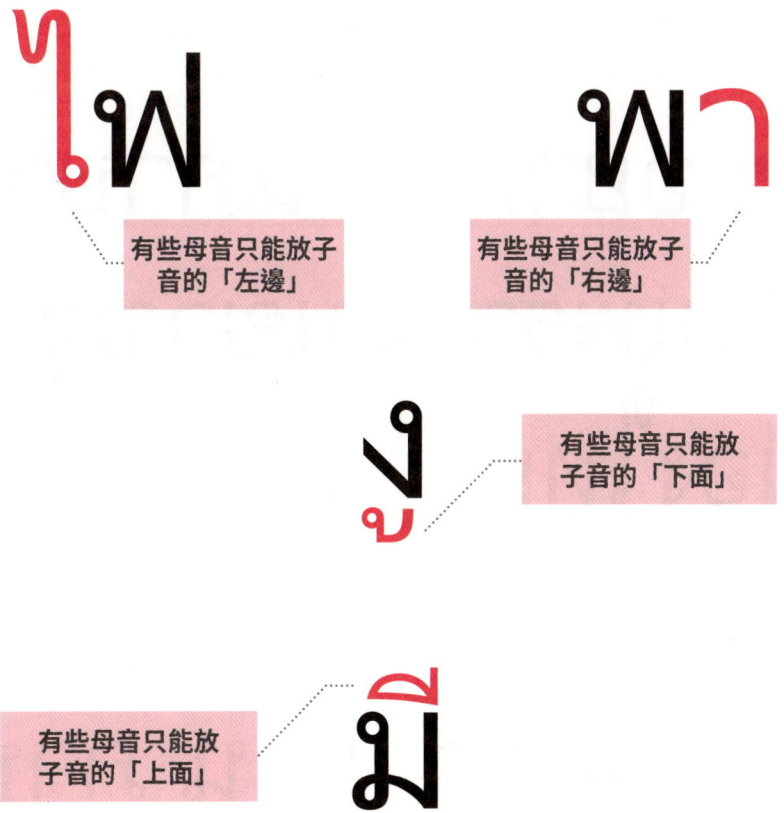

字與字之間沒有空格

泰語的書寫不像英語，每個單字之間有空格，泰語的字與字之間是連續不斷沒有空格，母音與尾音的位置會提供區分音節、區分單字的線索，簡單來說，就是母音與尾音會告訴你如何將句子中的單字一個字一個字拆解開來。

เขาอยากเรียนภาษาไทยเพราะว่าเขาชอบเมืองไทย

字與字之間沒有空格

เขา อยาก เรียน ภาษา ไทย เพราะ ว่า เขา ชอบ เมือง ไทย

掌握好母音與子音的位置
將有助於將字拆解

泰語的聲調

泰語與中文都有聲調,泰語的聲調和中文的聲調一樣重要,都會因為聲調不同,意思也有所不同,例如:中文的「ㄇㄚ」(媽)跟「ㄇㄚˇ」(馬),因為聲調的不同而有截然不同的意思。

不同的是,泰語有 5 個聲調,而中文有 4 個聲調(不包括輕聲)。泰語的 5 個聲調和中文的 4 個聲調不大相同,「調值」也不同,可以將調值想像成音樂的音符「DO、RE、ME」。所以本單元會先讓初學者對泰語的 5 個聲調有基本了解,相信在多聽、多模仿之下,一定可以將 5 個聲調都發音發到準確。

下面將泰語 5 個聲調和中文聲調以表格做比較,只能說聲調相仿,但不完全相同,主要是為了先建立學習者對聲調的概念。

泰語聲調	第一聲	第二聲	第三聲	第四聲	第五聲
類似中文	第一聲	第三聲	第四聲	第二聲再飆高	第二聲
提醒	但要比中文的第一聲再低一點	但後面不要像中文的第三聲再升起,要維持在低聲		要將中文的第二聲再飆高	
本書英文拼音採用符號	不做標記	✓	ˋ	～	╱

泰語字母的筆順

泰國文字是由泰語子音字母和母音字母結合而成，雖然長得像毛毛蟲，看起來好像很難寫，是因為有些字母要從上寫到下，有些則是要從下寫到上。看似沒有規律，事實上筆順是有規律的，只要掌握關鍵規律，便不再覺得難寫。

	子音字母筆順
規律一	先從圈圈開始寫。
規律二	若字母有兩個圈（左、右都有時），則從「左邊」的圈圈開始寫。
規律三	若字母有兩個圈（上、下都有時），則從「上面」的圈圈開始寫。
規律四	泰語的子音字母幾乎都有圈圈，只有兩個字母沒圈圈，此時筆順是「從左寫到右」。

簡單來說，若字母有圈圈，筆順就是從圈圈開始，大部分的泰文子母都是一筆畫完成，只有少部分的字母需分成兩筆劃。請試著依照上面的規律寫出下面的子音，用手指描繪看看，感覺一下寫泰文字母的感覺。

	子音字母筆順
規律一	ง ย บ ล
規律二	ณ ห ฒ ญ
規律三	ม ฆ
規律四	ธ ก

第一部分
基礎核心泰語

ตอนที่ 1
หลักภาษาไทย

本部分將詳細解說泰語的基礎核心內容，包括泰語數字、子音、母音、聲調及尾音。

บทที่ 1 泰語數字 ตัวเลขไทย

1.1 泰語數字

泰國人有自己的泰語數字符號,使用的方式和我們日常使用的阿拉伯數字一樣。雖然目前泰國人在生活中更常使用阿拉伯數字,但能夠說出並理解泰語數字是旅泰的基本技能,因此泰語數字仍然必須學習。(泰語字母書寫練習 P.372)

0到10　▶ MP3-001

阿拉伯數字	泰語數字	泰語	發音
0	๐	ศูนย์	[suún]
1	๑	หนึ่ง	[neǔng]
2	๒	สอง	[sór:ng]
3	๓	สาม	[saám]
4	๔	สี่	[siǐ]
5	๕	ห้า	[haà]
6	๖	หก	[hǒg]

阿拉伯數字	泰語數字	泰語	發音
7	๗	เจ็ด	[jěd]
8	๘	แปด	[bpaě:d]
9	๙	เก้า	[gaò]
10	๑๐	สิบ	[sǐb]

11到20　　▶ MP3-002

阿拉伯數字	泰語數字	泰語	發音
11	๑๑	สิบเอ็ด	[sǐb-ěd]
12	๑๒	สิบสอง	[sǐb-sór:ng]
13	๑๓	สิบสาม	[sǐb-saám]
14	๑๔	สิบสี่	[sǐb-siǐ]
15	๑๕	สิบห้า	[sǐb-haà]
16	๑๖	สิบหก	[sǐb-hǒg]
17	๑๗	สิบเจ็ด	[sǐb-jěd]
18	๑๘	สิบแปด	[sǐb-bpaě:d]
19	๑๙	สิบเก้า	[sǐb-gaò]
20	๒๐	ยี่สิบ	[yiì-sǐb]

 **1.2 數字單位（進位）**

十位數　　　▶ MP3-003

數字加上「สิบ」[sǐb] 就是十位數的念法，要特別注意的地方是數字 10 就是讀作「สิบ」[sǐb]，不讀「หนึ่งสิบ」[neǔng-sǐb]（一十）；20 讀作「ยี่สิบ」[yiì-sǐb]，不讀「สองสิบ」[sór:ng-sǐb]（二十）。

阿拉伯數字	泰語數字	泰語	發音
10	๑๐	สิบ	[sǐb]
20	๒๐	ยี่สิบ	[yiì-sǐb]
30	๓๐	สามสิบ	[saám-sǐb]
40	๔๐	สี่สิบ	[siǐ-sǐb]
50	๕๐	ห้าสิบ	[haà-sǐb]
60	๖๐	หกสิบ	[hǒg-sǐb]
70	๗๐	เจ็ดสิบ	[jěd-sǐb]
80	๘๐	แปดสิบ	[bpaě:d-sǐb]
90	๙๐	เก้าสิบ	[gaò-sǐb]

100（含）之後　　▶MP3-004

數字加上單位是泰語基本組合念法。

單位		泰語	發音
十	×0	สิบ	[sĭb]
百	×00	ร้อย	[rõr:y]
千	×,000	พัน	[pan]
萬	×0,000	หมื่น	[meŭ:n]
十萬	×00,000	แสน	[saé:n]
百萬	×,000,000	ล้าน	[laãn]

▶MP3-005

阿拉伯數	泰語數字	泰語	發音
10	๑๐	สิบ	[sĭb]
100	๑๐๐	หนึ่งร้อย	[neŭng-rõr:y]
1,000	๑,๐๐๐	หนึ่งพัน	[neŭng-pan]
10,000	๑๐,๐๐๐	หนึ่งหมื่น	[neŭng-meŭ:n]
100,000	๑๐๐,๐๐๐	หนึ่งแสน	[neŭng-saé:n]
1,000,000	๑,๐๐๐,๐๐๐	หนึ่งล้าน	[neŭng-laãn]

1.3 數字 1 和 2 的規則

當1是在個位數時,讀作「เอ็ด」[ěd] ▶ MP3-006

百萬	十萬	萬	千	百	十	個位 1
×	×	×	×	×	×	ěd

阿拉伯數字	泰語數字	泰語	發音
1	๑	หนึ่ง	[neǔng]
11	๑๑	สิบเอ็ด	[sǐb-ěd]
21	๒๑	ยี่สิบเอ็ด	[yiì-sǐb-ěd]
31	๓๑	สามสิบเอ็ด	[saám-sǐb-ěd]
41	๔๑	สี่สิบเอ็ด	[siǐ-sǐb-ěd]
51	๕๑	ห้าสิบเอ็ด	[haà-sǐb-ěd]
61	๖๑	หกสิบเอ็ด	[hǒg-sǐb-ěd]
71	๗๑	เจ็ดสิบเอ็ด	[jěd-sǐb-ěd]
81	๘๑	แปดสิบเอ็ด	[bpaě:d-sǐb-ěd]
91	๙๑	เก้าสิบเอ็ด	[gaò-sǐb-ěd]
101	๑๐๑	หนึ่งร้อยเอ็ด	[neǔng-rõr:y-ěd]

當2是在十位數時，讀作「ยี่」[yiì]　　▶ MP3-007

百萬	十萬	萬	千	百	十 2	個位
×	×	×	×	×	yiì	×

阿拉伯數字	泰語數字	泰語	發音
2	๒	สอง	[sór:ng]
20	๒๐	ยี่สิบ	[yiì-sĭb]
21	๒๑	ยี่สิบเอ็ด	[yiì-sĭb-ĕd]
22	๒๒	ยี่สิบสอง	[yiì-sĭb-sór:ng]
222	๒๒๒	สองร้อยยี่สิบสอง	[sór:ng-rõr:y-yiì-sĭb-sór:ng]

讀出 7,654,321（๗,๖๕๔,๓๒๑）　　▶ MP3-008

[laãn] ล้าน	[saé:n] แสน	[meŭ:n] หมื่น	[pan] พัน	[rõr:y] ร้อย	[sĭb] สิบ	-	單位
×,000,000	×00,000	×0,000	×,000	×00	×0	×	
7	6	5	4	3	2	1	數字
[jĕd-laãn]	[hŏg-saé:n]	[haà-meŭ:n]	[siĭ-pan]	[saám-rõr:y]	[yiì-sĭb]	[ĕd]	

第一部分　1 泰語數字

23

試試更多泰語數字　　▶ MP3-009

阿拉伯數字	泰語數字	泰語 / 發音
111	๑๑๑	หนึ่งร้อยสิบเอ็ด [neǔng-rõr:y-sǐb-ěd]
201	๒๐๑	สองร้อยเอ็ด [sór:ng-rõr:y-ěd]
221	๒๒๑	สองร้อยยี่สิบเอ็ด [sór:ng-rõr:y-yiì-sǐb-ěd]
1,011	๑,๐๑๑	หนึ่งพันสิบเอ็ด [neǔng-pan-sǐb-ěd]
10,791	๑๐,๗๙๑	หนึ่งหมื่นเจ็ดร้อยเก้าสิบเอ็ด [neǔng-meǔ:n-jěd-rõr:y-gaò-sǐb-ěd]
111,699	๑๑๑,๖๙๙	หนึ่งแสนหนึ่งหมื่นหนึ่งพันหกร้อยเก้าสิบเก้า [neǔng-saé:n-neǔng-meǔ:n-neǔng-pan-hǒg-rõr:y-gaò-sǐb-gaò]
1,560,331	๑,๕๖๐,๓๓๑	หนึ่งล้านห้าแสนหกหมื่นสามร้อยสามสิบเอ็ด [neǔng-laãn-haà-saé:n-hǒg-meǔ:n-saám-rõr:y-saám-sǐb-ěd]
9,999,900	๙,๙๙๙,๙๐๐	เก้าล้านเก้าแสนเก้าหมื่นเก้าพันเก้าร้อย [gaò-laán-gaò-saé:n-gaò-meǔ:n-gaò-pan-gaò-rõr:y]

1.4 數字＋量詞

▶ MP3-010

泰語中最常表達的數字觀念就是「數字＋量詞」。

1 คน （1個人）

我是數字　　　　　　　　　我是量詞（人）

泰語	發音	中文
1 คน	[neǔng-kon]	1個人
2 ปี	[sór:ng-bpii]	2年
3 เดือน	[saám-deua:n]	3個月
4 ครั้ง	[siǐ-krãng]	4次
5 วัน	[haà-wan]	5天
100 บาท	[neǔng-rõr:y-baǎd]	100泰銖

第一部分

1 泰語數字

25

1.5 序數（第～）

▶ MP3-011

序數在泰語中表達的方式是在數字前面加上「ที่」[tiì]（第～）。

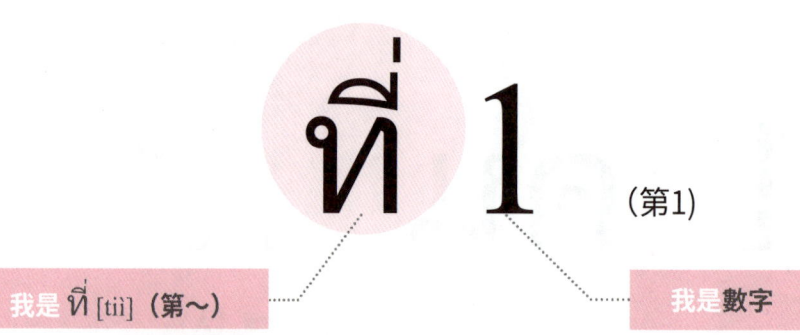

（第1）

我是 ที่ [tiì]（第～）　　　我是數字

泰語		發音	中文	
ที่หนึ่ง	ที่1	[tiì-neŭng]	第一	（1st）
ที่สอง	ที่2	[tiì-sór:ng]	第二	（2nd）
ที่สาม	ที่3	[tiì-saám]	第三	（3rd）
ที่สี่	ที่4	[tiì-siĭ]	第四	（4th）
ที่ห้า	ที่5	[tiì-haà]	第五	（5th）
ที่หก	ที่6	[tiì-hŏg]	第六	（6th）
ที่เจ็ด	ที่7	[tiì-jĕd]	第七	（7th）
ที่แปด	ที่8	[tiì-bpaĕ:d]	第八	（8th）
ที่เก้า	ที่9	[tiì-gaò]	第九	（9th）
ที่สิบ	ที่10	[tiì-sĭb]	第十	（10th）

若序數裡有量詞時，量詞要放在最前面。　　　▶ MP3-012

(第1人)

我是量詞　　　我是「ที่」[tîi]　　　我是數字

泰語	發音	中文
คนที่ 1	[kon-tîi-neǔng]	第1人
ปีที่ 2	[bpii-tîi-sǒr:ng]	第2年
เดือนที่ 3	[deua:n-tîi-saám]	第3月
ครั้งที่ 4	[krǎng-tîi-sǐi]	第4次
ลำดับที่ 5	[lam-dǎb-tîi-haà]	第5名

1.6 小數與分數

| 小數 | ▶ MP3-013 |

有小數點的數字，在小數點之前按照一般數字讀，「點」讀作「จุด」[jǔd]，在小數點之後的每個數字則要一個一個順讀出來，0 也要讀出來喔。

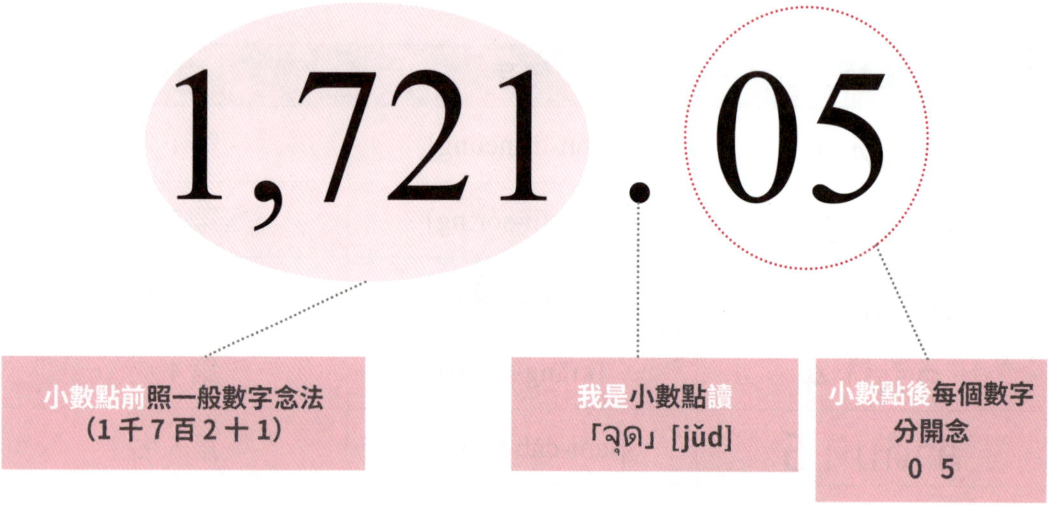

1,721.05

- 小數點前 照一般數字念法（1千7百2十1）
- 我是小數點 讀「จุด」[jǔd]
- 小數點後 每個數字分開念 0 5

小數	泰語	發音
1.5	หนึ่ง-จุด-ห้า	[neǔng-jǔd-haà]
3.238	สาม-จุด-สอง-สาม-แปด	[saám-jǔd-sór:ng-saám-bpaě:d]
721.05	เจ็ด-ร้อย-ยี่-สิบ-เอ็ด-จุด-ศูนย์-ห้า	[jěd-rõr:y-yiì-sǐb-ěd-jǔd-suún-haà]

分數　　　▶MP3-014

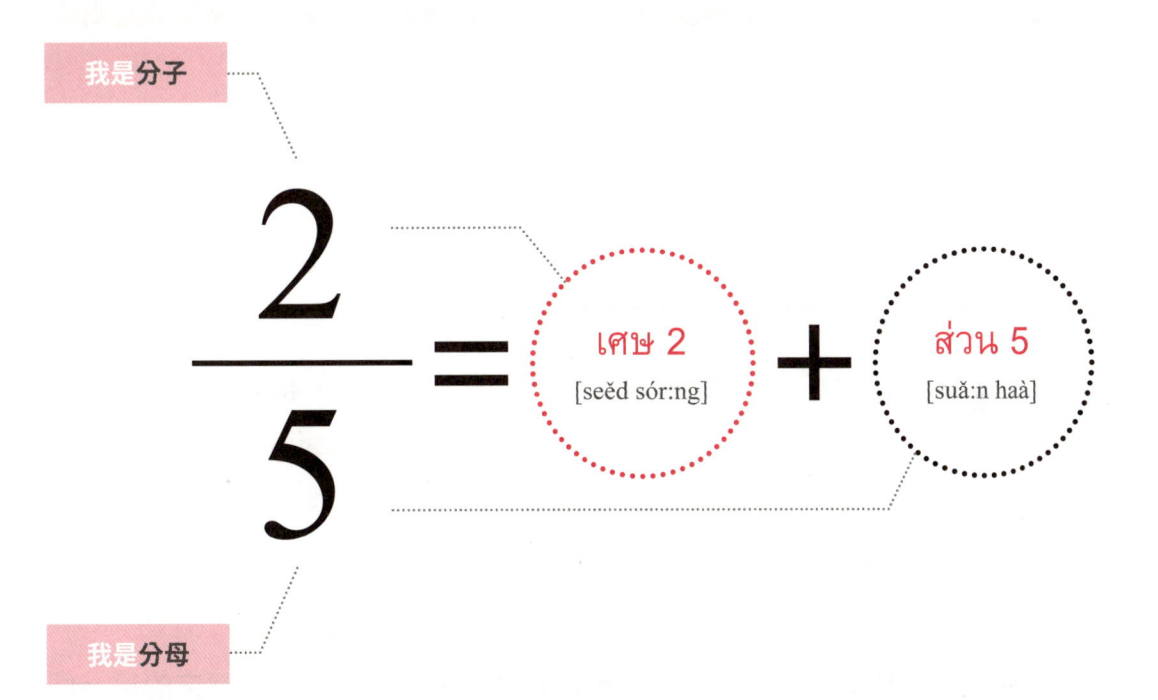

讀分數時，先讀「เศษ」[seĕd] ＋分子」，再讀「ส่วน」[suǎ:n] ＋分母」。

我是分子

$$\frac{2}{5} = \text{เศษ 2 [seĕd sór:ng]} + \text{ส่วน 5 [suǎ:n haà]}$$

我是分母

分數	泰語	發音
1/3 三分之一	เศษหนึ่งส่วนสาม	[seĕd-neŭng-suǎ:n-saám]
2/5 五分之二	เศษสองส่วนห้า	[seĕd-sór:ng-suǎ:n-haà]
3/10 十分之三	เศษสามส่วนสิบ	[seĕd-saám-suǎ:n-sĭb]

บทที่ 2 泰語字母
อักษรไทย

2.1 44個泰語子音

標準泰語中共有 44 個子音字母，可發出 21 個聲音。每個子音皆需要學習兩個部分，第一部分是字母的「發音」，第二部分是字母的「名字」（由該子音構成的例字），如同英文的「b-boy」、「d-dog」、「g-girl」。

泰語有些子音的發音相同，所以必須使用「名字」才能區分到底是哪一個子音字母。這些子音的名字在全泰國通用，而且是固定不能隨意更改。

泰國人學習每個子音時一定會和其名字一併記憶。例如，泰文的第一個子音字母是「ก」[gor:]，它的名字是「ไก่」[gaǐ]，意思是「雞」。

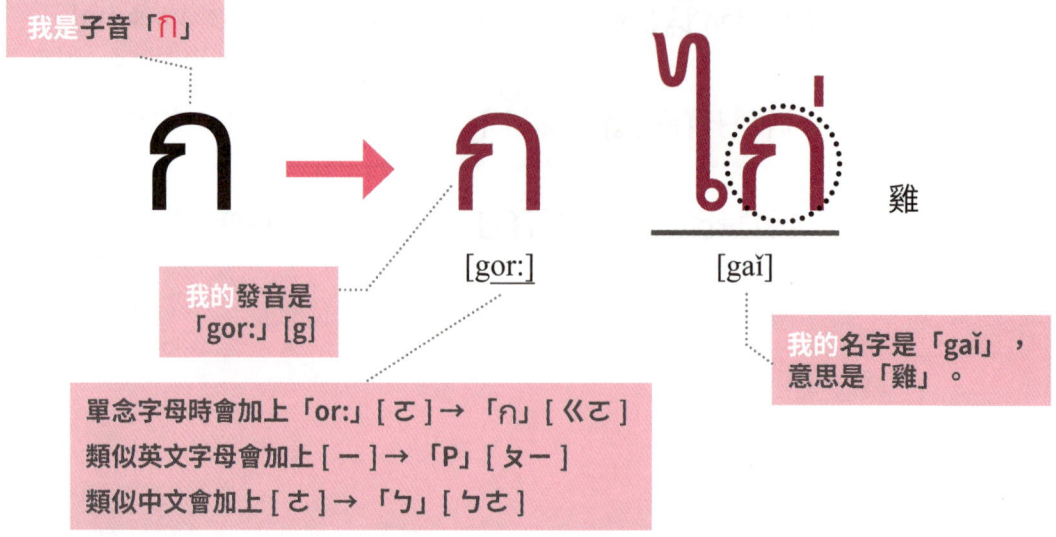

下圖為泰語字母表，包含 44 個泰語子音字母及其名字（請見 P.34）。圖中的字母順序是實際泰語字母順序，記住它的順序可以幫助學習者在泰語字典中快速查找單字。「ฃ」和「ฅ」這兩個子音字母目前已不再使用，但仍然會列在字母表中。

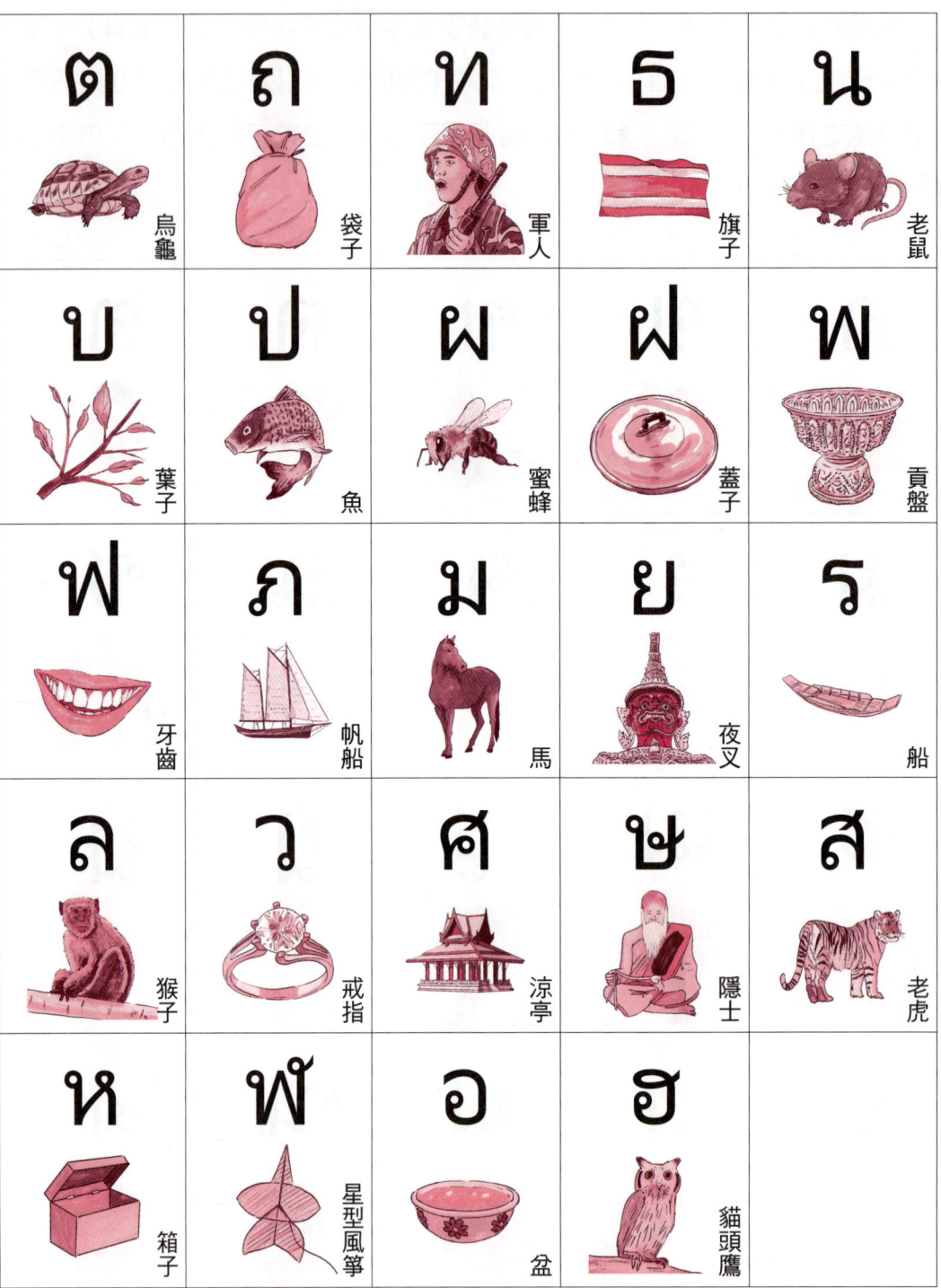

如何寫泰語子音

泰語字母的書寫方式非常簡單，大多數子音都有一個小圈圈。如果子音字母有一個圈圈，例如：「ข、ค」，那麼要從圈圈開始寫整個字母，書寫時需注意筆順，大部分的字母要一筆完成，不要分段寫。如果子音字母沒有圈圈，例如：「ก、ธ」，則要從子音左側的直線開始。下面是例子：

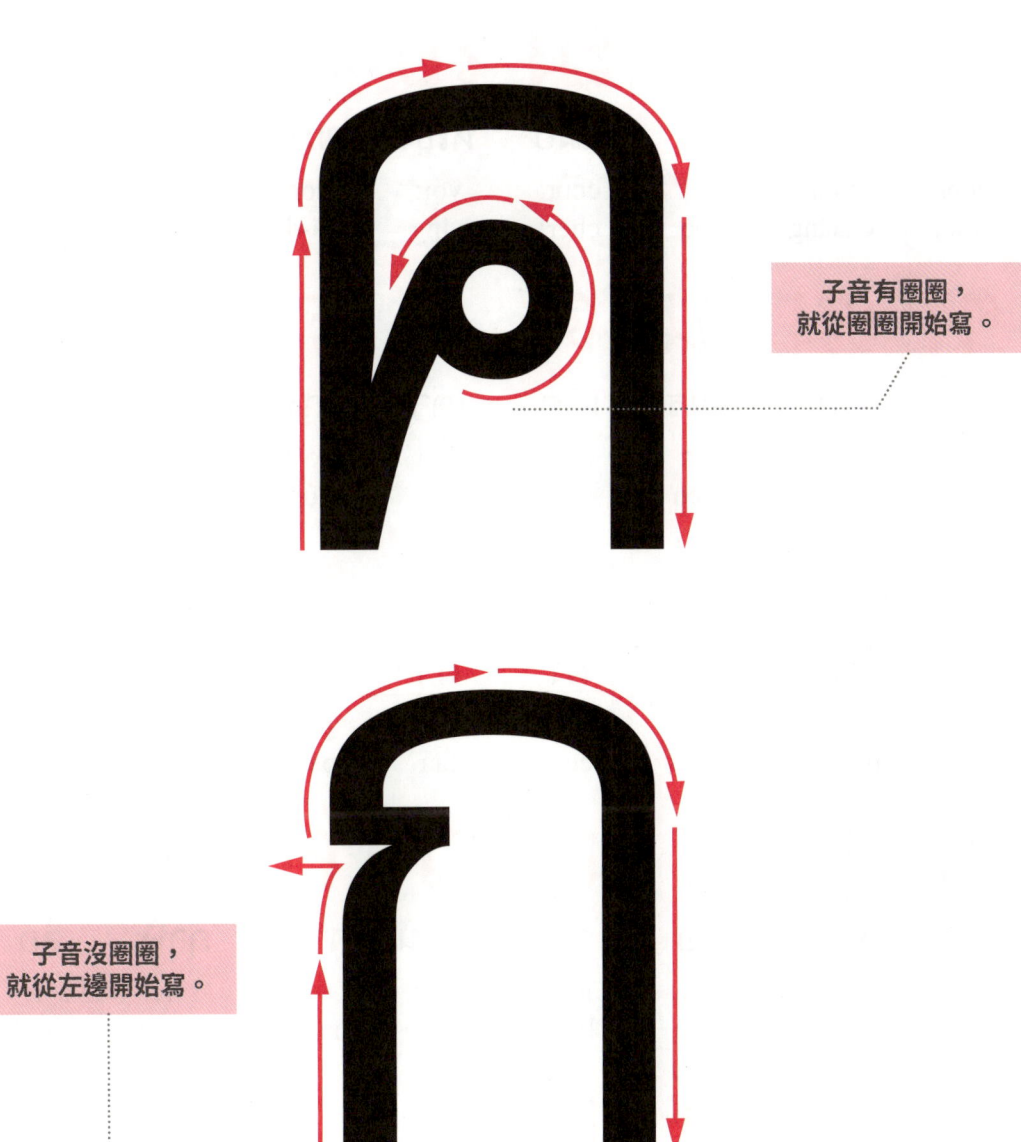

子音有圈圈，就從圈圈開始寫。

子音沒圈圈，就從左邊開始寫。

按照字母表順序44個子音總覽 ▶ MP3-015

ก	ข	ฃ	ค	ฅ	ฆ	ง	จ
ไก่	ไข่	ขวด	ควาย	คน	ระฆัง	งู	จาน
gor: gaĭ	kór: kaĭ	kór: kuǎ:d	kor: kwaay	kor: kon	kor: rã-kang	ngor: nguu	jor: jaan
ฉ	ช	ซ	ฌ	ญ	ฎ	ฏ	ฐ
ฉิ่ง	ช้าง	โซ่	เฌอ	หญิง	ชฎา	ปฏัก	ฐาน
chór: chĭng	chor: chaăng	sor: soò	chor: cher	yor: yíng	dor: chã-daa	dtor: bpǎ-dtǎk	tór: taán
ฑ	ฒ	ณ	ด	ต	ถ	ท	ธ
มณโฑ	ผู้เฒ่า	เณร	เด็ก	เต่า	ถุง	ทหาร	ธง
tor: mon-too	tor: puù-taò	nor: neen	dor: děk	dtor: dtaŏ	tór: tuúng	tor: tã-haán	tor: tong
น	บ	ป	ผ	ฝ	พ	ฟ	ภ
หนู	ใบไม้	ปลา	ผึ้ง	ฝา	พาน	ฟัน	สำเภา
nor: nuú	bor: bai–maĭ	bpor: bplaa	pór: peùng	fór: faá	por: paan	for: fan	por: sám-pao
ม	ย	ร	ล	ว	ศ	ษ	ส
ม้า	ยักษ์	เรือ	ลิง	แหวน	ศาลา	ฤๅษี	เสือ
mor: maã	yor: yăg	ror: reua:	lor: ling	wor: waé:n	sór: saá-laa	sór: reu-sií	sór: seuá:
ห	ฬ	อ	ฮ				
หีบ	จุฬา	อ่าง	นกฮูก				
hór: hiĭb	lor: jŭ-laa	or: aăng	hor: nõk-huùg				

2.2 泰語子音 21 音

泰語子音21音

泰語子音雖然有 44 個字母，但是若不考慮聲調，實際上只有 21 個音。

No.	發音	子音	No.	發音	子音
1	[g]	ก	12	[b]	บ
2	[k]	ค ต ฆ ข ฃ	13	[bp]	ป
3	[ng]	ง	14	[p]	พ ภ ผ
4	[j]	จ	15	[f]	ฟ ฝ
5	[ch]	ช ฌ ฉ	16	[m]	ม
6	[s]	ซ ศ ษ	17	[r]	ร
7	[y]	ญ ย	18	[l]	ล ฬ
8	[d]	ด ฎ	19	[w]	ว
9	[dt]	ต ฏ	20	不發音	อ
10	[t]	ท ธ ฒ ธ ฐ ถ	21	[h]	ฮ ห
11	[n]	น ณ			

2.3 泰語子音分類

泰語子音分三類：中子音、高子音、低子音

　　泰語字母表中的44個字母，其順序是沒有按照分類來排列，所以在讀字母表時，會發現不是每個字母的聲調都一樣。學習泰語時，字母表的順序並不是最重要的，重要的是要<u>知道泰語子音會按照發音分為3個群組，分別是「中子音」（อักษรกลาง）、「高子音」（อักษรสูง）和「低子音」（อักษรต่ำ）</u>，其中低子音又可再進一步分為「雙低子音」（อักษรต่ำคู่）與「單低子音」（อักษรต่ำเดี่ยว）。

　　而熟悉子音群對於之後學習音節的聲調至關重要，所以<u>哪些子音是中子音、哪些是高子音、哪些是低子音，一定要記熟</u>。

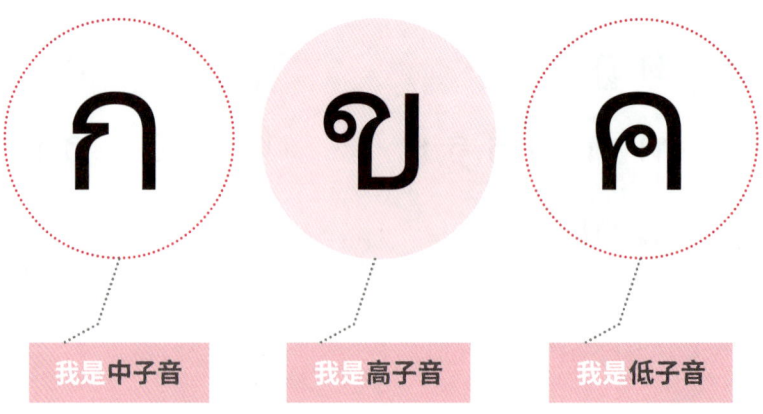

9個中子音（อักษรกลาง）- 發7個音

▶ MP3-016

（泰語字母書寫練習 P.377）

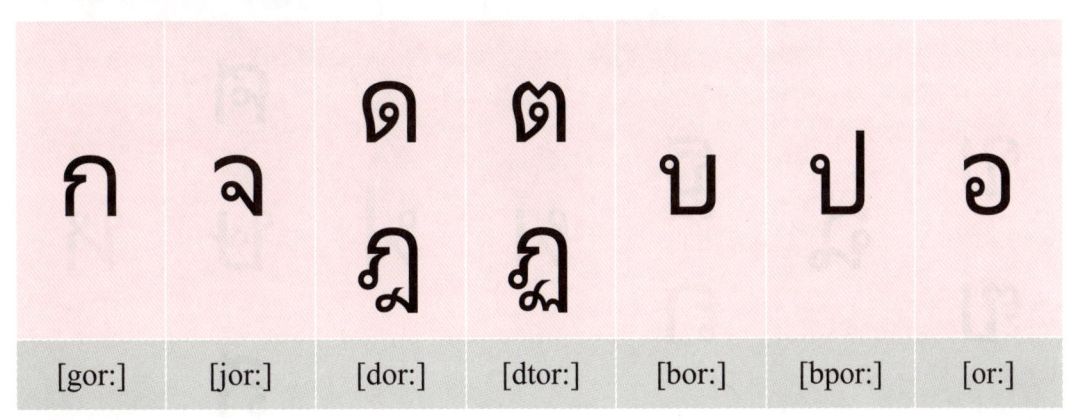

ก	จ	ด / ฎ	ต / ฏ	บ	ป	อ
[gor:]	[jor:]	[dor:]	[dtor:]	[bor:]	[bpor:]	[or:]

請再注意以下發音技巧：

ด [d] → 英文【d】的發音位置

↕ ── 我們不一樣，試著比較台語【筷子】與中文【低】

ต [dt] → 注音符號【ㄉ】的發音位置

บ [b] → 英文【b】的發音位置

↕ ── 我們不一樣，試著比較台語【肉】與中文【爸】

ป [bp] → 注音符號【ㄅ】的發音位置

11個高子音（อักษรสูง）- 發7個音　▶MP3-017

（泰語字母書寫練習 P.382）

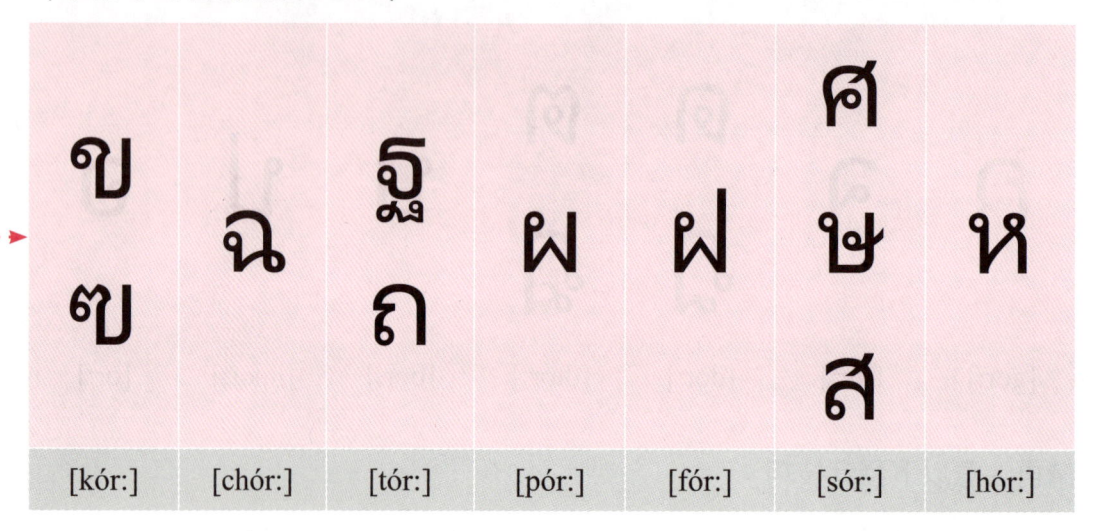

ข ฃ	ฉ	ฐ ถ	ผ	ฝ	ศ ษ ส	ห
[kór:]	[chór:]	[tór:]	[pór:]	[fór:]	[sór:]	[hór:]

14個雙低子音（อักษรต่ำคู่）- 發7個音

（泰語字母書寫練習 P.388）

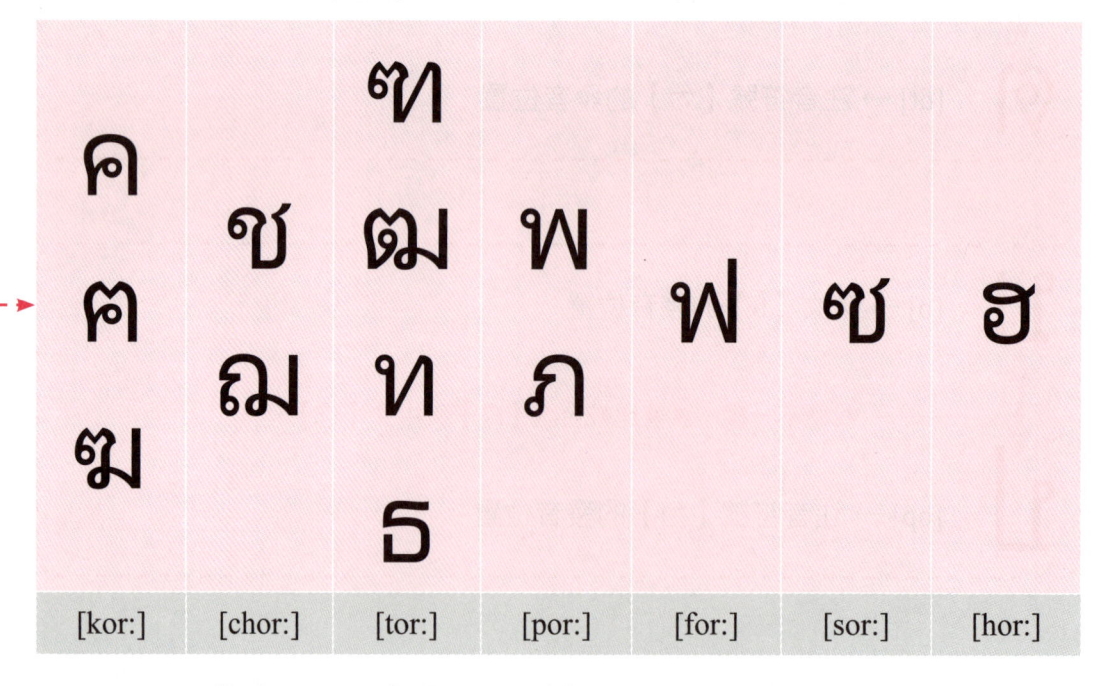

ค ฅ ฆ	ช ฌ	ฑ ฒ ท ธ	พ ภ	ฟ	ซ	ฮ
[kor:]	[chor:]	[tor:]	[por:]	[for:]	[sor:]	[hor:]

請注意：「高子音」和「雙低子音」**發同音但聲調不同**

38

10個單低子音（อักษรต่ำเดี่ยว）- 發7個音

▶ MP3-019

（泰語字母書寫練習 P.395）

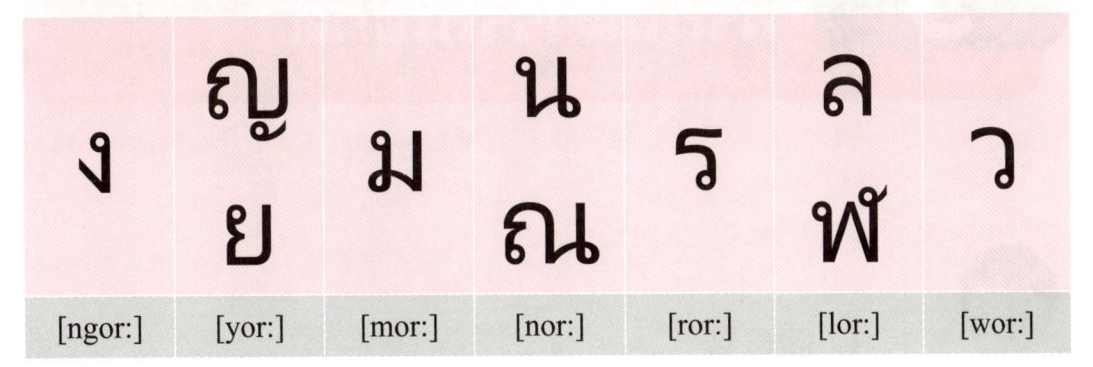

ง	ญ ย	ม	น ณ	ร	ล ฬ	ว
[ngor:]	[yor:]	[mor:]	[nor:]	[ror:]	[lor:]	[wor:]

請再注意以下發音技巧：

ง　[ng] → 台語【黃】的發音位置

ร　[r] → 先從注音符號【ㄉ】開始練習，慢慢練習彈舌

บทที่ 3 母音及聲調符號
สระและวรรณยุกต์

3.1 32個母音

泰語共有 32 個母音，可以分為「長母音」與「短母音」。每個母音的位置是固定的，不可隨意放置，需要記憶。因為泰文的字與字中間無空格，因此需透過母音的位置提供劃分音節的線索。

每個母音都必須寫在子音的相對位置上。請注意，母音可以位於子音的上方、下方、左側或右側，或這些位置的組合。當單純拼寫母音時，會用「-」表示子音的位置。

กี = ก + -ี	กู = ก + -ู
เก = ก + เ-	กา = ก + -า
เกา = ก + เ-า	กือ = ก + -ือ
เกีย = ก + เ-ีย	

3.2 母音分類

母音共有 32 個，可分為「短母音」（14 個）、「長母音」（14 個）和「特殊母音」（4 個）3 組。與短母音相比，長母音的發音其拉長聲音的時間更長。會用「-」表示子音的位置。

14個短母音 ▶ MP3-020

	1	2	3	4	5	6
短音	-ะ	```-ิ```	```-ึ```	```-ุ```	เ-ะ	แ-ะ
	[a]	[i]	[eu]	[u]	[e]	[ae]

	7	8	9
短音	โ-ะ	เ-าะ	เ-อะ
	[o]	[or]	[er]

	10	11	12
短音	เ-ียะ	เ-ือะ	-ัวะ
	[ia]	[eua]	[ua]
	[i + a]	[eu + a]	[u + a]

41

	13	14
短音	ฤ	ฦ
	[reu]	[leu]
	[r + eu]	[l + eu]

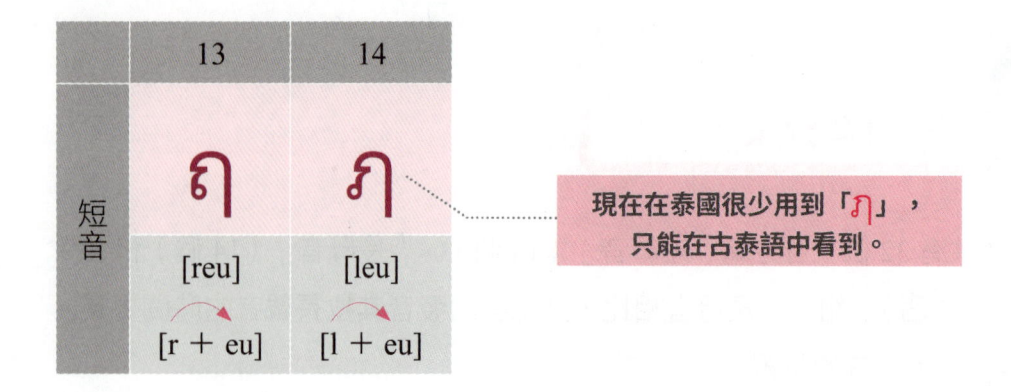

現在在泰國很少用到「ฦ」，只能在古泰語中看到。

14個長母音　▶MP3-021

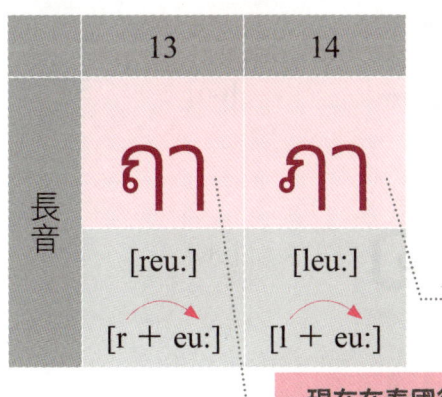

	1	2	3	4	5	6
長音	-า	-ี	-ือ	-ู	เ-	แ-
	[aa]	[ii]	[eu:]	[uu]	[ee]	[ae:]

	7	8	9
長音	โ-	-อ	เ-อ
	[oo]	[or:]	[er:]

	10	11	12
長音	เ-ีย	เ-ือ	-ัว
	[ia:]	[eua:]	[ua:]
	[ii + aa]	[eu: + aa]	[uu + aa]

	13	14
長音	ฤๅ	ฦๅ
	[reu:]	[leu:]
	[r + eu:]	[l + eu:]

「ฦๅ」目前不再使用。

現在在泰國很少用到「ฦ」，只能在古泰語中看到。

14個短母音 + 14個長母音　　▶MP3-022

	短母音		長母音		類似
1	-ะ	[a]	-า	[aa]	ㄚ
2	-ิ	[i]	-ี	[ii]	ㄧ
3	-ึ	[eu]	-ือ	[eu:]	小ㄜ
4	-ุ	[u]	-ู	[uu]	ㄨ
5	เ-ะ	[e]	เ-	[ee]	ㄟ
6	แ-ะ	[ae]	แ-	[ae:]	ㄝ
7	โ-ะ	[o]	โ-	[oo]	ㄡ
8	เ-าะ	[or]	-อ	[or:]	ㄛ

44

9	เ-อะ	[er]	เ-อ	[er:]	ㄜ
10	เ-ียะ	[ia]	เ-ีย	[ia:]	ㄧㄚ
11	เ-ือะ	[eua]	เ-ือ	[eua:]	ㄜㄚ(小)
12	-ัวะ	[ua]	-ัว	[ua:]	ㄨㄚ
13	ฤ	[reu]	ฤๅ	[reu:]	ㄌㄜ(小)
14	ฦ	[leu]	ฦๅ	[leu:]	ㄌㄜ(小)

4個特殊短母音　　　▶ MP3-023

特殊短母音	1	2	3	4
	-ำ	ใ-	ไ-	เ-า
	[am]	[ai]	[ai]	[ao]

ใ- ไม้ม้วน
[maĭ-muã:n]

我們兩個母音都發一樣的音 [ai]

泰語中使用母音 ใ- 的單字只有 20 個，需要熟記。
（請參考 P.313：「ใ-」與「ไ-」常用錯）

ไ- ไม้มลาย
[maĭ-mã-laay]

母音「อ」與子音「อ」　▶ MP3-024

子音字母有「อ」，母音字母也有「อ」，一定要分清楚哪個是子音、哪個是母音。子音的「อ」不發音 [Ø]，母音的「อ」發 [or:] 類似注音的「ㄛ」。

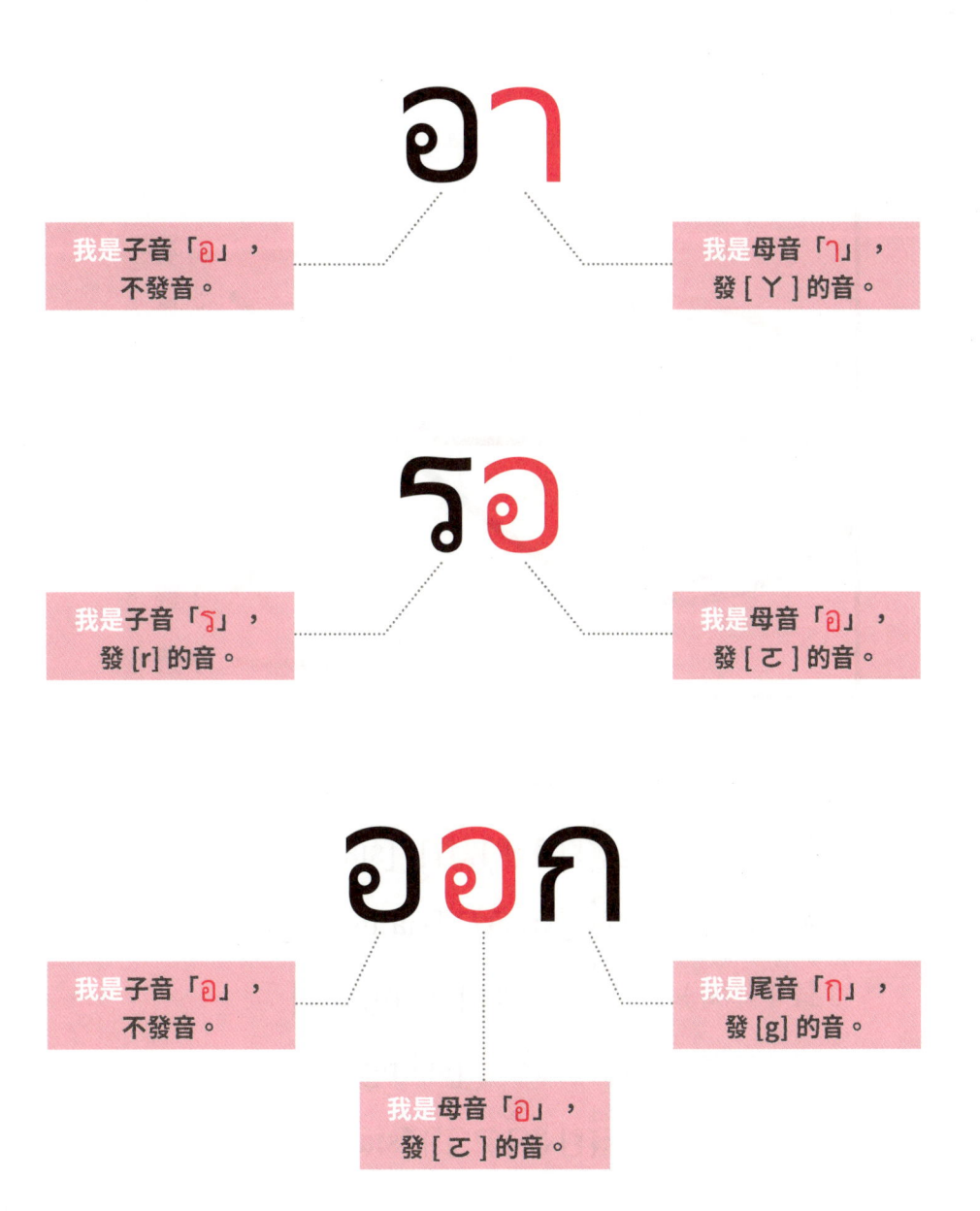

อา

我是子音「อ」，不發音。

我是母音「า」，發 [ㄚ] 的音。

รอ

我是子音「ร」，發 [r] 的音。

我是母音「อ」，發 [ㄛ] 的音。

ออก

我是子音「อ」，不發音。

我是母音「อ」，發 [ㄛ] 的音。

我是尾音「ก」，發 [g] 的音。

3.3 聲調符號與聲調

　　泰語有 5 個聲調，每個音節都會以 5 種聲調的其中一種發音：平調（1 聲）、低調（2 聲）、高調（3 聲）、降調（4 聲）或升調（5 聲）。因此必須說出正確的聲調，才能理解單字的意思。由於每個單字都有既定的聲調，所以可以說泰語是一種聲調語言。

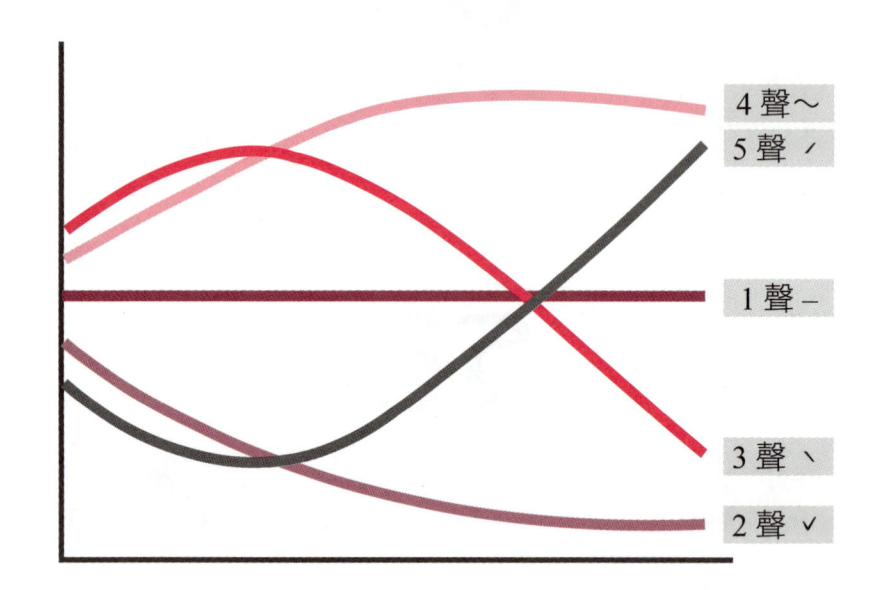

泰語五個聲調 ▶ MP3-025

- 1 聲（平調）＝ เสียงสามัญ [siá:ng-saá-man]
- 2 聲（低調）＝ เสียงเอก [siá:ng-eěg]
- 3 聲（降調）＝ เสียงโท [siá:ng-too]
- 4 聲（高調）＝ เสียงตรี [siá:ng-dtrii]
- 5 聲（升調）＝ เสียงจัตวา [siá:ng-jǎd-dtǎ-waa]

聲調符號

與中文一樣，有符號來代表聲調的高低，基本上看到什麼聲調符號就發什麼聲調，泰文有 4 個聲調符號。

▶ MP3-026

符號名稱	ไม้เอก [maĭ-eĕg]	ไม้โท [maĭ-too]	ไม้ตรี [maĭ-dtrii]	ไม้จัตวา [maĭ-jăd-dtă-waa]
聲調符號	2 聲符號 ◌̀	3 聲符號 ◌̂	4 聲符號 ◌́	5 聲符號 ◌̌
聲調	2 低調 ˅	3 降調 ˋ	4 高調 ~	5 升調 ˊ

▶ MP3-027

聲調	1st	2nd	3rd	4th	5th
聲調符號		◌̀	◌̂	◌́	◌̌
範例	กา	ก่า	ก้า	ก๊า	ก๋า
拼音	[gaa]	[gaă]	[gaà]	[gaã]	[gaá]

第一部分

3 母音及聲調符號

49

這樣記聲調符號不會忘

่

2 聲符號長得很像數字 1

้

3 聲符號長得很像數字 2

๊

4 聲符號倒過來長得很像數字 3

๋

5 聲符號加一撇長得很像數字 4

如何拼讀泰語單字呢？　▶ MP3-028

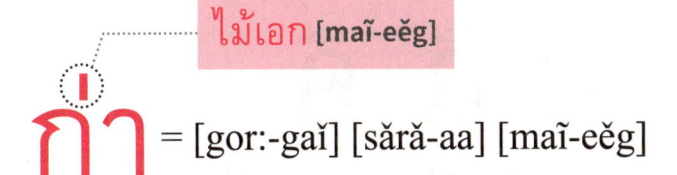

กา = [gor:-gaǐ] [sǎrǎ-aa]

- ก ไก่ [gor:-gaǐ]
- สระ（母音）า [sǎrǎ-aa]

ก่า = [gor:-gaǐ] [sǎrǎ-aa] [maĩ-eěg]
- ไม้เอก [maĩ-eěg]

ก้า = [gor:-gaǐ] [sǎrǎ-aa] [maĩ-too]
- ไม้โท [maĩ-too]

ก๊า = [gor:-gaǐ] [sǎrǎ-aa] [maĩ-dtrii]
- ไม้ตรี [maĩ-dtrii]

ก๋า = [gor:-gaǐ] [sǎrǎ-aa] [maĩ-jǎd-dtǎ-waa]
- ไม้จัตวา [maĩ-jǎd-tǎ-waa]

第一部分

❸ 母音及聲調符號

聲調符號的位置

聲調符號的位置取決於每個音節的結構,如下所示:

・**單子音**

子音上面無母音時,聲調符號放在**子音上**。	子音上面有母音時,聲調符號放在**母音上**。
ก่า โห่ ก้าม ตู้ม	กี่ คี่ จิ๊ม เพี้ยน

・**複合子音**

複合子音上面無母音時,聲調符號放在**第二複合子音上**。	複合子音上面有母音時,聲調符號放在**母音上**。
กว่า พร้า โคร่ง กลุ้ม	กรี๊ด เปรี้ยว พริ้ม ปลื้ม

聲調符號要讀第幾聲？　▶MP3-029

泰語的聲調符號原則上若音節「標第 2 聲符號」就「讀第 2 聲」,「標第 3 聲符號」就「讀第 3 聲」,依此類推。

但是若是在「低子音」上面標聲調符號時就要特別注意,「標第 2 聲符號」就「讀第 3 聲」,「標第 3 聲符號」就「讀第 4 聲」。

那麼若「複合子音」是不同群的子音時,要以誰為發音標準呢？答案是以第一個子音為主(聲調符號雖標在第二個子音上面,但發音以第一個子音為主)。

聲調符號	中子音	高子音	低子音
2 聲符號　◌่	讀 2 聲　✓	讀 2 聲　✓	標 2 聲,讀 3 聲　＼
3 聲符號　◌้	讀 3 聲　＼	讀 3 聲　＼	標 3 聲,讀 4 聲　～
4 聲符號　◌๊	讀 4 聲　～		
5 聲符號　◌๋	讀 5 聲　／		讀 5 聲（很少出現）　／

第一部分

3 母音及聲調符號

53

我讀 2 聲　　　　　我讀 2 聲　　　　　我讀 3 聲

ก่า　　　　　โห่　　　　　คี่

> 我是中子音，
> 標 2 聲就讀 2 聲。

> 我是高子音，
> 標 2 聲就讀 2 聲。

> 我是低子音，
> 標 2 聲要讀 3 聲。

我讀 3 聲　　　　　我讀 3 聲　　　　　我讀 4 聲

ก้าม　　　　　ขี้　　　　　เพี้ยน

> 我是中子音，
> 標 3 聲就讀 3 聲。

> 我是高子音，
> 標 3 聲就讀 3 聲。

> 我是低子音，
> 標 3 聲要讀 4 聲。

我讀 2 聲　　　　　我讀 4 聲

กลิ่น　　　　　พริ้ม

> 我是第一個子音
> 中子音，
> 要以我為發音標準
> 標 2 聲就讀 2 聲。

> 我是第二個子音
> 低子音

> 我是第一個子音
> 低子音，
> 要以我為發音標準
> 標 3 聲要讀 4 聲。

> 我是第二個子音
> 低子音

บทที่ 4 字母拼讀
การประสมอักษร

4.1 泰語的音節結構

要寫泰文之前,首先必須要知道泰語的音節是如何構成。泰語的音節結構基本上由(1)子音、(2)母音、(3)尾音、(4)聲調符號所組成。其中每個音節一定會有子音與母音,而尾音與聲調符號則不一定會有。

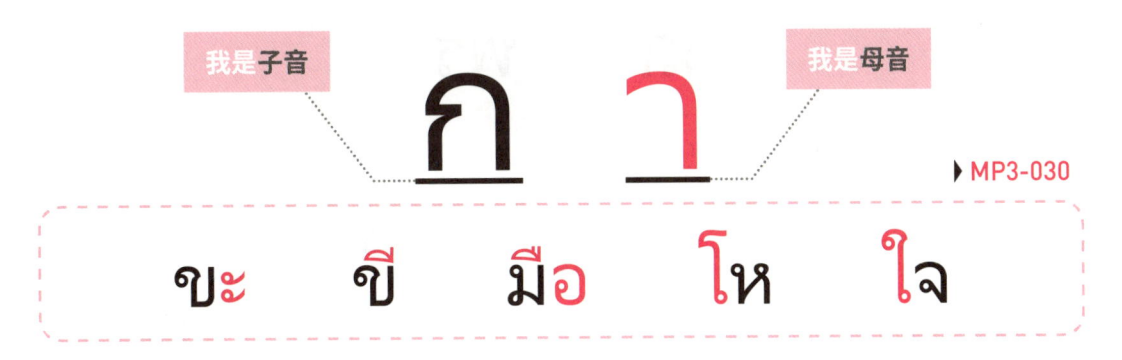

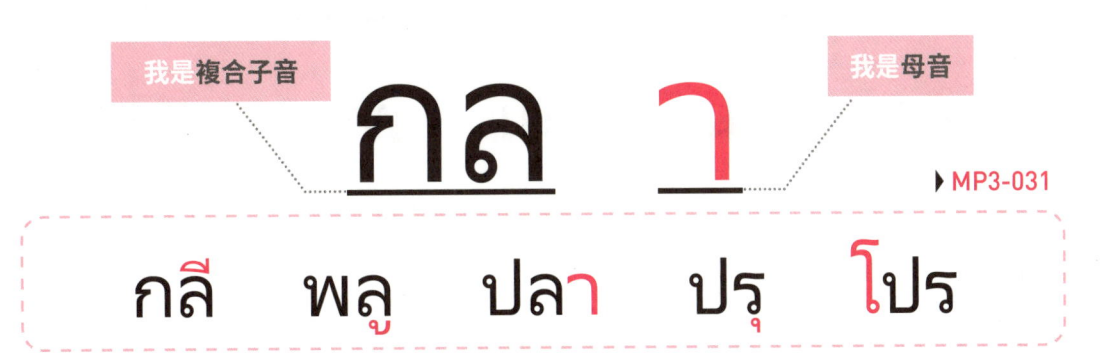

我是子音 ก **我是母音** า

▶ MP3-030

ขะ   ขี   มือ   โห   ใจ

我是複合子音 กล **我是母音** า

▶ MP3-031

กลี   พลู   ปลา   ปรุ   โปร

ก้า

我是子音 ก ้ **我是聲調符號** า **我是母音**

▶ MP3-032

ก้า ข้า สู้ โก้ จ้ำ ไม้

กล้า

我是複合子音 กล ้ **我是聲調符號** า **我是母音**

▶ MP3-033

กล้า พร้า

กาน

我是子音 ก า **我是母音** น **我是尾音**

▶ MP3-034

กีด กุม โดม พาน ลิง

我是複合子音　我是母音　我是尾音

กร　ว　น　▶ MP3-035

กลาง　โปรง　เกลียด

我是聲調符號　我是母音　我是尾音
我是子音

ก้　ว　น　▶ MP3-036

ก้าน　ย้าย　ช้อน

我是聲調符號　我是母音　我是尾音
我是複合子音

กล้　ว　ม　▶ MP3-037

กลุ้ม

4.2 泰語拼音的聲調規則

了解泰語的音節結構後,接下來就是要知道每個音節發什麼聲調,泰語音節可分成「沒有聲調符號」與「有聲調符號」的音節。

沒有聲調符號的音節:中子音

規則 ① 中子音與短母音結合時,讀泰語**第 2 聲**

我是**中子音**

กะ = gă

我是**短母音**

我讀泰語**第 2 聲** ✓

▶ MP3-038

泰語 **第 2 聲**		ะ- a	-ิ i	-ึ eu	-ุ u	เ-ะ e	แ-ะ ae
ก	gor:	กะ	กิ	กึ	กุ	เกะ	แกะ
จ	jor:	จะ	จิ	จึ	จุ	เจะ	แจะ
ฎ ด	dor:	ดะ	ดิ	ดึ	ดุ	เดะ	แดะ
ฏ ต	dtor:	ตะ	ติ	ตึ	ตุ	เตะ	แตะ
บ	bor:	บะ	บิ	บึ	บุ	เบะ	แบะ
ป	bpor:	ปะ	ปิ	ปึ	ปุ	เปะ	แปะ
อ	or:	อะ	อิ	อึ	อุ	เอะ	แอะ

▶ MP3-039

泰語 第 2 聲			โ-ะ o	เ-าะ or	เ-อะ er	เ-ียะ ia	เ-ือะ eua	-ัวะ ua
ก		gor:	โกะ	เกาะ	เกอะ	เกียะ	เกือะ	กัวะ
จ		jor:	โจะ	เจาะ	เจอะ	เจียะ	เจือะ	จัวะ
ฎ	ด	dor:	โดะ	เดาะ	เดอะ	เดียะ	เดือะ	ดัวะ
ฏ	ต	dtor:	โตะ	เตาะ	เตอะ	เตียะ	เตือะ	ตัวะ
บ		bor:	โบะ	เบาะ	เบอะ	เบียะ	เบือะ	บัวะ
ป		bpor:	โปะ	เปาะ	เปอะ	เปียะ	เปือะ	ป้วะ
อ		or:	โอะ	เอาะ	เออะ	เอียะ	เอือะ	อัวะ

第一部分

❹ 字母拼讀

59

規則 ② 中子音與長母音結合時，讀泰語**第 1 聲**

我是**中子音**

กา = gaa

我是**長母音**

我讀泰語第 1 聲

–

▶ MP3-040

泰語 第 1 聲		-า aa	-ี ii	-ือ eu:	-ู uu	เ- ee	แ- ae:
ก	gor:	กา	กี	กือ	กู	เก	แก
จ	jor:	จา	จี	จือ	จู	เจ	แจ
ฎ ด	dor:	ดา	ดี	ดือ	ดู	เด	แด
ฏ ต	dtor:	ตา	ตี	ตือ	ตู	เต	แต
บ	bor:	บา	บี	บือ	บู	เบ	แบ
ป	bpor:	ปา	ปี	ปือ	ปู	เป	แป
อ	or:	อา	อี	อือ	อู	เอ	แอ

60

泰語 第1聲		โ- oo	-อ or:	เ-อ er:	เ-ีย ia:	เ-ือ eua:	-ัว ua:
ก	gor:	โก	กอ	เกอ	เกีย	เกือ	กัว
จ	jor:	โจ	จอ	เจอ	เจีย	เจือ	จัว
ฎ ด	dor:	โด	ดอ	เดอ	เดีย	เดือ	ดัว
ฏ ต	dtor:	โต	ตอ	เตอ	เตีย	เตือ	ตัว
บ	bor:	โบ	บอ	เบอ	เบีย	เบือ	บัว
ป	bpor:	โป	ปอ	เปอ	เปีย	เปือ	ปัว
อ	or:	โอ	ออ	เออ	เอีย	เอือ	อัว

規則 ③ 中子音與特殊短母音結合，時讀泰語**第 1 聲**

我是**中子音**

กำ = gam

我是**特殊短母音**

我讀泰語**第 1 聲**

-

▶ MP3-042

泰語 **第 1 聲**		-ำ am	ใ- ai	ไ- ai	เ-า ao
ก	gor:	กำ	ใก	ไก	เกา
จ	jor:	จำ	ใจ	ไจ	เจา
ฎ ด	dor:	ดำ	ใด	ได	เดา
ฏ ต	dtor:	ตำ	ใต	ไต	เตา
บ	bor:	บำ	ใบ	ไบ	เบา
ป	bpor:	ปำ	ใป	ไป	เปา
อ	or:	อำ	ใอ	ไอ	เอา

「中子音＋母音」綜合練習　▶MP3-043

中子音 ＋	短母音	長母音	特殊短母音
	讀2聲 ✓	讀1聲 –	讀1聲 –

กะ กา กำ　ตะ ตา ตำ

ดะ ดา ดำ　ปะ ปา ปำ

จะ จา จำ　อะ อา อำ

กะ กา　กิ กี　กึ กือ

กุ กู　เกะ เก　เกาะ กอ

ตะ ตา　ติ ตี　ตึ ตือ

ตุ ตู　เตะ เต　เตาะ ตอ

บะ บา　บิ บี　บึ บือ

บุ บู　เบะ เบ　เบาะ บอ

單音節練習題：請寫出拼音並讀出。　　　▶ MP3-044

	單字	拼音	中文		單字	拼音	中文
1	ตา	[dtaa]	眼睛	18	ปี	[bpii]	年
2	จอ	[jor:]	螢幕	19	ปู	[bpuu]	螃蟹
3	อา	[aa]	伯伯/叔叔	20	ดู	[duu]	看
4	ปา	[bpaa]	拋、投擲	21	กู	[guu]	我
5	ตำ	[dtam]	撞擊	22	ตี	[dtii]	打、擊
6	เจ	[jee]	吃齋、齋食	23	กอ	[gor:]	一叢（如竹叢）
7	แจ	[jae:]	花瓶 แจกัน 的前音節	24	เจอ	[jer:]	遇見
8	กา	[gaa]	烏鴉	25	อี	[ii]	婦女（粗俗用語，常用於戲謔）
9	กะ	[gǎ]	大約、計算	26	โต	[doo]	大、成長
10	จะ	[jǎ]	將要	27	เตะ	[dtě]	踢
11	ปะ	[bpǎ]	相遇、接合	28	โอ	[ai]	噢（語氣詞，表示驚訝）
12	ดุ	[dǔ]	兇	29	เต	[dtee]	泰國小名
13	ดำ	[dam]	黑色	30	ไป	[bpai]	去
14	แกะ	[gaě]	綿羊	31	เกาะ	[gǒr]	島嶼
15	เบา	[bao]	輕的	32	เดา	[dao]	猜
16	เตา	[dtao]	爐子	33	ใจ	[jai]	心、心情
17	เจาะ	[jǒr]	鑽、刺	34	ติ	[dtǐ]	批評、指責

64

雙音節練習題：請寫出拼音並讀出。 ▶ MP3-045

	單字	拼音	中文
1	กะปิ	[gǎ-bǐ]	蝦醬
2	ตะปู	[dtǎ-bpuu]	釘子
3	ใจดี	[jai-dii]	心地好
4	ปะปา	[bpǎ-bpaa]	自來水
5	อากู	[aa-guu]	我的叔叔
6	แกะดำ	[gaě-dam]	黑羊、害群之馬
7	ตาดี	[dtaa-dii]	眼力好、有眼光
8	ปูโต	[bpuu-dtoo]	大螃蟹
9	ตาโต	[dtaa-dtoo]	大眼睛
10	ปิตุ	[bpǐ-dtǔ]	父親
11	ไปเอา	[bai-ao]	去拿
12	เอะอะ	[ě-ǎ]	吵鬧、喧嘩
13	ดีใจ	[dii-jai]	高興、開心
14	เกะกะ	[gě-gǎ]	礙事、擋路
15	ตากู	[dtaa-guu]	我的外公、我的眼睛
16	เปาะแปะ	[bpǒr-bpaě]	滴滴答答（水聲）
17	เบาดี	[bao-dii]	很輕

18	ดูดี	[duu-dii]	看起來不錯、體面
19	เอาไป	[ao-bpai]	拿去
20	ตัวเบา	[dtua:-bao]	身體輕

多音節練習題：請寫出拼音並讀出。　▶ MP3-046

	單字	拼音	中文
1	อาตีปู	[aa-dtii-bpuu]	叔叔打螃蟹
2	ดูดีดี	[duu-dii-dii]	仔細看
3	ตาเจออา	[dtaa-jer:-aa]	外公遇到叔叔
4	แกดูดี	[gae:-duu-dii]	你看起來不錯
5	อาดูใจดี	[aa-duu-jai-dii]	我的叔叔心地好
6	อาจะตี	[aa-jǎ-dtii]	叔叔可能會打
7	ตาจะดูปู	[dtaa-jǎ-duu-bpuu]	外公要看螃蟹
8	อาเอาไป	[aa-ao-bpai]	叔叔拿走了
9	ตาอาดี	[dtaa-aa-dii]	叔叔的眼睛好
10	อาจะปา	[aa-jǎ-bpaa]	叔叔可能會扔
11	แกไปเอาปู	[gae:-bpai-ao-bpuu]	你去拿螃蟹
12	แกจะไปเอากา	[gae:-jǎ-bpai-ao-gaa]	你要去抓烏鴉
13	เตะไปเอาแกะดำ	[dtě-bpai-ao- gaě-dam]	踢過去抓黑羊
14	บิดาไปเจออา	[bǐ-daa-bpai-jer:-aa]	父親去見叔叔
15	แกใจดีอาดีใจ	[gae:-jai-dii-aa-dii-jai]	你心地好，叔叔很高興
16	อาเอาเตาไป	[aa-ao-dtao-bpai]	叔叔帶走了爐子

第一部分

4 字母拼讀

練習：請試著寫出有「子音＋母音」的單詞，並將拼音寫出。

單字	拼音

沒有聲調符號的音節：高子音

規則 ④ 高子音與短母音結合時，讀泰語**第 2 聲**

我是**高子音**
ก**ะ** = kǎ
我是**短母音**

我讀泰語第 2 聲
✓

▶ MP3-047

泰語 **第 2 聲**		ะ- a	ิ- i	ื- eu	ุ- u	เ-ะ e	แ-ะ ae
ก ฃ	kór:	กะ	กิ	กื	กุ	เกะ	แกะ
ฉ	chór:	ฉะ	ฉิ	ฉื	ฉุ	เฉะ	แฉะ
ฐ ถ	tór:	ถะ	ถิ	ถื	ถุ	เถะ	แถะ
ผ	pór:	ผะ	ผิ	ผื	ผุ	เผะ	แผะ
ฝ	fór:	ฝะ	ฝิ	ฝื	ฝุ	เฝะ	แฝะ
ศ ษ ส	sór:	สะ	สิ	สื	สุ	เสะ	แสะ
ห	hór:	หะ	หิ	หื	หุ	เหะ	แหะ

▶ MP3-048

泰語 第 2 聲		โ-ะ o	เ-าะ or	เ-อะ er	เ-ียะ ia	เ-ือะ eua	-ัวะ ua
ข ฃ	kór:	โขะ	เขาะ	เขอะ	เขียะ	เขือะ	ขัวะ
ฉ	chór:	โฉะ	เฉาะ	เฉอะ	เฉียะ	เฉือะ	ฉัวะ
ฐ ถ	tór:	โถะ	เถาะ	เถอะ	เถียะ	เถือะ	ถัวะ
ผ	pór:	โผะ	เผาะ	เผอะ	เผียะ	เผือะ	ผัวะ
ฝ	fór:	โฝะ	เฝาะ	เฝอะ	เฝียะ	เฝือะ	ฝัวะ
ศ ษ ส	sór:	โสะ	เสาะ	เสอะ	เสียะ	เสือะ	สัวะ
ห	hór:	โหะ	เหาะ	เหอะ	เหียะ	เหือะ	หัวะ

規則 ⑤ 高子音與長母音結合時，讀泰語**第 5 聲**

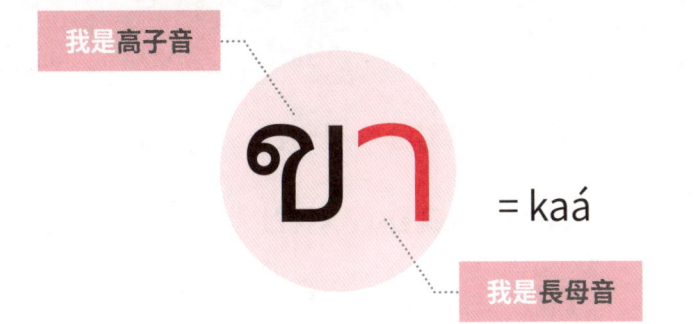

我是**高子音**

ขา = kaá

我是**長母音**

我讀泰語第 5 聲 ╱

▶ MP3-049

泰語 第 5 聲		-า aa	-ี ii	-ือ eu:	-ู uu	เ- ee	แ- ae:
ข ฃ	kór:	ขา	ขี	ขือ	ขู	เข	แข
ฉ	chór:	ฉา	ฉี	ฉือ	ฉู	เฉ	แฉ
ฐ ถ	tór:	ถา	ถี	ถือ	ถู	เถ	แถ
ผ	pór:	ผา	ผี	ผือ	ผู	เผ	แผ
ฝ	fór:	ฝา	ฝี	ฝือ	ฝู	เฝ	แฝ
ศ ษ ส	sór:	สา	สี	สือ	สู	เส	แส
ห	hór:	หา	หี	หือ	หู	เห	แห

泰語 第5聲	โ- oo	-อ or:	เ-อ er:	เ-ีย ia:	เ-ือ eua:	-ัว ua:
ข ฃ	kór: โข	ขอ	เขอ	เขีย	เขือ	ขัว
ฉ	chór: โฉ	ฉอ	เฉอ	เฉีย	เฉือ	ฉัว
ฐ ถ	tór: โถ	ถอ	เถอ	เถีย	เถือ	ถัว
ผ	pór: โผ	ผอ	เผอ	เผีย	เผือ	ผัว
ฝ	fór: โฝ	ฝอ	เฝอ	เฝีย	เฝือ	ฝัว
ศ ษ ส	sór: โส	สอ	เสอ	เสีย	เสือ	สัว
ห	hór: โห	หอ	เหอ	เหีย	เหือ	หัว

72

規則 ❻ 高子音與特殊短母音結合，時讀泰語**第 5 聲**

ขำ = kám

我是特殊短母音
我是高子音

我讀泰語第 5 聲

▶ MP3-051

泰語 第 5 聲		-ำ am	ใ- ai	ไ- ai	เ-า ao
ข ฃ	kór:	ขำ	ใข	ไข	เขา
ฉ	chór:	ฉำ	ใฉ	ไฉ	เฉา
ฐ ถ	tór:	ถำ	ใถ	ไถ	เถา
ผ	pór:	ผำ	ใผ	ไผ	เผา
ฝ	fór:	ฝำ	ใฝ	ไฝ	เฝา
ศ ษ ส	sór:	สำ	ใส	ไส	เสา
ห	hór:	หำ	ให	ไห	เหา

「高子音＋母音」綜合練習　▶MP3-052

高子音 ＋	短母音	長母音	特殊短母音
	讀2聲 ˇ	讀5聲 ˊ	讀5聲 ˊ

ขะ ขา ขำ　ฉะ ฉา ฉำ

ถะ ถา ถำ　ฝะ ฝา ฝำ

สะ สา สำ　หะ หา หำ

ขะ ขา　ขิ ขี　ขึ ขือ

ขุ ขู　เขะ เข　เขาะ ขอ

สะ สา　สิ สี　สึ สือ

สุ สู　เสะ เส　เสาะ สอ

หะ หา　หิ หี　หึ หือ

หุ หู　เหะ เห　เหาะ หอ

單音節練習題：請寫出拼音並讀出。　　　▶MP3-053

	單字	拼音	中文		單字	拼音	中文
1	ถู	[tuú]	擦拭、擦	17	ขอ	[kór:]	請求、要求
2	หัว	[huá:]	頭	18	หู	[huú]	耳朵
3	หา	[haá]	尋找	19	ฝา	[faá]	蓋子
4	เขา	[kaó]	他、山	20	ขา	[kaá]	腿
5	หอ	[hór:]	宿舍、大樓	21	สี	[sií]	顏色
6	สุ	[sǔ]	女子名	22	ขะ	[kǎ]	構詞用
7	สะ	[sǎ]	構詞用（如 สะอาด）	23	ถือ	[teú:]	拿、握
8	ไห	[haí]	甕	24	ผา	[paá]	峭壁、懸崖
9	เฉาะ	[chǒr]	劈開、剁開	25	โถ	[toó]	馬桶
10	แข	[kaé:]	月亮（古語）	26	แห	[haé:]	漁網、撒網
11	ผี	[pií]	鬼	27	เถอะ	[těr]	就…吧、讓我們…
12	ขำ	[kám]	好笑、有趣	28	เหา	[haó]	蝨子
13	เสือ	[seuá:]	老虎	29	ผัว	[puá:]	丈夫
14	เผา	[paó]	燒	30	ถุง	[túng]	袋子、塑膠袋
15	ไฝ	[faí]	痣	31	สา	[saá]	女子名、構詞用（如 สาธุ）
16	เฉ	[cheé]	歪斜、偏向	32	ผุ	[pǔ]	腐壞、腐爛

75

雙音節練習題：請寫出拼音並讀出。　▶ MP3-054

	單字	拼音	中文
1	ขาไป	[kaá-bpai]	去程
2	ถูขา	[tuú-kaá]	擦腳、搓腿
3	ขอไป	[kór:-bpai]	請讓我去
4	หูเบา	[huú-bao]	耳根子軟、容易受人影響
5	อาสา	[aa-saá]	志願、志工
6	โจโฉ	[joo-choó]	曹操（歷史人物）
7	หาเหา	[haá-haó]	找蝨子（比喻找麻煩）
8	ขี้เถ้า	[kiì-taò]	灰燼
9	ถือกา	[teú:-gaa]	拿著壺
10	สีสา	[sií-saá]	紅色、赤色
11	ใบหู	[bai-huú]	耳朵
12	ถือเอา	[teú:-ao]	拿取；接受
13	เฉไฉ	[cheé-chaí]	閃躲；裝傻；轉移話題
14	หอเขา	[hór:-kaó]	他的宿舍

多音節練習題：請寫出拼音並讀出　　　　　　　▶ MP3-055

	單字	拼音	中文
1	ตากะเขา	[dtaa-gǎ-kaó]	外公和他
2	เขาไปเจอตา	[kaó-bpai-jer:-dtaa]	他去見外公
3	ผีจะไป	[pií-jǎ-bpai]	鬼要去
4	เขาไปหาผี	[kaó-bpai-haá-pií]	他去找鬼
5	แกขอไป	[gae:-kór:-bpai]	你請求去
6	เขาขอไปหา	[kaó-kór:-bpai-haá]	他請求去找
7	ตาเขาขำ	[dtaa-kaó-kám]	他的外公笑了
8	โจโฉเฉไฉ	[joo-choó-cheé-chaí]	曹操說話含糊
9	ตาไปหอเขา	[dtaa-bpai-hór:-kaó]	外公去他的宿舍

第一部分

❹ 字母拼讀

77

沒有聲調符號的音節：低子音

規則 ⑦ 低子音與短母音結合時，讀泰語第 4 聲

我是低子音 …… คะ = kã …… 我是短母音

我讀泰語第 4 聲 ~

▶ MP3-056

泰語 第 4 聲		-ะ a	◌ิ i	◌ึ eu	◌ุ u	เ-ะ e	แ-ะ ae
ค ฅ ฆ	kor:	คะ	คิ	คึ	คุ	เคะ	แคะ
ช ฌ	chor:	ชะ	ชิ	ชึ	ชุ	เชะ	แชะ
ท ฒ ฑ ธ	tor:	ทะ	ทิ	ทึ	ทุ	เทะ	แทะ
ญ ย	yor:	ยะ	ยิ	ยึ	ยุ	เยะ	แยะ
ณ น	nor:	นะ	นิ	นึ	นุ	เนะ	แนะ
พ ภ	por:	พะ	พิ	พึ	พุ	เพะ	แพะ
ล ฬ	lor:	ละ	ลิ	ลึ	ลุ	เละ	และ
ง	ngor:	งะ	งิ	งึ	งุ	เงะ	แงะ
ซ	sor:	ซะ	ซิ	ซึ	ซุ	เซะ	แซะ
ฟ	for:	ฟะ	ฟิ	ฟึ	ฟุ	เฟะ	แฟะ
ม	mor:	มะ	มิ	มึ	มุ	เมะ	แมะ
ร	ror:	ระ	ริ	รึ	รุ	เระ	แระ
ว	wor:	วะ	วิ	วึ	วุ	เวะ	แวะ
ฮ	hor:	ฮะ	ฮิ	ฮึ	ฮุ	เฮะ	แฮะ

泰語 第4聲		โ-ะ o	เ-าะ or	เ-อะ er	เ-ียะ ia	เ-ือะ eua	-ัวะ ua
ค ต ฒ	kor:	โคะ	เคาะ	เคอะ	เคียะ	เคือะ	คัวะ
ช ฌ	chor:	โชะ	เชาะ	เชอะ	เชียะ	เชือะ	ชัวะ
ฑ ฒ ท ธ	tor:	โทะ	เทาะ	เทอะ	เทียะ	เทือะ	ทัวะ
ญ ย	yor:	โยะ	เยาะ	เยอะ	เยียะ	เยือะ	ยัวะ
ณ น	nor:	โนะ	เนาะ	เนอะ	เนียะ	เนือะ	นัวะ
พ ภ	por:	โพะ	เพาะ	เพอะ	เพียะ	เพือะ	พัวะ
ล ฬ	lor:	โละ	เลาะ	เลอะ	เลียะ	เลือะ	ลัวะ
ง	ngor:	โงะ	เงาะ	เงอะ	เงียะ	เงือะ	งัวะ
ซ	sor:	โซะ	เซาะ	เซอะ	เซียะ	เซือะ	ซัวะ
ฟ	for:	โฟะ	เฟาะ	เฟอะ	เฟียะ	เฟือะ	ฟัวะ
ม	mor:	โมะ	เมาะ	เมอะ	เมียะ	เมือะ	มัวะ
ร	ror:	โระ	เราะ	เรอะ	เรียะ	เรือะ	รัวะ
ว	wor:	โวะ	เวาะ	เวอะ	เวียะ	เวือะ	วัวะ
ฮ	hor:	โฮะ	เฮาะ	เฮอะ	เฮียะ	เฮือะ	ฮัวะ

規則 ⑧ 低子音與長母音結合時，讀泰語第1聲

我是低子音

คา = kaa

我是長母音

我讀泰語第1聲
‐

▶ MP3-058

泰語 第1聲		-า aa	-ี ii	-ือ eu:	-ู uu	เ- ee	แ- ae:
ค ต ฆ	kor:	คา	คี	คือ	คู	เค	แค
ช ฌ	chor:	ชา	ชี	ชือ	ชู	เช	แช
ฑ ฒ ท ธ	tor:	ทา	ที	ทือ	ทู	เท	แท
ญ ย	yor:	ยา	ยี	ยือ	ยู	เย	แย
ณ น	nor:	นา	นี	นือ	นู	เน	แน
พ ภ	por:	พา	พี	พือ	พู	เพ	แพ
ล ฬ	lor:	ลา	ลี	ลือ	ลู	เล	แล
ง	ngor:	งา	งี	งือ	งู	เง	แง
ซ	sor:	ซา	ซี	ซือ	ซู	เซ	แซ
ฟ	for:	ฟา	ฟี	ฟือ	ฟู	เฟ	แฟ
ม	mor:	มา	มี	มือ	มู	เม	แม
ร	ror:	รา	รี	รือ	รู	เร	แร
ว	wor:	วา	วี	วือ	วู	เว	แว
ฮ	hor:	ฮา	ฮี	ฮือ	ฮู	เฮ	แฮ

▶ MP3-59

泰語 第1聲		โ- oo	-อ or:	เ-อ er:	เ-ีย ia:	เ-ือ eua:	-ัวะ ua:
ค ต ฆ	kor:	โค	คอ	เคอ	เคีย	เคือ	คัว
ช ฌ	chor:	โช	ชอ	เชอ	เชีย	เชือ	ชัว
ท ฑ ธ ฐ	tor:	โท	ทอ	เทอ	เทีย	เทือ	ทัว
ญ ย	yor:	โย	ยอ	เยอ	เยีย	เยือ	ยัว
ณ น	nor:	โน	นอ	เนอ	เนีย	เนือ	นัว
พ ภ	por:	โพ	พอ	เพอ	เพีย	เพือ	พัว
ล ฬ	lor:	โล	ลอ	เลอ	เลีย	เลือ	ลัว
ง	ngor:	โง	งอ	เงอ	เงีย	เงือ	งัว
ซ	sor:	โซ	ซอ	เซอ	เซีย	เซือ	ซัว
ฟ	for:	โฟ	ฟอ	เฟอ	เฟีย	เฟือ	ฟัว
ม	mor:	โม	มอ	เมอ	เมีย	เมือ	มัว
ร	ror:	โร	รอ	เรอ	เรีย	เรือ	รัว
ว	wor:	โว	วอ	เวอ	เวีย	เวือ	วัว
ฮ	hor:	โฮ	ฮอ	เฮอ	เฮีย	เฮือ	ฮัว

第一部分 ❹ 字母拼讀

81

規則 ⑨ 低子音與特殊短母音結合時，讀泰語第 1 聲

我是特殊短母音

คำ = kam

我是低子音

我讀泰語第 1 聲

-

▶ MP3-060

泰語 第 1 聲		-ำ am	ใ- ai	ไ- ai	เ-า ao
ค ต ฆ	kor:	คำ	ใค	ไค	เคา
ช ฌ	chor:	ชำ	ใช	ไช	เชา
ท ฑ ฒ ธ	tor:	ทำ	ใท	ไท	เทา
ญ ย	yor:	ยำ	ใย	ไย	เยา
ณ น	nor:	นำ	ใน	ไน	เนา
พ ภ	por:	พำ	ใพ	ไพ	เพา
ล ฬ	lor:	ลำ	ใล	ไล	เลา
ง	ngor:	งำ	ใง	ไง	เงา
ซ	sor:	ซำ	ใซ	ไซ	เซา
ฟ	for:	ฟำ	ใฟ	ไฟ	เฟา
ม	mor:	มำ	ใม	ไม	เมา
ร	ror:	รำ	ใร	ไร	เรา
ว	wor:	วำ	ใว	ไว	เวา
ฮ	hor	ฮำ	ใฮ	ไฮ	เฮา

「低子音＋母音」綜合練習　▶MP3-061

低子音 ＋	短母音	長母音	特殊短母音
	讀4聲～	讀1聲–	讀1聲–

วะ วา วำ　ฮะ ฮา ฮำ

คะ คา　คิ คี　คึ คือ

คุ คู　เคะ เค　เคาะ คอ

ระ รา　ริ รี　รึ รือ

รุ รู　เระ เร　เราะ รอ

「中、高、低子音＋母音」綜合練習　▶MP3-062

กะ ขะ คะ
กิ ขิ คิ
กำ ขำ คำ
กิ ขิ คิ
กี ขี คี
กึ ขึ คึ
ใก ใข ใค
กือ ขือ คือ
ไก ไข ไค
โกะ โขะ โคะ
โก โข โค
เกา เขา เคา

單音節練習題：請寫出拼音並讀出。　▶ MP3-063

	單字	拼音	中文		單字	拼音	中文
1	คือ	[keu:]	是	11	ไฟ	[fai]	火、電
2	งู	[nguu]	蛇	12	เรา	[rao]	我們、我
3	ซอ	[sor:]	泰國傳統樂器	13	คะ	[kã]	語氣詞
4	เธอ	[ter:]	妳；她	14	ยา	[yaa]	藥
5	คอ	[kor:]	脖子	15	ใน	[nai]	在…裡面
6	งา	[ngaa]	象牙、芝麻	16	มี	[mii]	有
7	มือ	[meu:]	手	17	เมีย	[mia:]	妻子
8	มา	[maa]	來	18	เลีย	[lia:]	舔
9	คำ	[kam]	詞、話、語句	19	แพะ	[paẽ]	山羊
10	และ	[laẽ]	和、與	20	แพ	[pae:]	竹筏

雙音節練習題：請寫出拼音並讀出。　　　▶ MP3-064

	單字	拼音	中文
1	ทำไม	[tam-mai]	為什麼
2	เฮฮา	[hee-haa]	歡樂、熱鬧
3	ทำดี	[tam-dii]	做得好、行善
4	คำนำ	[kam-nam]	前言、序言
5	ยาเธอ	[yaa-ter:]	妳的藥
6	ใจคอ	[jai-kor:]	心腸
7	ไฮโซ	[hai-soo]	時髦、名流
8	เยอะแยะ	[yẽr-yaẽ]	很多、大量
9	เลอะเทอะ	[lẽr-tẽr]	髒亂、凌亂
10	ใบชา	[bai-chaa]	茶葉
11	กาแฟ	[gaa-fae:]	咖啡
12	เวลา	[wee-laa]	時間
13	วิธี	[wĩ-tii]	方法、方式
14	ลีลา	[lii-laa]	姿態、風格
15	ไวไฟ	[wai-fai]	易燃；脾氣暴躁
16	มะลิ	[mã-lĩ]	茉莉花
17	โซเซ	[soo-see]	邋遢、不修邊幅

18	กีฬา	[gii-laa]	運動、體育
19	ภาษา	[paa-saá]	顏色
20	สีเทา	[sií-tao]	灰色
21	กะทิ	[gǎ-tĩ]	椰奶
22	ธุระ	[tũ-rã]	事情、事務
23	อะไร	[ǎ-rai]	什麼
24	ทีวี	[tii-wii]	電視
25	เวที	[wee-tii]	舞台
26	วิถี	[wĩ-tií]	方式、方法；途徑

多音節練習題：請寫出拼音並讀出。　▶ MP3-065

	單字	拼音	中文
1	นาฬิกา	[naa-lĩ-gaa]	時鐘、手錶
2	เขาทำดี	[kaó-tam-dii]	他做得好
3	กาแฟและชา	[gaa-fae:-laẽ-chaa]	咖啡和茶
4	เธอมีธุระ	[ter:-mii-tũ-rã]	她有事情
5	ราคาเยา	[raa-kaa-yao]	價格便宜
6	ทำไมเรามีทีวี	[tam-mai-rao-mii-tii-wii]	為什麼我們有電視
7	มีลำไยเยอะแยะ	[mii-lam-yai-yẽr-yaẽ]	有很多龍眼

87

有聲調符號的音節：中子音

規則 ⑩ 中子音按照聲調符號發音

當中子音音節中有聲調符號時，必須按照聲調符號規則發音。 ▶ MP3-066

中子音	母音	聲調				
			2聲符號 ่	3聲符號 ้	4聲符號 ๊	5聲符號 ๋
		發1聲	發2聲	發3聲	發4聲	發5聲
ก จ ฎ ฏ ด ต บ ป อ	短母音	–	กะ่	กะ้	กะ๊	กะ๋
	長母音	กา	ก่า	ก้า	ก๊า	ก๋า
	特殊短母音	เกา	เก่า	เก้า	เก๊า	เก๋า

「กะ、กา、เกา」依照無聲調符號的發音規則發音。

練習題：請寫出拼音並讀出。　　　▶MP3-067

	單字	拼音	中文		單字	拼音	中文
1	ไก่	[gaǐ]	雞	18	โต๊ะ	[dtõ]	桌子
2	ดำ	[dǎm]	沉下、漆黑	19	ต่อ	[dtǒr:]	連接、繼續
3	ตั๋ว	[dtuá:]	車票、票	20	ต่ำ	[dtǎm]	低的
4	เก่า	[gaǒ]	舊的	21	เก้า	[gaò]	九
5	บู้บี้	[buù-biì]	扁掉	22	กี่	[giǐ]	幾、多少
6	เจ้า	[jaò]	主人、老闆、你（口語）	23	ดื้อ	[deù:]	頑固
7	ป้า	[bpaà]	阿姨	24	ป่า	[bpaǎ]	森林、野外
8	บ้า	[baà]	瘋的	25	บ่า	[baǎ]	肩膀
9	แก้	[gaè:]	解決、修正	26	แก่	[gaě:]	年老的
10	เต้า	[dtaò]	乳房、八卦	27	เต่า	[dtaǒ]	烏龜
11	เจ๊	[jeẽ]	姊姊（口語）、女老闆	28	ตี๋	[dtií]	華人男孩
12	ปู่	[bpuǔ]	爺爺	29	ด่า	[daǎ]	責罵
13	แต่	[dtaě:]	但是	30	แด่	[daě:]	給、對於（介詞）
14	กู่	[guǔ]	呼喊、喊叫	31	กู้	[guù]	借、救援
15	ไต่	[dtaǐ]	攀爬	32	ใต้	[dtaì]	在下、南方
16	ป๋า	[bpaá]	富翁、爸爸（口語）	33	ได้	[dai]	可以、能夠
17	จี่	[jiǐ]	烤、炙	34	จี้	[jiì]	按壓、戳、刺

89

有聲調符號的音節：高子音

規則 ⑪ 高子音按照聲調符號發音

當高子音音節中有聲調符號時，必須按照聲調符號規則發音。 ▶MP3-068

高子音	母音	聲調 ่ 2聲符號 發2聲	聲調 ้ 3聲符號 發3聲	發4聲	發5聲
ข ฃ ฉ ฐ ถ ผ ฝ ศ ษ ส ห	短母音	ขะ	ข้ะ	-	-
	長母音	ข่า	ข้า	-	ขา
	特殊短母音	เข่า	เข้า	-	เขา

（發1聲欄皆為 -）

「ขะ、ขา、เขา」依照無聲調符號的發音規則發音。

練習題：請寫出拼音並讀出。　　　　　　　　　▶MP3-069

	單字	拼音	中文
1	ผ้า	[paà]	布、布料
2	ข้อ	[kòr:]	條款、項目；關節
3	ถั่ว	[tuǎ:]	豆類
4	เผ่า	[paǒ]	族群、部落
5	ไผ่	[paǐ]	竹子
6	ให้	[haì]	給
7	เสื้อ	[seuà:]	衣服、上衣
8	หัวเข่า	[huá-kaǒ]	膝蓋
9	เสื่อ	[seuǎ:]	蓆子、墊子
10	เห่า	[haǒ]	吠、叫
11	เผื่อ	[peuǎ:]	以防、萬一
12	ขี้	[kiì]	排泄物
13	หู้	[huù]	耳朵（泰北方言）
14	ขั้ว	[kuà:]	極、極端（南極、電極）
15	ผู้นำ	[puù-nam]	領導者
16	ใส่ใจ	[saǐ-jai]	在乎、關心、用心

有聲調符號的音節：低子音

規則 ⑫ 低子音標 2 讀 3 聲，標 3 讀 4 聲

當低子音音節有聲調符號時，聲調符號規則發音會改變，不會按照原本的聲調符號規則發音，而是標 2 聲符號讀 3 聲，標 3 聲符號讀 4 聲。

▶ MP3-070

低子音	母音	聲調					
				2聲符號 ่	3聲符號 ้	5聲符號 ๋
		發1聲	發2聲	發3聲	發4聲	發5聲
ค ต ฒ ง ช ซ ฌ ญ ฑ ฒ ณ ท ธ น พ ฟ ภ ม ย ร ล ว ฬ ฮ	短母音	-	-	ค่ะ	ค้ะ	คุ๋ด
	長母音	คา	-	ค่า	ค้า	ค๋าด
	特殊短母音	เคา	-	เค่า	เค้า	-

「คะ、คา、เคา」依照無聲調符號的發音規則發音。

低子音主要以 2 聲及 3 聲符號為主，5 聲符號的字極少。

練習題：請寫出拼音並讀出。　▶ MP3-071

	單字	拼音			單字	拼音	
1	ชื่อ	[cheù:]	名字	15	แท่	[taè:]	真的（用於強調語氣）
2	แม่	[maè:]	母親、媽媽	16	ไม่	[maì]	不、沒
3	ค่า	[kaà]	費用、價值	17	ช่า	[chaà]	語氣詞
4	น่า	[naà]	值得～	18	ไพ่	[paì]	撲克牌
5	พี่	[pii]	哥哥、姊姊	19	ที่	[tiì]	地方；在（介詞）
6	ม้า	[maã]	馬	20	คู่	[kuù]	一對、伴侶
7	ซื้อ	[seũ:]	買	21	เฒ่า	[taò]	老人
8	ใช่	[chaì]	是的、對的	22	แซ่	[saè:]	姓
9	เค้า	[kaõ]	他、她（口語）	23	เช่า	[chaò]	租
10	แพ้	[paẽ:]	過敏、輸、失敗	24	น้า	[naã]	阿姨
11	แท้	[taẽ:]	真正的	25	นี้	[niĩ]	這個
12	เพื่อ	[peuà:]	為了	26	รู้	[ruũ]	知道
13	ฆ่า	[kaà]	殺	27	ค้า	[kaã]	買賣、做生意
14	ง้อ	[ngõr:]	哄、求和	28	เมื่อ	[meuà]	當～時候

第一部分　❹ 字母拼讀

練習題：請寫出拼音並讀出。　▶MP3-072

	單字	拼音	中文
1	ค่าน้ำ	[kaà-nãm]	水費
2	ชี้ฟ้า	[chiĩ-faã]	指向天空
3	ไม่มี	[maì-mii]	沒有
4	ไฟฟ้า	[fai-faã]	電、電力
5	ช้าไป	[chaã-bpai]	太慢了、來不及了
6	พ่อแม่	[pòr:-maè:]	父母
7	ท่านี้	[taà-niĩ]	這個動作、這個姿勢
8	เชื่อว่า	[cheuà:-waà]	相信說、認為說
9	เมื่อเช้า	[meuà:-chaõ]	今早、今天早上
10	ฟ้าค่ำ	[faã-kàm]	天黑、傍晚時分
11	ไม่ใช่	[maì-chaì]	不是
12	มาม่า	[maa-maà]	MAMA 牌泡麵（泰國知名即食麵品牌）
13	ไม้โท	[maĩ-too]	第二聲調符號（ ้ ）
14	เทน้ำ	[tee-nãm]	倒水、澆水
15	แค่นี้	[kaè:-niĩ]	就這樣、只有這些
16	ไว้ใจ	[waĩ-jai]	信任、信賴
17	น้ำแร่	[nãm-raè:]	礦泉水
18	น้ำเน่า	[nãm-naò]	爛水、臭水（也比喻狗血劇）

綜合練習題：請寫出拼音並讀出。　▶ MP3-073

	單字	拼音	中文
1	ฟ้าผ่า	[faã-paǎ]	閃電、雷擊
2	สะใภ้	[sǎ-paĩ]	媳婦
3	สีฟ้า	[sií-faã]	天藍色、淺藍色
4	เถ้าแก่	[taò-gaě:]	老闆
5	เจ้าชู้	[jaò-chuũ]	花心、多情
6	ป่าไม้	[bpaǎ-maĩ]	森林、林木
7	เข้าป่า	[kaò-bpaǎ]	進入森林、入山
8	เนื้อไก่	[neuã:-gaǐ]	雞肉
9	ยี่ห้อ	[yiì-hòr:]	品牌
10	รู้ได้ไง	[ruũ-daì-ngai]	怎麼知道的？
11	ทำชั่วได้ชั่ว	[tam-chuà:-daì-chuà:]	惡有惡報
12	ใช้ได้	[chaĩ-daì]	能用、可以用、還不錯
13	ใบไม้	[bai-maĩ]	葉子
14	ภาษา	[paa-saá]	語言
15	ผู้เฒ่า	[puù-taò]	老人、年長者
16	ถั่วคั่ว	[tuǎ:-kuà:]	炒豆子、烘豆、烤堅果
17	เจาะหู	[jǒr-huú]	穿耳洞

95

18	น่าเบื่อ	[naà-beuǎ:]	無聊、令人厭煩
19	ฝีเท้า	[fií-taõ]	腳步、步伐
20	ว่าไม่ได้	[waà-maì-daì]	不能責怪、不能說什麼
21	ซื้อเสื้อผ้า	[seũ:-seuà:-paà]	買衣服
22	ไปแต่เช้า	[bpai-dtaě:-chaõ]	一早就去、清晨出發

บทที่ 5 尾音 ตัวสะกด

5.1 尾音的種類

泰語的基本拼音是「子音＋母音」，可另外加上「尾音」及「聲調符號」。前面的章節已經介紹過子音、母音、聲調，這一單元將介紹最後一個音節成分「尾音」。

泰語的尾音分成兩大類，有些書籍會寫成「清尾音」及「濁尾音」，有些書籍則寫成「生尾音」及「死尾音」。

尾音的種類非常重要，因為它關係著聲調，不同種類的尾音其聲調規則也會跟著不同。另外，加上尾音後，會影響某些母音產生形變，也就是說母音的寫法會改變，但不用緊張，不是所有加了尾音的母音都會形變，只有少部分的母音會產生形變。

尾音（8 個音）
- 清尾音（生尾音）5 個音 — 我會與母音融為一體，讓音節延續。
- 濁尾音（死尾音）3 個音 — 我不會與母音融為一體，會阻斷聲音，讓聲音無法延續。

5.2 清尾音

清尾音（生尾音）：5個音　　　▶ MP3-074

　　清尾音有 [-ng]、[-y]、[-m]、[-n]、[-w] 共 5 個音，分別是「-ง」、「-ย」、「-ม」、「-น」、「-ว」，都是單低子音，清尾音能與母音融為一體，讓聲音延續，基本上類似英文的「song」的「ng」、「boy」的「y」、「rim」的「m」、「can」的「n」、「bow」的「w」。

กาง
[gaang]

ตาย
[dtaay]

ถาม
[taám]

กาน
[gaan]

กาว
[gaaw]

但泰語的尾音比英文複雜的地方，是因為泰語有同音字母，如「-ณ、-ล、-พ、-ร、-ญ」這 5 個子音當作尾音時，都視同「-น」，發 [-n] 的音。

「-ณ」視同「-น」很好理解，因為「-ณ」本來就是「-น」的同音字。至於當「-ล、-พ、-ร」是尾音時，視為「-น」則需要死背。而當「-ญ」是尾音時，要視為「-น」則有點莫名其妙，因為 -ญ」是 -ย」的同音字，但當尾音時不發「-ย」的音，卻跳槽與「-น」同音，這個不合理的規則只能硬記。

清尾音發音	尾音字母	特殊同音字母
[-ng]	-ง	
[-y]	-ย	
[-m]	-ม	
[-n]	-น	-ณ -ล、-พ -ร -ญ
[-w]	-ว	

我們當尾音時，都是發 [n] 的音。

第一部分

❺ 尾音

99

▶ MP3-075

> 我是「ร」，我是子音時發 [r] 的音。

ราง
[raang]

> 我是「-น」，我是尾音時發 [n] 的音。

การ
[gaan]

> 我是「ญ」，我是子音時發 [y] 的音。

ญาณ
[yaan]

> 我是「ญ」，我是尾音時發 [n] 的音。

หาญ
[haán]

> 我是「ล」，我是子音時發 [l] 的音。

ลาน
[laan]

> 我是「ล」，我是尾音時發 [n] 的音。

บอล
[bor:n]

> 我是「ญ」，我是尾音時發 [n] 的音。

> 我是「ญ」，我是子音時發 [y] 的音。

วิญญาณ
[win] [yaan]

100

「子音＋長母音＋清尾音」的聲調規則

先複習一下沒有尾音的聲調規則：

中子音＋長母音＝第 1 聲
高子音＋長母音＝第 5 聲
低子音＋長母音＝第 1 聲

那若加上了清尾音時聲調規則又是如何呢？答案是一模一樣，規則不變：

中子音＋長母音＋清尾音＝第 1 聲
高子音＋長母音＋清尾音＝第 5 聲
低子音＋長母音＋清尾音＝第 1 聲

思考一下為什麼聲調規則不變呢？因為長母音本身就要唸長長的，要延續發出來的聲音，當再加上一個會延續的清尾音後，還是繼續延續發音，所以長母音加上清尾音時，並不影響其聲調規則。

規則 ⑬ 「中子音＋長母音＋清尾音」時，讀泰語**第 1 聲**　▶ MP3-076

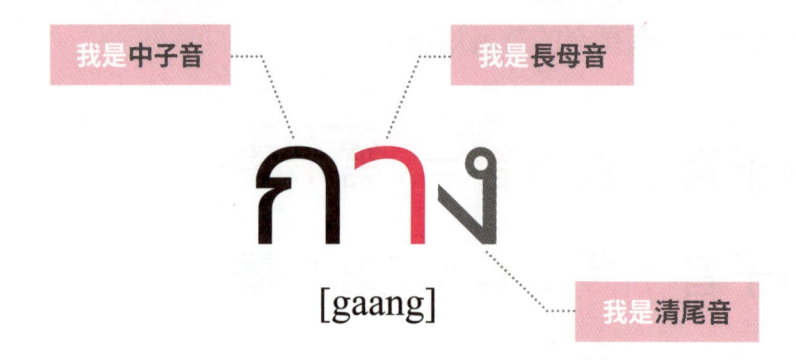

我是中子音　　　　我是長母音

กาง

[gaang]

我是清尾音

規則 ⑭ 「高子音＋長母音＋清尾音」時，讀泰語**第 5 聲**　▶ MP3-077

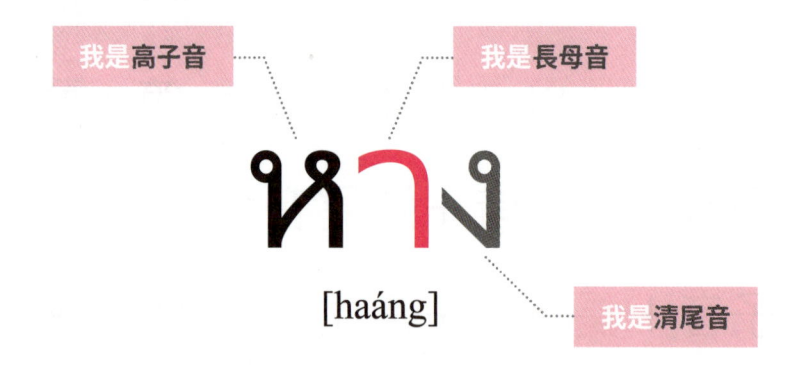

我是高子音　　　　我是長母音

หาง

[haáng]

我是清尾音

規則 ⑮ 「低子音＋長母音＋清尾音」時，讀泰語**第 1 聲**　▶ MP3-078

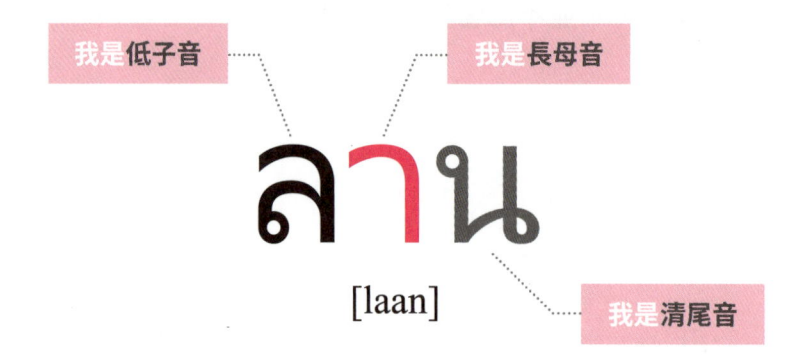

我是低子音　　　　我是長母音

ลาน

[laan]

我是清尾音

有聲調符號時，要按照聲調符號的規則發音，低子音要記得「標第 2 聲讀第 3 聲，標第 3 聲讀第 4 聲」。

▶ MP3-079

子音群 ＋ 長母音 ＋ 清尾音	無聲調 符號	่ 2 聲符號	้ 3 聲符號	๊ 4 聲符號	๋ 5 聲符號
中子音 ＋ 長母音 ＋ 清尾音	第 1 聲 จาน	第 2 聲 บ่อย	第 3 聲 ป้าย	第 4 聲 บ๊อง	第 5 聲 แจ๋ว
高子音 ＋ 長母音 ＋ 清尾音	第 5 聲 ขาย	第 2 聲 ผ่าน	第 3 聲 ห้าม	-	-
低子音 ＋ 長母音 ＋ 清尾音	第 1 聲 นอน	第 3 聲 ซ่อม	第 4 聲 แล้ว	-	-

「長母音＋清尾音」的結合

前面提過，清尾音會與母音結合，但不是每個人學習結合的過程都很順利，尤其是「母音 -า [aa] ＋清尾音」，常常會發音錯誤。

下表將「母音 -า ＋清尾音」的結合音整理成表格，只要透過練習就會發現尾音一點都不難。要注意的是，當母音是長音時，發音時一定要先將母音拉長再唸尾音，也就是母音 -า 的「ㄚ」音要先拉長。

▶ MP3-080

	母音＋清尾音	結合後發音類似	英文拼音	例字
1	-า＋-ย	埃	[aai]	ราย ขาย กาย ง่าย ซ้าย ชาย
2	-า＋-ม	安 m	[aam]	ชาม ถาม ตาม
3	-า＋-น	安	[aan]	ทาน นาน วาน งาน ร้าน ผ่าน
4	-า＋-ง	骯	[aang]	ทาง ค้าง ล้าง ช่าง วาง ว่าง
5	-า＋-ว	凹	[aaw]	ยาว ขาว ข่าว ข้าว สาว ว่าว

其它常見母音與延續尾音的結合整理如下：

▶ MP3-081

	母音＋清尾音	結合後發音類似	英文拼音	例字
1	เ-＋-ว	ㄟ屋連續發音	[eew]	เอว เลว
2	แ-＋-ว	ㄝ屋連續發音	[ae:w]	แกว
3	เ-ีย＋-ว	腰屋連續發音	[ia:w]	เกียว-โต
4	โ-＋-ย	歐依連續發音	[ooy]	โดย
5	-อ＋-ย	喔依連續發音	[or:y]	ลอย
6	เ-ือ＋-ย	痾埃依連續發音	[eua:y]	เดือย

有一些母音的發音位置與清尾音非常接近，若勉強連結在一起，發音上會有困難，所以不太會見到以下「母音＋清尾音」的結合。

	不會結合的「母音＋清尾音」
✗ -ี＋-ย	不會見到類似「มีย」的拼音
✗ -ู＋-ว	不會見到類似「ชูว」的拼音
✗ -อ＋-ว	不會見到類似「ฟอว」的拼音

105

「中子音＋長母音＋清尾音」發音練習　▶MP3-082

清尾音 中子音	-ง	-ย	-ม	-น	-ว
ดา	ดาง	ดาย	ดาม	ดาน	ดาว
ด่า	ด่าง	-	-	ด่าน	-
ด้า	ด้าง	ด้าย	ด้าม	ด้าน	ด้าว
เบือ	เบือง	เบือย	เบือม	เบือน	-
เบื้อ	เบื้อง	-	-	-	-

「高子音＋長母音＋清尾音」發音練習　▶MP3-083

清尾音 高子音	-ง	-ย	-ม	-น	-ว
ขู	ขูง	ขูย	ขูม	ขูน	-
ขู่	ขู่ง	ขู่ย	ขู่ม	ขู่น	-
ขู้	ขู้ง	ขู้ย	ขู้ม	ขู้น	-
ถา	ถาง	ถาย	ถาม	ถาน	ถาว
ถ่า	ถ่าง	ถ่าย	ถ่าม	ถ่าน	ถ่าว
ถ้า	ถ้าง	ถ้าย	ถ้าม	ถ้าน	ถ้าว
เสีย	เสียง	-	เสียม	เสียน	เสียว
เสี่ย	เสี่ยง	-	เสี่ยม	เสี่ยน	เสี่ยว
เสี้ย	เสี้ยง	-	เสี้ยม	เสี้ยน	เสี้ยว

「低子音 + 長母音 + 清尾音」發音練習 ▶ MP3-084

清尾音 低子音	-ง	-ย	-ม	-น	-ว
งา	งาง	งาย	งาม	งาน	งาว
ง่า	ง่าง	ง่าย	ง่าม	ง่าน	ง่าว
ง้า	ง้าง	ง้าย	ง้าม	ง้าน	ง้าว
โม	โมง	โมย	โมม	โมน	โมว
โม่	โม่ง	โม่ย	โม่ม	โม่น	โม่ว
โม้	โม้ง	โม้ย	โม้ม	โม้น	โม้ว
รอ	รอง	รอย	รอม	รอน	-
ร่อ	ร่อง	ร่อย	ร่อม	ร่อน	-
ร้อ	ร้อง	ร้อย	ร้อม	ร้อน	-
เทีย	เทียง	-	เทียม	เทียน	เทียว
เที่ย	เที่ยง	-	เที่ยม	เที่ยน	เที่ยว
เที้ย	เที้ยง	-	เที้ยม	เที้ยน	เที้ยว

第一部分

❺ 尾音

「子音 + 短母音 + 清尾音」的聲調規則

先複習一下沒有尾音的聲調規則：

中子音 + 短母音 ＝ 第 2 聲
高子音 + 短母音 ＝ 第 2 聲
低子音 + 短母音 ＝ 第 4 聲

那麼，若加上清尾音時，聲調規則又是如何呢？答案是聲調規則變成了長母音的規則了！

中子音 + 短母音 + 清尾音 ＝ 第 1 聲
高子音 + 短母音 + 清尾音 ＝ 第 5 聲
低子音 + 短母音 + 清尾音 ＝ 第 1 聲

思考一下為什麼聲調規則會變成長母音的規則呢？因為短母音本身的發音雖然要唸得短短的，但是當碰上清尾音時，短母音與清尾音結合後，聲音就會延續，所以短母音加上清尾音時，發音規則會變成與長母音一樣。

規則 ⑯ 「中子音＋短母音＋清尾音」時，讀泰語**第 1 聲**　▶ MP3-085

我是短母音

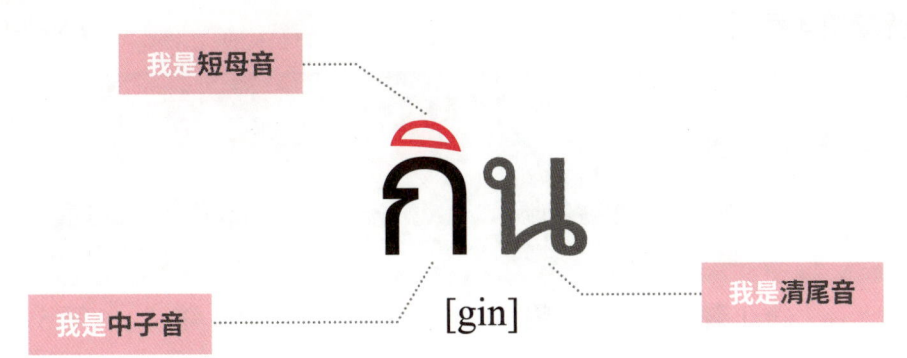

ก*ิ*น

我是中子音　　　　　[gin]　　　　我是清尾音

規則 ⑰ 「高子音＋短母音＋清尾音」時，讀泰語**第 5 聲**　▶ MP3-086

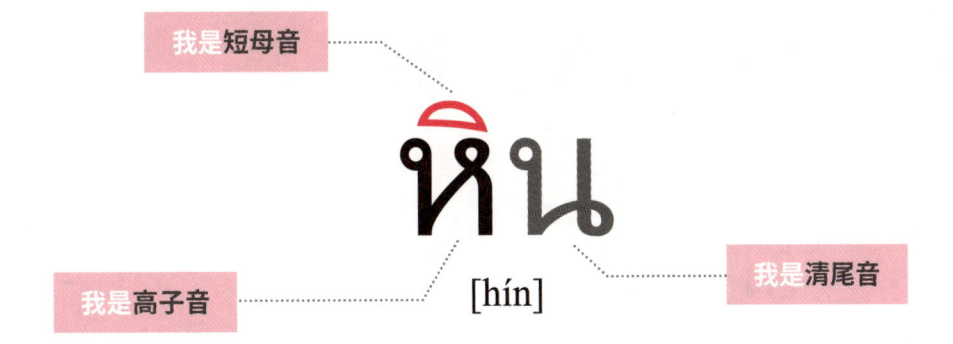

我是短母音

ห*ิ*น

我是高子音　　　　　[hín]　　　　我是清尾音

規則 ⑱ 「低子音＋短母音＋清尾音」時讀，泰語**第 1 聲**　▶ MP3-087

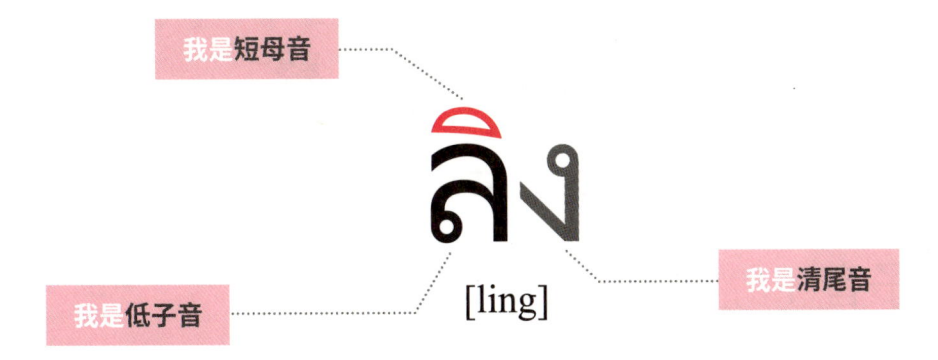

我是短母音

ล*ิ*ง

我是低子音　　　　　[ling]　　　　我是清尾音

有聲調符號時，要按照聲調符號發音，記得低子音要「標第 2 聲讀第 3 聲，標第 3 聲讀第 4 聲」。

▶ MP3-088

子音群 ＋ 長母音 ＋ 清尾音	無聲調符號	่ 2 聲符號	้ 3 聲符號	๊ 4 聲符號	๋ 5 聲符號
中子音 ＋ 長母音 ＋ 清尾音	第 1 聲 กิน	第 2 聲 ปุ่ม	第 3 聲 จิ้ม	第 4 聲 ปุ๊ง	第 5 聲 ปุ๋ย
高子音 ＋ 長母音 ＋ 清尾音	第 5 聲 หิน	第 2 聲 ถิ่น	第 3 聲 หิ้ว	- -	- -
低子音 ＋ 長母音 ＋ 清尾音	第 1 聲 ลิง	第 3 聲 นิ่ม	第 4 聲 ลิ้น	- -	- -

　　至於當特殊短母音結合清尾音時，發音規則又是如何呢？由於特殊短母音的聲調規則與長母音相同，所以原則上聲調規則仍然一樣不變。

　　先複習一下沒有尾音的聲調規則：

中子音＋特殊短母音＝第 1 聲

高子音＋特殊短母音＝第 5 聲

低子音＋特殊短母音＝第 1 聲

110

中子音＋特殊短母音＋清尾音＝ 第 1 聲

高子音＋特殊短母音＋清尾音＝ 第 5 聲

低子音＋特殊短母音＋清尾音＝ 第 1 聲

　　為什麼特殊短母音的發音規則與長母音的發音規則相同呢？那是因為特殊短母音雖然要唸得短短的，但每個特殊短母音裡面含有兩個音的結合。

$$-ำ\ (am) = ㄚ + m\ (-ม) = ㄢm$$

$$ใ-\ (ai) = ㄚ + -\ (-ย) = ㄞ$$

$$ไ-\ (ai) = ㄚ + -\ (-ย) = ㄞ$$

$$เ-า\ (au) = ㄚ + ㄨ\ (-ว) = ㄠ$$

▶ MP3-089

　　有沒有發現，其實特殊短母音裡早就包含清尾音了呢？也因為如此，特殊短母音不會再與尾音做結合，因為它本身就有尾音，也就是說，有特殊短母音的音節就不會再加上尾音了。但泰語中完全沒有特殊短母音加上尾音的例子嗎？答案是有的，但是非常少，有一個字一定要認得，那就是『泰』（ไทย）這個字：

ไทย　[tai]

　　這個字與「ไท」（tai）的發音一樣，卻硬是加上尾音「-ย」，加上去後還是唸「ไทย」（tai），為什麼要這麼畫蛇添足呢？為的是要讓「泰」

111

這個字與眾不同,才能顯現其特別之處,舉凡「ประเทศไทย」(泰國)、「ภาษาไทย」(泰語)、「อาหารไทย」(泰菜)、「คนไทย」(泰國人)都會用到這個特殊的「泰」字,因此務必將此一例外字背熟。另一字「民主」的泰語也有相同的情形。

ประชาธิปไตย [bpră-chaa-tĭ-bpă-dtai]

　　除了這些字,還有其它字是特殊短母音結合尾音的嗎?答案是有的,但是大部分是外來語,特別是從英文拼音轉來的外來語,偶爾因為英語的發音方式,不得已讓特殊短母音加上尾音,例如:時代廣場的英文「Times Square」泰文是「ไทมส์ สแควร์」,為了要符合英文的發音,有「i」又要有「m」,只能用特殊短母音「ไ-」加上尾音「-ม」,這樣「Times」用泰文拼音時就會拼成「ไทมส์」[taim](「ส์」不發音,以後會學到相關發音規則。參考 P.182)。由於這樣的拼法是遷就於英文,且本來不該有這樣的拼音方式,所以泰國人真正在發這個字的音時也不容易發出來,會用其它音來唸「ทัมส์」[tam]。

練習題：請寫出拼音並讀出。　　　▶ MP3-090

	單字	拼音	中文
1	จาน	[jaan]	盤子
2	สาน	[saán]	編織、連接
3	หิว	[híw]	飢餓的
4	แนน	[nae:n]	南（泰語小名）
5	กาง	[gaang]	展開、撐開
6	วาน	[waan]	昨天
7	ปืน	[bpeu:n]	槍
8	แพง	[pae:ng]	昂貴的
9	บาง	[baang]	薄的
10	นอน	[nor:n]	睡覺
11	มอง	[mor:ng]	看、望向
12	โดน	[doon]	被、遭受
13	โกง	[goong]	欺騙
14	จีน	[jiin]	中國
15	ออม	[or:m]	儲存、存錢
16	กางเกง	[gaang-geeng]	褲子
17	รอนาน	[ror:-naan]	等很久
18	กาว	[gaaw]	膠水
19	แมว	[mae:w]	貓

113

	單字	拼音	中文
20	แกง	[gae:ng]	咖哩
21	เลว	[leew]	壞的
22	ปูน	[bpuun]	砂漿
23	ตาม	[dtaam]	跟隨
24	โอน	[oon]	轉移
25	ยาว	[yaaw]	長的
26	ราว	[raaw]	扶手、大約
27	เอว	[eew]	腰部
28	ตาย	[dtaay]	死的
29	โปน	[bpoon]	鼓脹的、凸起
30	เอง	[eeng]	自己
31	จูง	[juung]	帶領
32	แดง	[dae:ng]	紅色
33	ดูดาว	[duu-daaw]	觀星
34	มองยาม	[mor:ng-yaam]	望著守衛

5.3 濁尾音

濁尾音（死尾音）：3個音　▶ MP3-091

濁尾音有 [-b]、[-d]、[-g] 共 3 個音，分別是「-บ」、「-ด」、「-ก」，而濁尾音不會與母音結合。由於濁尾音會阻斷聲音，讓聲音無法延續，基本上類似英文的「rib」的「b」、「food」的「d」、「leg」的「g」。泰語的濁尾音比清尾音複雜，清尾音只有「-น」[n] 有同音字母（-ณ、-ล、-ฬ、-ร、-ญ 這 5 個子音都視同 -น），而「-บ」、「-ด」、「-ก」這 3 個濁尾音都有同音字母。

「-บ」與「-ป」的發音相似，類似注音的「ㄅㄛ」，「-ภ」與「-พ」的發音相同，類似注音的「ㄆㄛ」，「-ฟ」類似注音的「ㄈㄛ」，與「-บ」是同音尾音，記憶口訣就是：「ㄅ、ㄆ、ㄈ」。

「-ด」這一組最麻煩，共有 16 個同音尾音，偷懶一點的記憶方式就是都不背，扣除「-บ、-ก」這兩組尾音字母，剩下的就是「-ด」組的尾音。但是如果想要背起來也不是難事，只要背上一個口訣：「都偷 so ˊ 求救（秋揪）」，就可以將「-ด」尾音都輕鬆背起來了。

「-ก」這組尾音字母的同音尾音有高子音「-ข」及低子音「-ค、-ฆ」，這 3 個音是「-k」的音，「-g」、「-k」發音的位置本就相同，所以歸在這組是理所當然的，記憶口訣是：「摳ˊ摳（$$）」。

濁尾音的同音數量要比清尾音來得多很多，所以在記憶上也比較費工夫，所以特別整理下表給學習者做記憶上的參考。

ตอบ　บาท　มาก

[dtǒr:b]　　　[baǎd]　　　[maàg]

115

濁尾音發音	尾音字母	記憶方式	特殊同音字母	
[-b]	-บ	ㄅ	-ป	我們當尾音時，都是發 [b] 的音。
		ㄆ	-ภ、-พ	
		ㄈ	-ฟ	
[-d]	-ด	都	-ฎ -ฏ -ต	我們當尾音時，都是發 [d] 的音。
		偷	-ท -ธ -ฒ -ร	
		投	-ถ -ฐ	
		soˊ	-ส -ศ -ษ	
		so	-ซ	
		求（秋）	-ช -ฌ	
		救（揪）	-จ	
[-g]	-ก	摳ˊ	-ข	我們當尾音時，都是發 [g] 的音。
		摳	-ค -ฆ	

▶ MP3-092

我是「ศ」，我是首子音時，發 [s] 的音。

ศอก
[sǒr:g]

我是「ศ」，我是尾子音時，發 [d] 的音。

เพศ
[peèd]

我是「จ」，我是首子音時，發 [j] 的音。

จาน
[jaan]

我是「จ」，我是尾子音時，發 [d] 的音。

นิจ
[nĩd]

「子音＋長母音＋濁尾音」的聲調規則

先複習一下沒有尾音的聲調規則：

中子音＋長母音＝第 1 聲
高子音＋長母音＝第 5 聲
低子音＋長母音＝第 1 聲

再複習加上了清尾音時的聲調規則：

中子音＋長母音＋清尾音＝第 1 聲
高子音＋長母音＋清尾音＝第 5 聲
低子音＋長母音＋清尾音＝第 1 聲

但是加上濁尾音後，事情可沒這麼簡單了，雖然長母音是延續音，但是加上濁尾音後，就會阻斷原本的音與氣流，聲調必須改變，規則如下：

中子音＋長母音＋濁尾音＝第 2 聲
高子音＋長母音＋濁尾音＝第 2 聲
低子音＋長母音＋濁尾音＝第 3 聲

特別要注意「低子音＋長母音＋濁尾音」要發第 3 聲。

規則 ⑲ 「中子音＋長母音＋濁尾音」時，讀泰語**第 2 聲**　▶ MP3-093

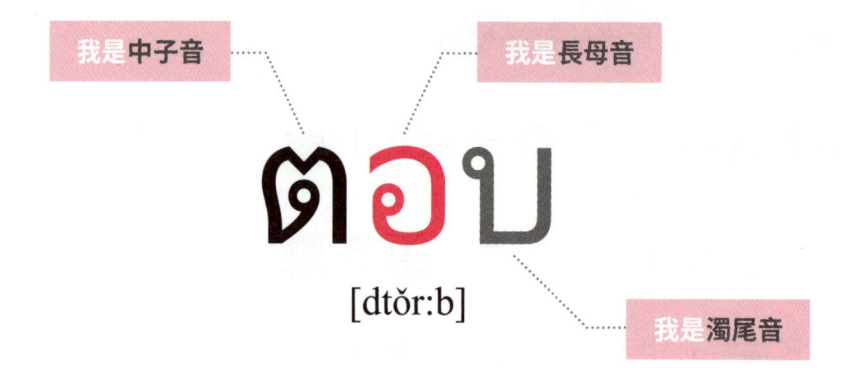

我是中子音　　　　我是長母音

ตอบ

[dtǒr:b]

我是濁尾音

規則 ⑳ 「高子音＋長母音＋濁尾音」時，讀泰語**第 2 聲**　▶ MP3-094

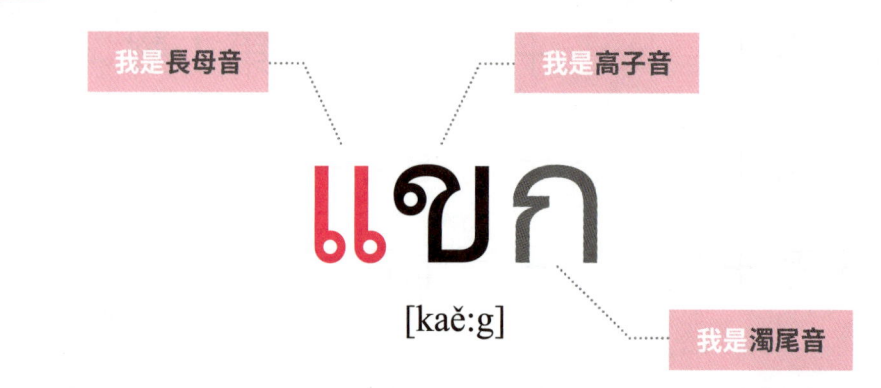

我是長母音　　　　我是高子音

แขก

[kaě:g]

我是濁尾音

規則 ㉑ 「低子音＋長母音＋濁尾音」時讀，泰語**第 3 聲**　▶ MP3-095

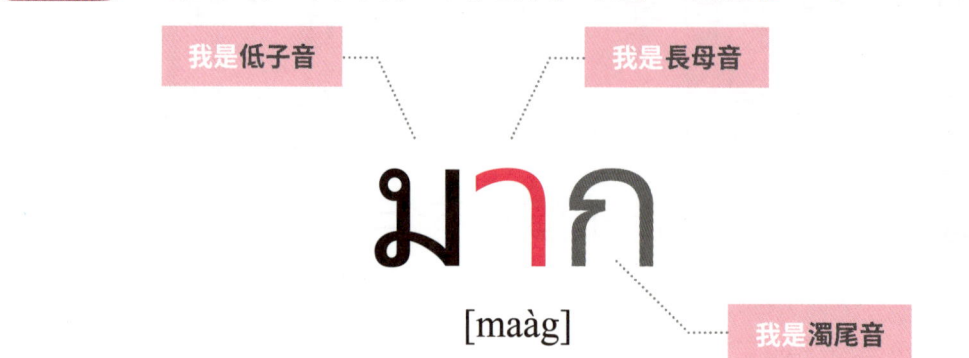

我是低子音　　　　我是長母音

มาก

[maàg]

我是濁尾音

有聲調符號時，要按照聲調符號的規則發音，低子音要記得「標第 2 聲讀第 3 聲，標第 3 聲讀第 4 聲」。

子音群＋長母音＋濁尾音	無聲調符號	่ 2 聲符號	้ 3 聲符號	๊ 4 聲符號	๋ 5 聲符號
中子音＋長母音＋濁尾音	第 2 聲		第 3 聲	第 4 聲	第 5 聲
	ตอบ	-	很少出現	很少出現	很少出現
高子音＋長母音＋濁尾音	第 2 聲		第 3 聲		
	แขก	-	很少出現	-	-
低子音＋長母音＋濁尾音	第 3 聲		第 4 聲		第 5 聲
	มาก	-	很少出現	-	很少出現

有沒有發現一件事情，那就是當長母音加上濁尾音後，第 1 聲通通不見了，那是因為第 1 聲是平聲調，濁尾音將氣流發音阻斷了，所以就不會再有平聲調出現了。加上調號後的聲調如上表，與之前規則無異，加了調號後就按照調號發音，低子音加調號後一樣標第 2 聲讀第 3 聲，標第 3 聲讀第 4 聲。

實際上，加上濁尾音後的字，除了少部分擬聲字、方言或外來語，否則很少加調號，因此見到加上聲調符號的機會不多，而最重要的就是無聲調符號的規則一定要熟記，這可是常常出現的。

「子音＋短母音＋濁尾音」的聲調規則

先複習一下沒有尾音的聲調規則：

中子音＋短母音＝第2聲
高子音＋短母音＝第2聲
低子音＋短母音＝第4聲

那麼，若加上了濁尾音後聲調規則又是如何呢？答案是一模一樣！

中子音＋短母音＋濁尾音＝第2聲
高子音＋短母音＋濁尾音＝第2聲
低子音＋短母音＋濁尾音＝第4聲

思考一下為什麼聲調規則會一模一樣呢？那是因為短母音本身要唸短短的，沒有延續，是阻斷的，濁尾音亦是有阻斷效果的。所以短母音加上濁尾音發音規則還是一樣。

規則 22　「中子音＋短母音＋濁尾音」時，讀泰語**第 2 聲**　▶ MP3-096

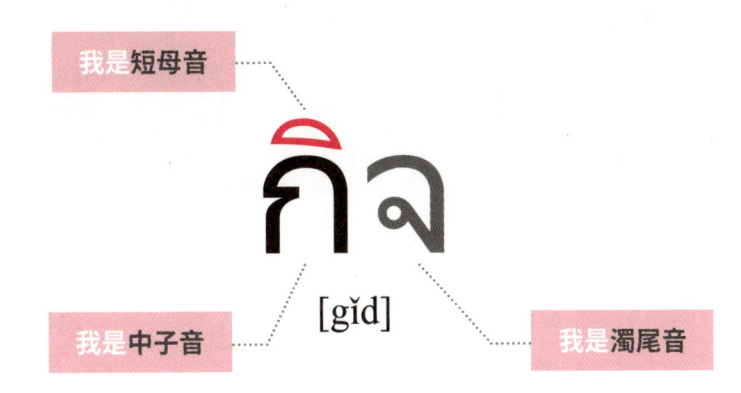

我是短母音

กิด
[gǐd]

我是中子音　　　　　　　　　我是濁尾音

規則 23　「高子音＋短母音＋濁尾音」時，讀泰語**第 2 聲**　▶ MP3-097

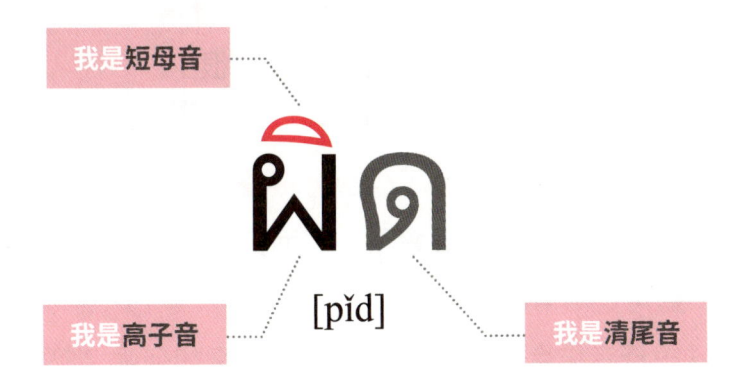

我是短母音

ผิด
[pǐd]

我是高子音　　　　　　　　　我是清尾音

規則 24　「低子音＋短母音＋濁尾音」時，讀泰語**第 4 聲**　▶ MP3-098

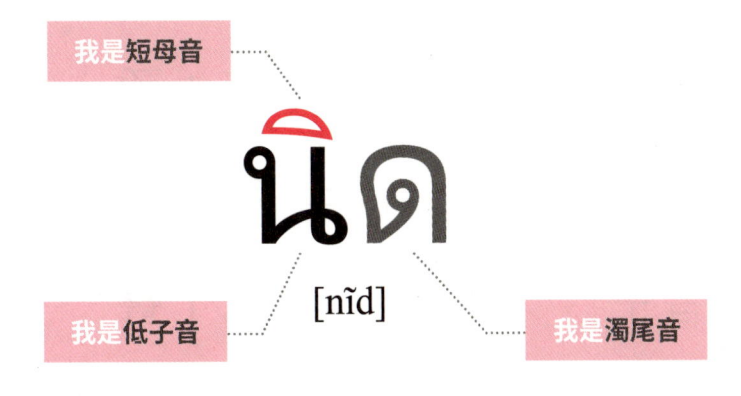

我是短母音

นิด
[nĩd]

我是低子音　　　　　　　　　我是濁尾音

121

有聲調符號，按照聲調符號規則發音，低子音要記得「標第 2 聲讀第 3 聲，標第 3 聲讀第 4 聲」。

子音群＋長母音＋濁尾音	無聲調符號	◌่ 2 聲符號	◌้ 3 聲符號	◌๊ 4 聲符號	◌๋ 5 聲符號
中子音＋短母音＋濁尾音	第 2 聲 กิจ	-	很少出現	第 4 聲 กิ๊ก	很少出現
高子音＋短母音＋濁尾音	第 2 聲 ผิด	-	很少出現	-	-
低子音＋短母音＋濁尾音	第 4 聲 นิด	第 3 聲 很少出現	第 4 聲 很少出現	-	第 5 聲 很少出現

短母音加上了濁尾音後，除了少部分擬聲字、方言或外來語，否則很少加調號，因此加上聲調符號的機會不多，而最重要的就是無聲調符號的規則一定要熟記，這可是常常出現的。

至於特殊短母音結合濁尾音後的發音規則又如何呢？答案是特殊短母音不會有濁尾音，因為特殊短母音本身就內含清尾音，不會再有濁尾音。

再複習一下沒有尾音的聲調規則：

中子音＋特殊短母音＝第 1 聲

高子音＋特殊短母音＝第 5 聲

低子音＋特殊短母音＝第 1 聲

練習題：請寫出拼音並讀出。　　　　　　　　▶ MP3-099

	單字	拼音		單字	拼音
1	แดด	[daĕ:d]	17	หาด	[haăd]
2	สาบ	[saăb]	18	แจก	[jaĕ:g]
3	แจก	[jaĕ:g]	19	ลาด	[laàd]
4	ปาด	[bpaăd]	20	บาท	[baăd]
5	แฝก	[faĕ:g]	21	โรค	[roòg]
6	ฟาก	[faàg]	22	ฝาก	[faăg]
7	ยาก	[yaàg]	23	ชอบ	[chòr:b]
8	ปิด	[bpĭd]	24	ชิด	[chĭd]
9	บอก	[bŏr:g]	25	ผิด	[pĭd]
10	กอก	[gŏr:g]	26	รีบ	[riìb]
11	กอบ	[gŏr:b]	27	มังคุด	[mang-kŭd]
12	ยิบ	[yĭb]	28	พักร้อน	[păg-rõr:n]
13	หีบ	[hiĭb]	29	ขอโทษ	[kór:-toòd]
14	ลุก	[lŭg]	30	แต๊ะอั๋ง	[dtaĕ-áng]
15	ลูก	[luùg]	31	เสียใจมาก	[siá:-jai-maàg]
16	ปิด	[bpĭd]	32	แบบตะโกน	[baĕ:b-dtă-goon]

第一部分

❺ 尾音

123

บทที่ 6 開音節與閉音節
คำเป็นและคำตาย

許多初學者在學習泰語時，若遇到有聲調符號的字時，就會按照聲調符號發音，但是當沒有聲調符號時，聲調規則非常多（第 4 單元及 5 單元有詳列 24 個規則），學習者常常看到這些規則，就會有放棄學習的念頭。雖然前面章節提到很多泰語的發音規則，但實際上只要能夠掌握「開音節」與「閉音節」，就可以發現泰語聲調規則只有 7 個。

開音節　▶ MP3-100

開音節的「開」指的是發音比較延續的音節，因此符合開音節條件的有以下 4 種：

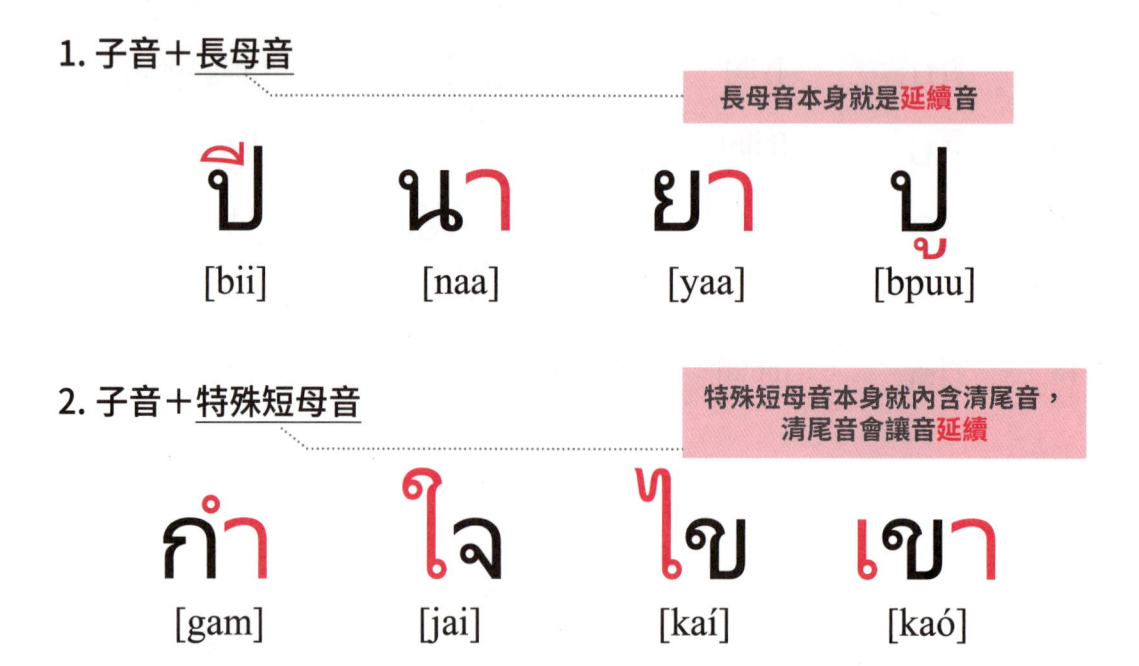

1. 子音＋長母音

> 長母音本身就是延續音

ปี　นา　ยา　ปู
[bii]　[naa]　[yaa]　[bpuu]

2. 子音＋特殊短母音

> 特殊短母音本身就內含清尾音，清尾音會讓音延續

กำ　ใจ　ไข　เขา
[gam]　[jai]　[kaí]　[kaó]

3. 子音＋長母音＋清尾音

清尾音會讓音延續

พาน [paan]　　จาน [jaan]　　เดือน [deua:n]

4. 子音＋短母音＋清尾音

清尾音會讓音延續

ลิง [ling]　　ลุง [lung]　　ขิง [kíng]　　หิว [híw]

以上 4 種情形都是屬於開音節。

閉音節　　　▶MP3-101

　　閉音節的「閉」指的是發音比較阻斷的音節，因此符合閉音節條件的有以下 3 種：

1. 子音＋短母音

短母音本身就是阻斷音

จะ	เกาะ	นะ	และ
[jǎ]	[gǒr]	[nã]	[laẽ]

2. 子音＋長母音＋濁尾音

濁尾音會讓音阻斷

มาก	ลูก	โรค	ปีก
[maàg]	[luùg]	[roòg]	[bpiǐg]

3. 子音＋短母音＋濁尾音

濁尾音會讓音阻斷

ผิด	สิบ	ชิด	นิด
[pǐd]	[sǐb]	[chĩd]	[nĩd]

以上 3 種情形都是屬於閉音節。

練習題

請判斷以下單詞是屬於「開音節」或「閉音節」。　▶ MP3-102

	單詞	開/閉音節		單詞	開/閉音節
1	ไป		18	ดึง	
2	คิด		19	จะ	
3	ละ		20	จาก	
4	และ		21	ใจ	
5	ถือ		22	จีน	
6	การ		23	เรียน	
7	สอบ		24	มา	
8	เมือง		25	สำ	
9	ใน		26	ไง	
10	ยาม		27	เขา	
11	แบบ		28	เสียง	
12	มี		29	ตาม	
13	ราว		30	โดย	
14	ดู		31	เสีย	
15	นึก		32	ทุก	
16	สืบ		33	ทาง	
17	ชาว		34	จีน	

無聲調符號：7個聲調規則

掌握開音節與閉音節後，便能知道其實泰語聲調規則只有 7 個，熟記以下 7 個發音規則，大部分的單字都能發對聲調。

1. 中子音＋開音節→發 1 聲（-）　　　　　　　　　▶ MP3-103

ปี	ปู	จาน	เดือน	ตาย
[bpii]	[bpuu]	[jaan]	[deua:n]	[dtaay]

2. 中子音＋閉音節→發 2 聲（˅）

ปิด	จะ	เกาะ	ปาก	บาท
[bpǐd]	[jǎ]	[gǒr]	[bpaǎg]	[baǎd]

3. 高子音＋開音節→發 5 聲（ˊ）　　　　　　　　　▶ MP3-104

ขิง	หิว	สูง	หี	ถือ	ขอ
[kíng]	[híw]	[suúng]	[hií]	[teú:]	[kór:]

4. 高子音＋閉音節→發 2 聲（˅）

ขอบ	ผิด	สิบ	ขุด
[kǒr:b]	[pǐd]	[sǐb]	[kǔd]

128

5. 低子音＋開音節→發 1 聲（-）　　▶ MP3-105

นา	ยา	พาน	ลิง	ลุง
[naa]	[yaa]	[paan]	[ling]	[lung]

6. 低子音＋長母音＋閉音節→發 3 聲（ˋ）

มาก	ลูก	โรค	ชอบ	โทษ
[maàg]	[luùg]	[roòg]	[chòr:b]	[toòd]

7. 低子音＋短母音＋閉音節→發 4 聲（～）

ชิด	นิด	นะ	และ	นัก
[chĩd]	[nĩd]	[nã]	[laẽ]	[nãg]

快速判斷開音節與閉音節

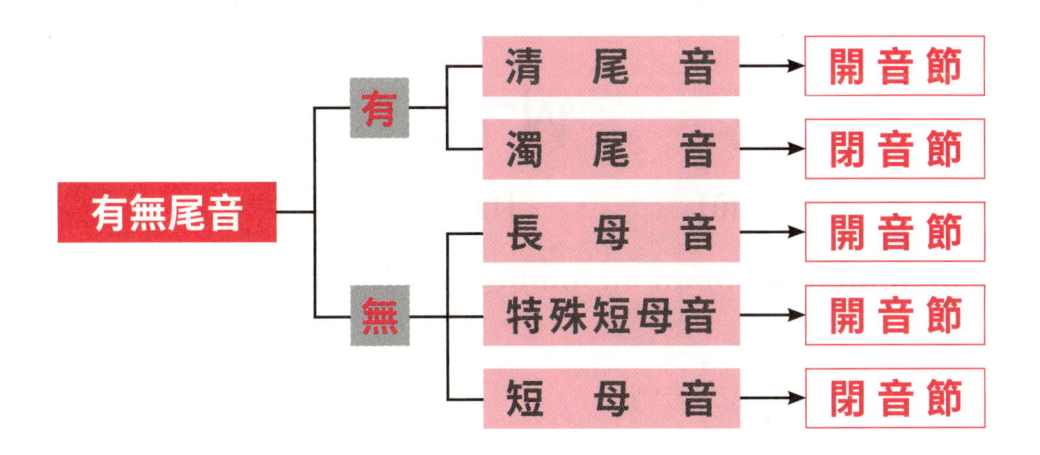

有無尾音
- 有
  - 清　尾　音 → 開音節
  - 濁　尾　音 → 閉音節
- 無
  - 長　母　音 → 開音節
  - 特殊短母音 → 開音節
  - 短　母　音 → 閉音節

有聲調符號：照聲調符號發音

中子音、高子音

▶ MP3-106

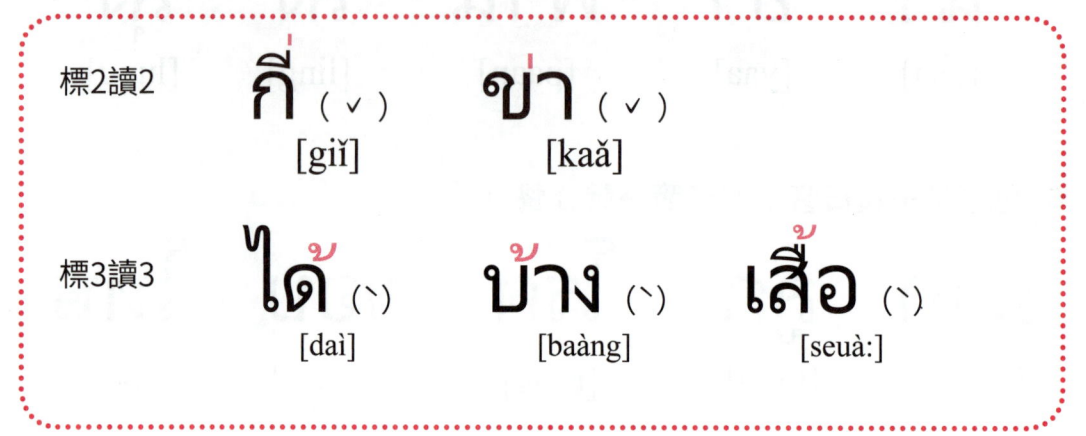

標2讀2　　กี่ (ˇ)　　ข่า (ˇ)
　　　　　[giǐ]　　　[kaǎ]

標3讀3　　ได้ (ˋ)　　บ้าง (ˋ)　　เสื้อ (ˋ)
　　　　　[daì]　　　[baàng]　　[seuà:]

低子音

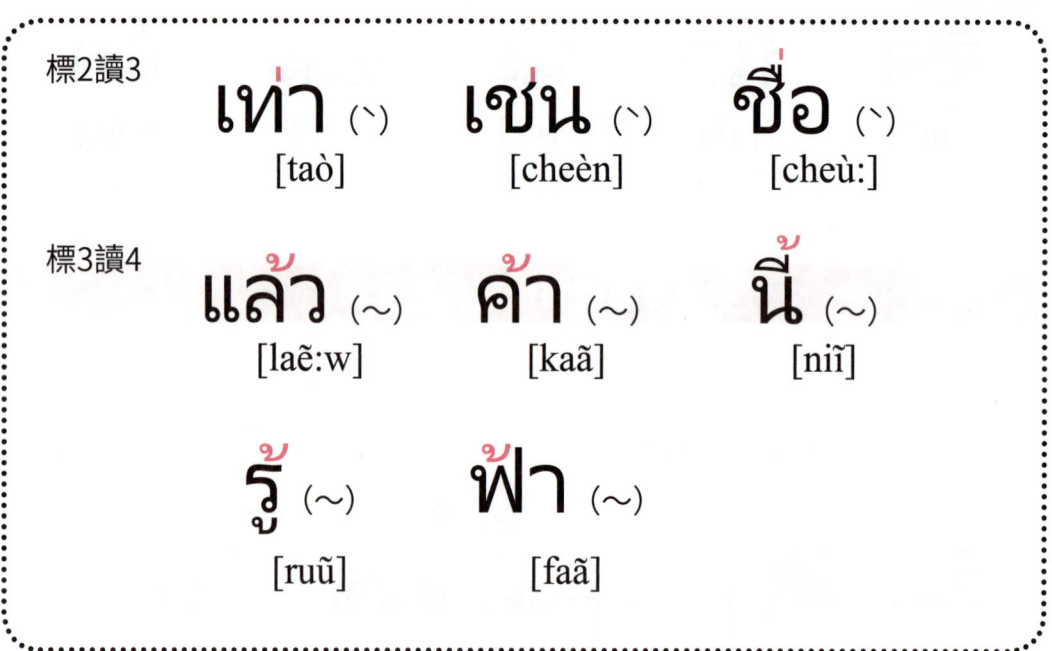

▶ MP3-107

標2讀3　　เท่า (ˋ)　　เช่น (ˋ)　　ซื่อ (ˋ)
　　　　　[taò]　　　[cheèn]　　[cheù:]

標3讀4　　แล้ว (~)　　ค้า (~)　　นี้ (~)
　　　　　[laẽ:w]　　[kaã]　　　[niĩ]

　　　　　รู้ (~)　　　ฟ้า (~)
　　　　　[ruũ]　　　[faã]

一張表搞定聲調規則

根據前述拼讀規則，可以根據下圖找到正確的聲調：

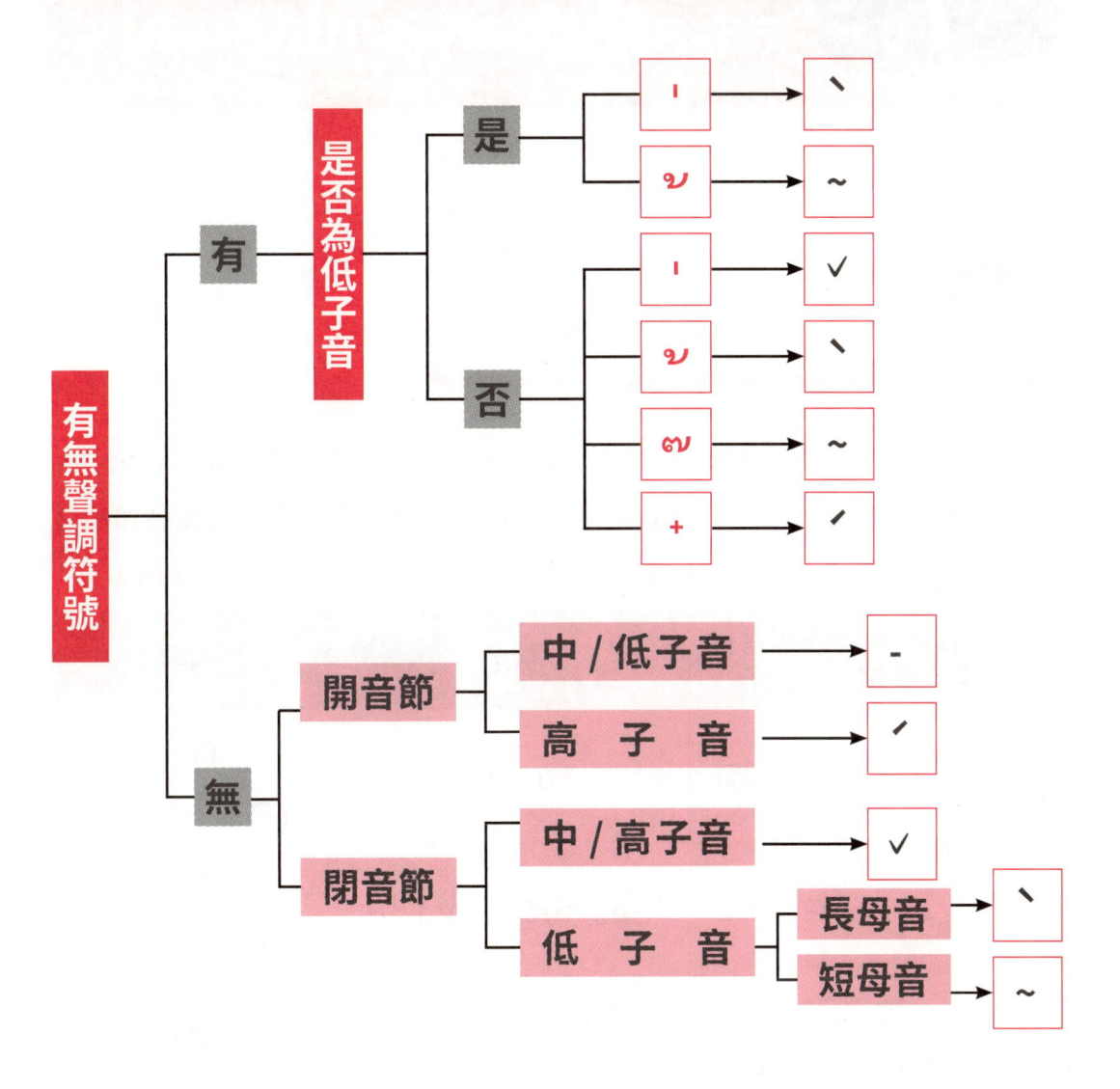

```
                                    ┌─ ่ ─→ ้
                        ┌─ 是 ──────┤
                        │           └─ ๊ ─→ ๋
            ┌─ 有 ─ 是否為低子音 ─┤
            │           │           ┌─ ่ ─→ ✓
            │           │           ├─ ๊ ─→ ้
有無聲調符號 ┤           └─ 否 ──────┤
            │                       ├─ ๋ ─→ ๋
            │                       └─ + ─→ ́
            │
            │           ┌─ 開音節 ──┬─ 中/低子音 ─→ -
            │           │           └─ 高子音 ───→ ́
            └─ 無 ──────┤
                        │           ┌─ 中/高子音 ─→ ✓
                        └─ 閉音節 ──┤           ┌─ 長母音 ─→ ้
                                    └─ 低子音 ──┤
                                                └─ 短母音 ─→ ๋
```

第一部分

6 開音節與閉音節

131

บทที่ 7 母音形變
สระลดรูปและสระเปลี่ยนรูป

7.1 「長母音＋尾音」的形變

母音加上尾音後，少部分的母音會產生形體上的變化（樣子產生變化），而且不論是長母音或短母音都有形變的字母，還好數量不多，只要稍加練習即可辨認。先學習「長母音＋尾音」的形變。

▶ MP3-108

	長母音原本長相	＋尾音後變形	說明	例字
1	-ือ	-ื+尾音	「-อ」不見了	คืน (ค+-ือ+น)
2	เ-อ	เ-ิ+尾音	「-อ」不見了，多了「-ิ」	เชิญ (ช+เ-อ+ญ)
3	เ-อ	เ-ย	「เ-อ」如果加的尾音是「-ย」時，「-อ」不見了，也不用再加上「-ิ」。	เคย (ค+เ-อ+ย)
4	-ัว	ว+尾音	「-ั」不見了	รวม (ร+-ัว+ม)

其中「-ัว＋尾音」會形變成「ว＋尾音」，其中「-ัว＋清尾音」的結合較難發音，整理如下：

▶MP3-109

	-ัว＋清尾音	結合發音類似	英文拼音	例字（子音＋母音＋清尾音）
1	-วง	汪	[ua:ng]	ลวง (ล＋-ัว＋ง)
2	-วย	威	[ua:y]	รวย (ร＋-ัว＋ย)
3	-วม	汪 m	[ua:m]	รวม (ร＋-ัว＋ม)
4	-วน	彎	[ua:n]	จวน (จ＋-ัว＋น)

拆解範例：

▶MP3-110

	例字	拼音	意思	拆解（子音＋母音＋尾音）	練習寫	
1	คืน	[keu:n]	晚上、歸還	ค＋-ือ＋-น	คืน	คืน
2	เชิญ	[cher:n]	請	ช＋เ-อ＋-ญ（同น）	เชิญ	เชิญ
3	เคย	[ker:i]	曾經	ค＋เ-อ＋-ย	เคย	เคย
4	รวม	[rua:m]	總和、包含	ร＋-ัว＋-ม	รวม	รวม

133

重要單字拆解練習： ▶ MP3-111

	例字	拼音	意思	拆解（子音＋母音＋尾音）	練習寫	
1	นวด		按摩		นวด	นวด
2	ควร		應該		ควร	ควร
3	ปวด		痛		ปวด	ปวด
4	ขวด		罐（單位）		ขวด	ขวด
5	สวย		美麗		สวย	สวย
6	ช่วย		幫助		ช่วย	ช่วย
7	ร่วม		聯合、加入		ร่วม	ร่วม
8	อ้วน		胖		อ้วน	อ้วน
9	ปืน		槍		ปืน	ปืน
10	จืด		淡（口味、顏色）		จืด	จืด
11	ดื่ม		喝		ดื่ม	ดื่ม
12	มืด		暗		มืด	มืด

134

	例字	拼音	意思	拆解（子音＋母音＋尾音）	練習寫	
13	ลืม		忘記		ลืม	ลืม
14	อื่น		其他		อื่น	อื่น
15	เขิน		害羞		เขิน	เขิน
16	เดิน		走路		เดิน	เดิน
17	เปิด		開		เปิด	เปิด
18	เกิด		出生、發生		เกิด	เกิด
19	เกิน		超過、逾越		เกิน	เกิน
20	เพิ่ง		剛剛		เพิ่ง	เพิ่ง
21	เริ่ม		開始		เริ่ม	เริ่ม
22	เผย		揭露、打開		เผย	เผย
23	เฉย		靜靜地、沒熱情		เฉย	เฉย
24	เลย		助詞（多種解釋）		เลย	เลย
25	เอ่ย		提及、提到		เอ่ย	เอ่ย

7.2 「短母音＋尾音」的形變

母音加上尾音後，少部分會產生形體上的變化（樣子產生變化），前面已經學過「長母音＋尾音」的形變，現在學習完長母音，可以開始學習「短母音＋尾音」的形變了。

▶ MP3-112

	短母音原本長相	＋尾音後變形	說明	例字
1	เ-ะ	เ-็尾音	「-ะ」不見了，多了「-็」	เห็น (ห＋เ-ะ＋น)
2	แ-ะ	แ-็尾音	「-ะ」不見了，多了「-็」	แข็ง (ข＋แ-ะ＋ง)
3	-ะ	-ั尾音	「-ะ」不見了，多了「-ั」	ยัง (ย＋-ะ＋ง)
4	โ-ะ	- 尾音	「โ-ะ」整個不見	ผม (ผ＋โ-ะ＋ม)
5	เ-าะ	-็อ 尾音	「เ-าะ」整個換成「-็อ」	ล็อค (ล＋เ-าะ＋ค)

其實上面短母音的形變，並非完全無規則，可以從表格中發現，凡是帶有「-ะ」結尾的短母音加上尾音後，都會產生形變，大部分都是轉化成「-็」，所以看到「-ะ」、「-็」，基本上都是短音，可視它們為「短音符號」。

此外可以注意到，3個結合短母音「เ-ียะ」、「เ-ือะ」、「-ัวะ」也是由「-ะ」結尾，那它們若加上尾音會產生變形嗎？答案是這 3 個結合短母音不會加上任何的尾音，所以不會有形變的問題。

拆解範例： ▶MP3-113

	例字	拼音	意思	拆解 （子音＋母音＋尾音）	練習寫	
1	เห็น	hén	看到	ห＋เ-ะ＋-น	เห็น	เห็น
2	แข็ง	káeng	硬的	ข＋แ-ะ＋-ง	แข็ง	แข็ง
3	ยัง	yang	尚未	ย＋-ะ＋-ง	ยัง	ยัง
4	ผม	póm	我（男生）	ผ＋โ-ะ＋-ม	ผม	ผม
5	ล็อค	lõrg	鎖	ล＋เ-าะ＋-ค	ล็อค	ล็อค

重要單字拆解練習： ▶MP3-114

	例字	拼音	意思	拆解 （子音＋母音＋尾音）	練習寫	
1	ลับ		祕密		ลับ	ลับ
2	จับ		抓		จับ	จับ
3	รัก		愛		รัก	รัก
4	นม		奶		นม	นม
5	คน		人		คน	คน

7.3 母音形變綜合比較

母音之所以會形變，基本上是因為有加上尾音，所以沒有尾音時不會有形變的問題。學習時若能綜合比較練習，看到單字時便能更快地將有形變的母音還原發音。

母音「โ-ะ」[o]的形變　▶ MP3-115

原形	沒有尾音（沒形變）	有尾音（有形變）
โ-ะ	โกะ	กง (ก+โ-ะ+ง)
	โขะ	ขน (ข+โ-ะ+น)
	โคะ	คบ (ค+โ-ะ+บ)

母音「-ัว」[ua:]的形變　▶ MP3-116

原形	沒有尾音（沒形變）	有尾音（有形變）
-ัว	ตัว	ตวง (ต+-ัว+ง)
	ผัว	ผวน (ผ+-ัว+น)
	มัว	มวน (ม+-ัว+น)

母音「ㅡ」[eu]的形變　▶ MP3-117

原形	沒有尾音（沒形變）	有尾音（有形變）
-ื	ตือ	ตืน (ต+-ือ+น)
	ถือ	ถืน (ถ+-ือ+น)
	มือ	มืด (ม+-ือ+ด)

母音「เ-อ」[er:] 有兩種形變　▶ MP3-118

原形	沒有尾音（沒形變）	有尾音（有形變）
เ-อ	เจอ	เจิน (จ+เ-อ+น)
	เผอ	เผิด (ผ+เ-อ+ด)
	เรอ	เริบ (ร+เ-อ+บ)

原形	沒有尾音（沒形變）	尾音是 ย 時（有形變）
เ-อ	เจอ	เจย (จ+เ-อ+ย)
	เผอ	เผย (ผ+เ-อ+ย)
	เรอ	เรย (ร+เ-อ+ย)

母音「-ะ」[a]的形變　▶ MP3-119

原形	沒有尾音（沒形變）	有尾音（有形變）
-ะ	กะ	กัง (ก+-ะ+ง)
	ขะ	ขัน (ข+-ะ+น)
	คะ	คับ (ค+-ะ+บ)

第一部分

7 母音形變

139

母音「เ-ะ」[e]與「แ-ะ」[ae]的形變　　▶MP3-120

原形	沒有尾音（沒形變）	有尾音（有形變）
เ-ะ	เกะ	เก็ง (ก+เ-ะ+ง)
	เขะ	เข็น (ข+เ-ะ+น)
	เคะ	เค็ม (ค+เ-ะ+ม)

原形	沒有尾音（沒形變）	有尾音（有形變）
แ-ะ	แกะ	แก็ง (ก+แ-ะ+ง)
	แขะ	แข็น (ข+แ-ะ+น)
	แคะ	แค็ม (ค+แ-ะ+ม)

母音「เ-าะ」[or]的形變　　▶MP3-121

原形	沒有尾音（沒形變）	有尾音（有形變）
เ-าะ	เกาะ	ก็อง (ก+เ-าะ+ง)
	เขาะ	ข็อน (ข+เ-าะ+น)
	เคาะ	ค็อม (ค+เ-าะ+ม)

บทที่ 8 複合子音
อักษรควบกล้ำ

8.1 真複合子音

　　一般來說,「一個子音＋一個母音」是拼音的基本要件,但有時候會有複合子音的出現,像是英文的「black」、「grass」,其第一個子音「b」和「g」是真正的子音,而第二個「l」和「r」則是用來連結的過渡子音。泰語也有固定的複合子音組合,這些固定的複合子音組合稱之為「真複合子音」。也因為泰語有固定的複合子音,所以複合子音不能憑感覺連音,儘管有些子音可以連起來唸,但是並不存在於泰語中,所以見到不屬於固定組合的複合子音時,就要注意它的發音並不一定是想像中的唸法。有鑒於此,請學習者一定要將固定的複合子音組合背熟。

搭配的方式有：

第一個子音 （真正子音）	第二個子音 （過渡子音）	產生的複合子音
ก ข ค	ร/ล/ว	กร/กล/กว ขร/ขล/ขว คร/คล/คว
ป ผ พ	ร/ล	ปร/ปล (ผร)/ผล พร/พล
ต	ร	ตร

　　透過上面所整理的複合子音固定搭配表格，可以幫助學習者迅速記憶。表格中括弧內的是比較少見的組合，尤其是 พร 這個複合子音更是罕見，但它們都是可以出現的正式複合子音。再強調一次，複合子音的組合有固定形式，不是連在一起可以發音的都是複合子音，不熟記組合的話，便有可能發錯音。

　　在學習複合子音時，有兩個重點：

1. 第一個子音是真正的子音，所以聲調的規則是看第一個子音的群別（低中高）。
2. 聲調符號和置上的母音會放在第二個過渡子音上面，但發音規則仍以第一個子音為主。

請看範例：

ครับ：複合子音「คร」+母音「-ะ」+尾音「-บ」+聲調「-́」

　　「ค」為真正子音（低子音），聲調按照低子音的發音規則「低子音＋-́」發第4聲，而聲調符號和置上的母音放在第二個子音上面。

กว่า：複合子音「กว」+母音「-า」+聲調「-̀」

　　「ก」為真正子音（中子音），聲調按照中子音的發音規則「中子音＋-̀」發第2聲，而聲調符號放在第二個子音上面。

เปรี้ยว：複合子音「ปร」+母音「เ-ีย」+尾音「-ว」+聲調「-́」

　　「ป」為真正子音（中子音），聲調按照中子音的發音規則「中子音＋-́」發第3聲，而聲調符號和置上的母音放在第二個子音上面。

發音練習

中子音： ▶ MP3-122

複合子音	例字 1	例字 2	例字 3
กร	กระ	กรุง	กรอบ
กล	กลับ	ไกล	เกลือ
กว	กว่า	กว้าง	เกวียน
ปร	ประ	ปรับ	เปรี้ยว
ปล	ปลา	เปล่า	เปลี่ยน
ตร	ตรา	ตรอง	เตรียม

高子音： ▶ MP3-123

複合子音	例字 1	例字 2	例字 3
ขร	ขรึม	ขรัว	ขริบ
ขล	ขลาด	ขลุ่ย	เขลา
ขว	ขวา	แขวน	ไขว่
ผล	ผลิ	ผลัด	แผลง

低子音： ▶ MP3-124

複合子音	例字 1	例字 2	例字 3
คร	ครู	ครั้ง	เครื่อง
คล	คลาย	คลี่	เคล็ด
คว	ควาย	ความ	แคว้น
พร	พริก	พรุ่ง	พร้อง
พล	พลู	เพลิง	เพลีย

其它子音的組合也可以唸出連續的複合音，例如：「บร、ดร、สว」，但它們不在前面列出的固定組合中，所以這些就不算是泰語中正式的複合子音，真正的泰語詞彙不會看到這些複合子音。然而，「บร」這種不屬於固定組合的字，卻仍然有機會出現在泰文字中，這又是怎麼一回事呢？有兩種情形會出現這樣的組合：

▶ MP3-125

1. 不是連續發音的複合字，會有特殊唸法，後面章節會說明此類發音規則。

บริษัท：特殊唸法「บริ」並不連續發音，而是發成「บอ-ริ」。

2. 連續發音的複合字，是借用外國的外來語文字，因為外來語已經有其原文的拼法，泰文只能按照原文拼字，這種狀況會根據外來語的拼法來拼泰文。

เบรก：是英文「break」的外來語，「br」就會拼成「บร」。

外來語複合子音　　　▶ MP3-126

　　有些外來語為了要配合原文的拼法，因此會出現一些泰語原本不會有的複合子音。值得一提的是，因為是外來語，所以有些字的聲調就不會按照發音規則發音。

break → <u>เบร</u>ก：「br」就會拼成「บร」。

free → <u>ฟรี</u>：「fr」就會拼成「ฟร」。

Florida → <u>ฟล</u>อริดา：「fl」就會拼成「ฟล」。

Chris → <u>คริ</u>ส：「chr」就會拼成「คร」。

146

練習題：寫出拼音並讀出　　　　　　　　　▶ MP3-127

	單字	拼音		單字	拼音
1	เกรง	[greeng]	14	เตรียม	[dtria:m]
2	กรุง	[grung]	15	ตรวจ	[dtruǎ:d]
3	กรอบ	[grǒr:b]	16	ไตร่	[dtraǐ]
4	ประ	[bprǎ]	17	ตรอง	[dtror:ng]
5	ครอบ	[krǒr:b]	18	คลอง	[klor:ng]
6	ครัว	[krua:]	19	คล้าย	[klaãy]
7	ใคร	[krai]	20	โปรด	[bproǒd]
8	ครู	[kruu]	21	ปราบ	[bpraǎb]
9	ปราม	[bpraam]	22	พลาด	[plaàd]
10	เปรม	[bpreem]	23	ความ	[kwaam]
11	เพราะ	[prõr]	24	กล้ำ	[glàm]
12	พริก	[prĩg]	25	กวาย	[gwaay]
13	พระ	[prã]	26	กลาย	[glaay]

第一部分　❽ 複合子音

147

練習題：寫出拼音並讀出　　　　　　　　　▶ MP3-128

	單字	拼音		單字	拼音
1	โกรธ	[groŏd]	14	ไกล	[glai]
2	เครื่อง	[kreuà:ng]	15	ใกล้	[glaì]
3	ครับ	[krãb]	16	กลอง	[glor:ng]
4	พลาย	[plaay]	17	แผลง	[plaé:ng]
5	พลอย	[plor:y]	18	เปลี่ยนแปลง	[bpliă:n-bplae:ng]
6	เกวียน	[gwia:n]	19	ขวาย	[kwaáy]
7	กวาด	[gwaăd]	20	คว้า	[kwaã]
8	ขวาน	[kwaán]	21	คลอด	[klor:d]
9	แขวน	[kwaé:n]	22	กว่า	[gwaa]
10	ปรับ	[bprăb]	23	กว้าง	[gwaàng]
11	ฟราย	[fraay]	24	ฟลาย	[flaay]
12	ฟลุก	[flũg]	25	ครีม	[kriim]
13	แฟลต	[flaè:d]	26	ฟรุต	[frũd]

8.2 假複合子音

▶ MP3-129

泰語中有些複合子音不是連續發音的複合音,而是會有特殊發音的「假複合子音」,需要特別熟記。

		說明	例字
1	ทร-	「ทร」結合並當子音時,會視為「ซ」[s]	「ทราบ」(知道) 發音為 [ซาบ]。
2	สร-	「สร」結合並當子音時,「ร」不發音	「สร้าง」(建造) 發音為 [ส้าง]。
3	ศร-	「ศร」結合並當子音時,「ร」不發音	「เศร้า」(傷心) 發音為 [เศ้า]。
4	ซร-	「ซร」結合並當子音時,「ร」不發音	「ไซร้」(那樣) 發音為 [ไซ้]。
5	จร-	「จร」結合並當子音時,「ร」不發音	「จริง」(真的) 發音為 [จิง] 這組合僅此一字。

▶ MP3-130

ซ ······ ทร̲าบ
[saàb]

ส ······ ส̲ร̸้าง
[saàng]

จ ······ จ̲ริ̸ง
[jing]

150

บทที่ 9　前引字母
อักษรนำ

9.1 「雙低子音」與「單低子音」

　　低子音字母可分成「雙低子音」和「單低子音」，之前也已經說明為什麼稱作「雙低」、「單低」。這裡再複習一次，高子音的發音跟雙低子音一模一樣，只有聲調不同，低子音是第 1 聲，而高子音是第 5 聲（類似中文第 2 聲）。也因為如此，這些有高子音作配對的就稱為雙低子音，它們是雙雙對對。而單低子音的發音則是沒有其它子音與它們相配，它們孤孤單單。

▶ MP3-131

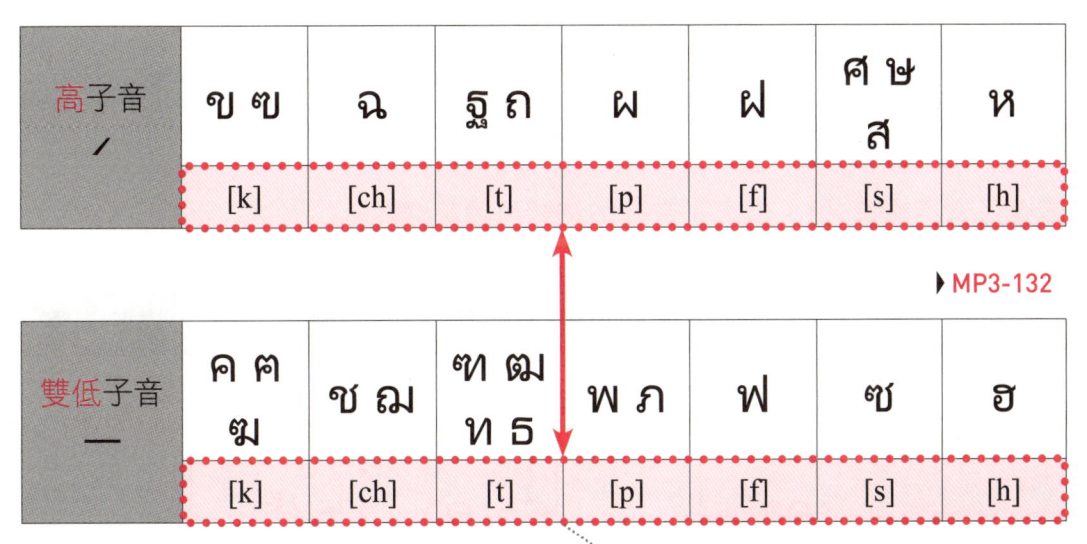

高子音 ˊ	ข ฃ	ฉ	ฐ ถ	ผ	ฝ	ศ ษ ส	ห
	[k]	[ch]	[t]	[p]	[f]	[s]	[h]

▶ MP3-132

雙低子音 ―	ค ต ฆ	ช ฌ	ฑ ฒ ท ธ	พ ภ	ฟ	ซ	ฮ
	[k]	[ch]	[t]	[p]	[f]	[s]	[h]

> 我們跟高子音發一樣的音，雙雙對對，所以叫**雙低子音**。

▶ MP3-133

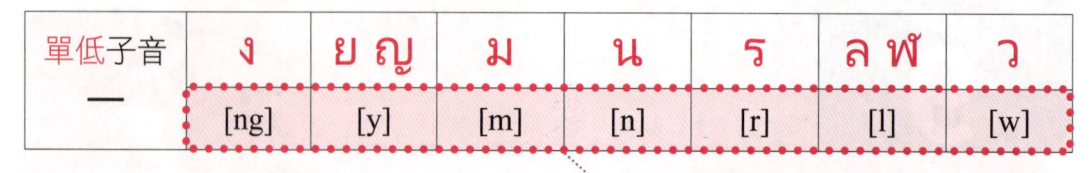

單低子音	ง	ย ญ	ม	น	ร	ล ฬ	ว
	[ng]	[y]	[m]	[n]	[r]	[l]	[w]

沒有其他字母跟我們發音一樣，孤孤單單，所以叫**單低子音**。

低子音加上聲調符號大部分只發三個聲調，高字音也是發三個聲調，聲調規則前面都學過了，整理如下：

	讀第1聲	讀第2聲	讀第3聲	讀第4聲	讀第5聲
雙低子音＋長母音	不加符號		◌่	◌้	
高子音＋長母音		◌่	◌้		不加符號

當雙低子音與同音的高子音搭配時，則可以相互配合，讀滿5聲：

① 高子音不讀第1聲，但低子音不加符號可讀第1聲
② 低子音不讀第2聲，但高子音加「◌่」可讀第2聲
③ 低子音加「◌่」及高子音加「◌้」都可以讀第3聲
④ 高子音不讀第4聲，但低子音加「◌้」可讀第4聲
⑤ 低子音不讀第5聲，但高子音不加符號可讀第5聲

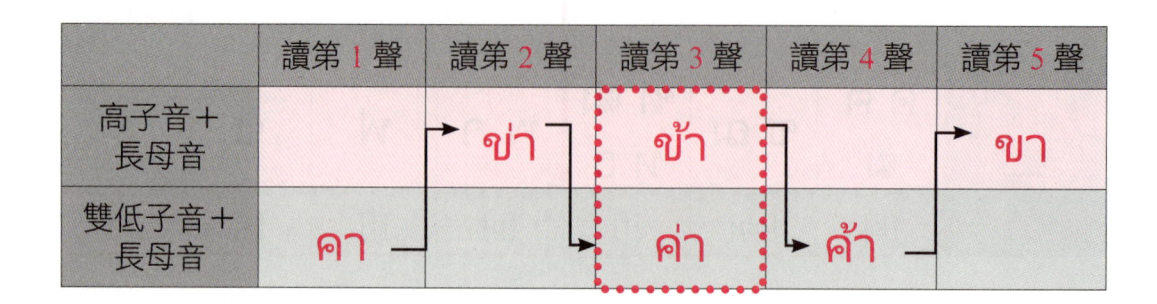

	讀第1聲	讀第2聲	讀第3聲	讀第4聲	讀第5聲
高子音＋長母音		ข่า	ข้า		ขา
雙低子音＋長母音	คา		ค่า	ค้า	

實際的例子

	讀第1聲	讀第2聲	讀第3聲	讀第4聲	讀第5聲
高子音＋長母音		สี่	ถ้า		ขา
雙低子音＋長母音	พอ		ท่า	พ้อ	

當雙低子音和高子音相互配合，可以讀滿5聲調。

9 前引字母

9.2 前引字

前引字可分為 3 種類別，第一種前引字母是不發音的「ห」，這也是最常出現的前引字，第二種前引字母是不發音的「อ」，第三種前引字母是會發音的獨立音節前引字。以下分別說明。

第一種前引字母：不發音的「ห」

當單低子音並無相配的高子音來讀滿 5 聲時，就必須要利用一些技巧創造出相配的高子音，而這個技巧其實很簡單，就是在單低子音前面加上前引字「ห」，就可視為其同音不同聲調的高子音。當在單低子音前面加上「ห」時，所有的聲調規則都視同高子音。**「ห」本身不發音，其功用在於引導後面真正的子音將聲調改變，稱之為「前引字母」**，要注意的是前引字和被引導的子音是不可分開的，母音絕對不能插在其中間。

單低子音 ˉ	ง	ย/ญ	ม	น/ณ	ร	ล/ฬ	ว
高子音 ˊ	หง	หย/หญ	หม	หน	หร	หล	หว

[ห ＋單低子音] 可以視為高子音。

值得一提的是，單低子音有些字有同音低頻率子音，但只有「ย」的同音字「ญ」會加前引字「ห」，其他低頻率同音字並不會有加「ห」的情形（不會有「หฬ」）。

หมา

[maá]

> 我是前引字母「ห」，我不發音，但我會幫後面的單低子音變成**高子音**。

	讀第1聲	讀第2聲	讀第3聲	讀第4聲	讀第5聲
單低子音＋長母音		นา	น่า	น้า	
ห 單低子音＋長母音		หน่า	หน้า		หนา

實際的例子：

	讀第1聲	讀第2聲	讀第3聲	讀第4聲	讀第5聲
單低子音＋長母音	ลา		นี่	ม้า	
ห 單低子音＋長母音		หล่อ	หนี้		หมา

> 當單低子音和「ห」單低子音相互配合時，可以讀滿5聲調。

「ห 單低子音」，視為高子音，發音規則同高子音發音規則，常見有以下四種組合：

- 「ห 單低子音」＋長母音＝讀第 5 聲
- 「ห 單低子音」＋特殊短母音＝讀第 5 聲
- 「ห 單低子音」＋母音＋清尾音＝讀第 5 聲
- 「ห 單低子音」＋母音＋濁尾音＝讀第 2 聲

重要單字： ▶ MP3-134

	泰語	拼音	中文	習寫		
1	ไหน	[naí]	哪	ไหน	ไหน	ไหน
2	ไหม	[maí]	嗎	ไหม	ไหม	ไหม
3	ไหว	[waí]	忍受	ไหว	ไหว	ไหว
4	หมอ	[mór:]	醫生	หมอ	หมอ	หมอ
5	หนี	[nií]	逃脫	หนี	หนี	หนี
6	หมู	[muú]	豬	หมู	หมู	หมู
7	หมา	[maá]	狗	หมา	หมา	หมา
8	หนา	[naá]	厚的	หนา	หนา	หนา
9	หนาว	[naáw]	冷的	หนาว	หนาว	หนาว
10	หวาน	[waán]	甜的	หวาน	หวาน	หวาน
11	หลาย	[laáy]	多的	หลาย	หลาย	หลาย
12	หลาน	[laán]	孫子	หลาน	หลาน	หลาน
13	เหมือน	[meuá:n]	相同	เหมือน	เหมือน	เหมือน

	泰語	拼音	中文	習寫		
14	เหนียว	[niá:w]	黏的	เหนียว	เหนียว	เหนียว
15	หยุด	[yŭd]	停止	หยุด	หยุด	หยุด
16	หนัก	[năg]	重的	หนัก	หนัก	หนัก

「ห 單低子音」，視為高子音，若加上聲調符號，發音仍與高子音相同（標第 2 聲讀第 2 聲、標第 3 聲讀第 3 聲）：

- 「ห 單低子音」+「-่」＝讀第 2 聲
- 「ห 單低子音」+「-๊」＝讀第 3 聲

重要單字： ▶ MP3-135

	泰語	拼音	中文	習寫		
1	ใหม่	[maĭ]	新的	ใหม่	ใหม่	ใหม่
2	หล่อ	[lŏr:]	帥的	หล่อ	หล่อ	หล่อ
3	ใหญ่	[yaĭ]	大的	ใหญ่	ใหญ่	ใหญ่
4	หน่อย	[nŏr:y]	一些	หน่อย	หน่อย	หน่อย
5	เหนื่อย	[nĕua:y]	累	เหนื่อย	เหนื่อย	เหนื่อย
6	หญ้า	[yaà]	草	หญ้า	หญ้า	หญ้า
7	หม้อ	[mòr:]	鍋子	หม้อ	หม้อ	หม้อ
8	เหล้า	[lào]	酒	เหล้า	เหล้า	เหล้า

第一部分　❾ 前引字母

低子音與高子音互相配合時，可讀滿 5 聲調，但可以發現，中間有個聲調是重複的，那就是「低子音＋◌̀」與「高子音＋◌̂」都可讀第 3 聲，這時就會產生同音不同拼法的字，而不同拼法的字意思也會不同，這些同音單字只能將它們一一背起來，下面表格整理出一些常用的第 3 聲同音單字。

雙低子音與相配高子音的同音單字： ▶ MP3-136

	拼音	雙低子音		高子音	
1	[kaà]	ฆ่า/ค่า	殺 / 價值	ข้า	我
2	[puù]	ฟู่/ภู่	流蘇 / 富	ผู้	人
3	[taà]	ท่า	港口	ถ้า	假如

單低子音與相配「ห 單低子音」的同音單字： ▶ MP3-137

	拼音	單低子音		「ห 單低子音」（視為高子音）	
1	[maì]	ไม่	不	ไหม้	燒傷
2	[niì]	นี่	這	หนี้	債務
3	[naà]	น่า	大概	หน้า	臉
4	[laò]	เล่า	告訴	เหล้า	酒精
5	[yaà]	ย่า	奶奶	หญ้า	草

下面 14 個單字是學習者常拼錯的單字，而這些字都是常用字，都是「高子音＋ ̋」讀第 3 聲的單字，學習者拼寫時常會寫成「低子音＋ ́」。

重要單字：　　　　　　　　　　　　　　　　　　▶ MP3-138

	泰語	拼音	中文	習寫		
1	ผู้	[puù]	人	ผู้	ผู้	ผู้
2	ผ้า	[paà]	布	ผ้า	ผ้า	ผ้า
3	ถ้า	[taà]	如果	ถ้า	ถ้า	ถ้า
4	ถ้วย	[tuà:y]	碗	ถ้วย	ถ้วย	ถ้วย
5	ข้าม	[kaàm]	過	ข้าม	ข้าม	ข้าม
6	ข้าง	[kaàng]	邊	ข้าง	ข้าง	ข้าง
7	ข้าว	[kaàw]	飯	ข้าว	ข้าว	ข้าว
8	เข้า	[kaò]	進入	เข้า	เข้า	เข้า
9	เสื้อ	[seuà:]	衣服	เสื้อ	เสื้อ	เสื้อ
10	ห้า	[haà]	五	ห้า	ห้า	ห้า
11	ห้าม	[haàm]	禁止	ห้าม	ห้าม	ห้าม
12	ห้าง	[haàng]	百貨公司	ห้าง	ห้าง	ห้าง
13	ห้อง	[hòr:ng]	房間	ห้อง	ห้อง	ห้อง
14	ให้	[haì]	給	ให้	ให้	ให้

第一部分

❾ 前引字母

練習題：請寫出拼音並讀出。　　　　　　　　　▶ MP3-139

	單字	拼音		單字	拼音
1	ไหน	[naí]	15	เหลา	[laó]
2	หนุน	[nún]	16	หมอน	[mór:n]
3	ใหม่	[maǐ]	17	ไหม	[maí]
4	หรือ	[reú:]	18	เหนียง	[niá:ng]
5	หลัง	[láng]	19	เหนียว	[niá:w]
6	เหลียว	[liá:w]	20	เหนื่อย	[neuǎ:y]
7	หลง	[lóng]	21	เหมย	[mér:y]
8	หนอน	[nór:n]	22	หวี	[wií]
9	หลวง	[luá:ng]	23	หวีด	[wiǐd]
10	เหน่ง	[neěng]	24	หนัง	[náng]
11	หยอก	[yǒr:g]	25	หนู	[nuú]
12	หวาย	[waáy]	26	หลุด	[lǔd]
13	หงาย	[ngaáy]	27	หยัก	[yǎg]
14	หรีด	[riǐd]	28	หลอก	[lǒr:g]

第二種前引字母：不發音的「อ」　▶MP3-140

　　前面提到「ห 前引字＋單低子音」可以將單低子音變成高子音，但有 4 個「ย」開頭的字並不是使用「ห」當前引字，而是使用「อ」來當作前引字，將「ย」變成中子音（「อย」可視為中子音，按照中子音發音規則發音），這 4 個字是非常常見的字，學習者務必將此 4 個字背熟，不要誤用了「ห」來當前引字。

	泰語	拼音	中文	習寫	
1	อย่า	[yaǎ]	別、不要	อย่า	อย่า
2	อยู่	[yuǔ]	在	อยู่	อยู่
3	อย่าง	[yaǎng]	種類	อย่าง	อย่าง
4	อยาก	[yaǎg]	想要	อยาก	อยาก

第三種前引字母：要發音獨立音節前引字

　　獨立音節的前引字對於初學者而言較難判斷，需依賴較多學習經驗來判斷，基本上第一個子音加上「-ะ」後會獨立成為一個音節，並且引導下一個音節的發音。

　　這種類型的前引字，通常符合以下條件：
（1）首子音看起來像複合子音（連續 2 個子音），實際上並非複合子音
（2）第一個子音是中子音或高子音
（3）第二個子音是「單低子音」

單字長相：

| 中子音＋單低子音 |＋母音＋（尾音）

| 高子音＋單低子音 |＋母音＋（尾音）

實際發音：

| 中子音＋ -ะ |　　| 中子音 |＋母音＋（尾音）
　獨立出一個音節　　　轉變聲調

| 高子音＋ -ะ |　　| 高子音 |＋母音＋（尾音）
　獨立出一個音節　　　轉變聲調

　　　　中子音　　　　　　　　單低子音

ตลาด
ตะ-หลาด
[dtă　-　laăd]

162

▸ MP3-141

	中子音	單低子音	例字
1	ก	ง ย ญ น ณ ร ว ม ล ฬ	กนก (กะ-หนก)
2	จ		จมูก (จะ-หมูก) จรวด (จะ-หรวด)
3	ต		ตลาด (ตะ-หลาด) ตวาด (ตะ-หวาด)
4	ป		ปรอท (ปะ-หรอด) ปลัด (ปะ-หลัด)

高子音 ┄┄┄┄┄ 單低子音

ฉลาด
ฉะ-หลาด
[chǎ - laǎd]

第一部分

❾ 前引字母

163

▶ MP3-142

	高子音	單低子音	例字
1	ข	ง ย ญ น ณ ร ว ม ล ฬ	ขนาน (ขะ-หนาน) ขยาย (ขะ-หยาย)
2	ฉ		ฉลาด (ฉะ-หลาด) ฉมัง (ฉะ-หมัง)
3	ถ		ถลึง (ถะ-หลึง) ถวิล (ถะ-หวิน)
4	ผ		ผนึก (ผะ-หนึก) ผลิต (ผะ-หลิด)
5	ส		สนาม (สะ-หนาม) สยาย (สะ-หยาย) สลาย (สะ-หลาย)

練習題：寫出拼音並讀出。 ▶ MP3-143

	單字	拆解	拼音
1	ผนัง	ผะ-หนัง	[pǎ-náng]
2	ขมับ	ขะ-หมับ	[kǎ-mǎb]
3	ขนบ	ขะ-หนบ	[kǎ-nǒb]
4	ขยาย	ขะ-หยาย	[kǎ-yaǎy]
5	ขมอง	ขะ-หมอง	[kǎ-mór:ng]
6	ขย้ำ	ขะ-หย้ำ	[kǎ-yàm]
7	ขนม	ขะ-หนม	[kǎ-nóm]
8	ขยะ	ขะ-หยะ	[kǎ-yǎ]
9	สวัส	สะ-หวัด	[sǎ-wǎd]
10	สว่าง	สะ-หว่าง	[sǎ-waǎng]
11	สลัด	สะ-หลัด	[sǎ-lǎd]
12	สนิท	สะ-หนิด	[sǎ-nǐd]
13	สมุน	สะ-หมุน	[sǎ-mǔn]
14	สยาม	สะ-หยาม	[sǎ-yaám]
15	สมาน	สะ-หมาน	[sǎ-maán]
16	สลาย	สะ-หลาย	[sǎ-laáy]
17	สลาก	สะ-หลาก	[sǎ-laǎg]

練習題：寫出拼音並讀出。　　　　　　　　　　　▶ MP3-144

	單字	拆解	拼音
1	ถลอก	ถะ-หลอก	[tǎ-lór:g]
2	สมอง	สะ-หมอง	[sǎ-mór:ng]
3	สมัย	สะ-หมัย	[sǎ-máy]
4	สนาม	สะ-หนาม	[sǎ-naám]
5	เสนอ	สะ-เหนอ	[sǎ-nér:]
6	สนุก	สะ-หนุก	[sǎ-nǔg]
7	สรุป	สะ-หรุบ	[sǎ-rǔb]
8	สงวน	สะ-หงวน	[sǎ-nguá:n]
9	สนิม	สะ-หนิม	[sǎ-nǐm]
10	ฉลวย	ฉะ-หลวย	[chǎ-luá:y]
11	ฉลาด	ฉะ-หลาด	[chǎ-laǎd]
12	ถนน	ถะ-หนน	[tǎ-nón]
13	ฉลอง	ฉะ-หลอง	[chǎ-lór:ng]
14	เฉลิม	ฉะ-เหลิม	[chǎ-lér:m]
15	เฉลียว	ฉะ-เหลียว	[chǎ-liá:w]
16	ฝรั่ง	ฝะ-หรั่ง	[fǎ-rǎng]
17	ผลิต	ผะ-หลิด	[pǎ-lǐd]

บทที่ 10 特殊拼音
การสะกดแบบพิเศษ

10.1 「ร」的特殊發音

▶ MP3-145

「ร」是低子音，之前學過，當「ร」是首子音時會發 [r] 的音，而當「ร」是尾子音時作為「-น」會發 [n] 的音。但是，「ร」這個字有點麻煩，跟英文的「h」一樣，碰到其他字母時會有變音的情形，例如「ph、gh、th」這些發音都會變，而「ร」就和「h」一樣，是需要特別記住和其他字母結合時的特殊發音。

第八單元（P.149）已經提過，「ทร-/สร-/ศร-/ซร-/จร-」不是真複合子音，而是需記憶的特殊發音，另外還有其它「ร」的特殊發音規則需要知道，整理如下。

		說明	例字
1	ทร-	「ทร」結合並當首子音時，會視為「ซ」[s]。	「ทราบ」（知道）發音為 [ซาบ]。
2	สร-	「สร」結合並當首子音時，「ร」不發音。	「สร้าง」（建造）發音為 [ส้าง]。
3	ศร-	「ศร」結合並當首子音時，「ร」不發音。	「เศร้า」（傷心）發音為 [เส้า]。

167

4	ซร-	「ซร」結合並當首子音時，「ร」不發音。	「ไซร้」（那樣）發音為 [ไซ้]。
5	จร-	「จร」結合並當首子音時，「ร」不發音。	「จริง」（真的）發音為 [จิง] 這組合僅此一字。
6	-รร	「รร」結合但不當首子音，且後面沒有尾音時，會成為「母音-ะ＋尾音น＝-ั น」。	「สรร」（分配）發音為 [สัน]。「กรรไกร」（剪刀）發音為 [กัน-ไกร]。
7	-รร-	「รร」結合但不當首子音，且後面有尾音時，會成為「母音-ะ＋尾音＝-ั 尾音」。	「ธรรม」（佛法）發音為 [ธัม(ธำ)]。
8	首子音+ร	「ร」當尾子音時（音同น），首子音直接接尾子音「ร」時，並不是短母音「โ-ะ」省略，而是長母音「-อ」。	「กร」（手）發音為 [กอน]。「พร」（祝福語）發音為 [พอน]。

| -ั น | สรร [sán] | 當「รร」後沒尾音時，加一個「n」尾音。 |

| -ะ | ธรรม [tam] | 當「รร」後有尾音時，照原尾音發音。 |

| -อน | กร [gor:n] | 當「ร」是尾音 [n]，且整個音節沒有母音當，要還原一個消失的母音「อ」。 |

「ร」會有這些特殊的發音現象，主要是因為泰語受到梵語、巴利語、高棉語的影響，所以有些泰語字彙會借用上述語種的詞，因此在讀法上會比較特殊。

10.2 消失的母音

　　從一開始學泰語時就學習到,每個音節一定有「子音＋母音」,但有時候會發現整個音節中完全沒有母音字母,那要怎麼發音呢？事實上不是沒有母音,而是沒有寫出來而已,因此要先將母音還原,在發音時必須將母音讀出來。常見消失母音有 3 種情形：母音「โ-ะ」、母音「-อ」、母音「-ะ」。

母音「โ-ะ」還原

　　「โ-ะ」是最常被省略沒寫出來的母音,只要見到有 2 個子音,但中間卻沒有母音時,大都是「โ-ะ」沒有寫出來。

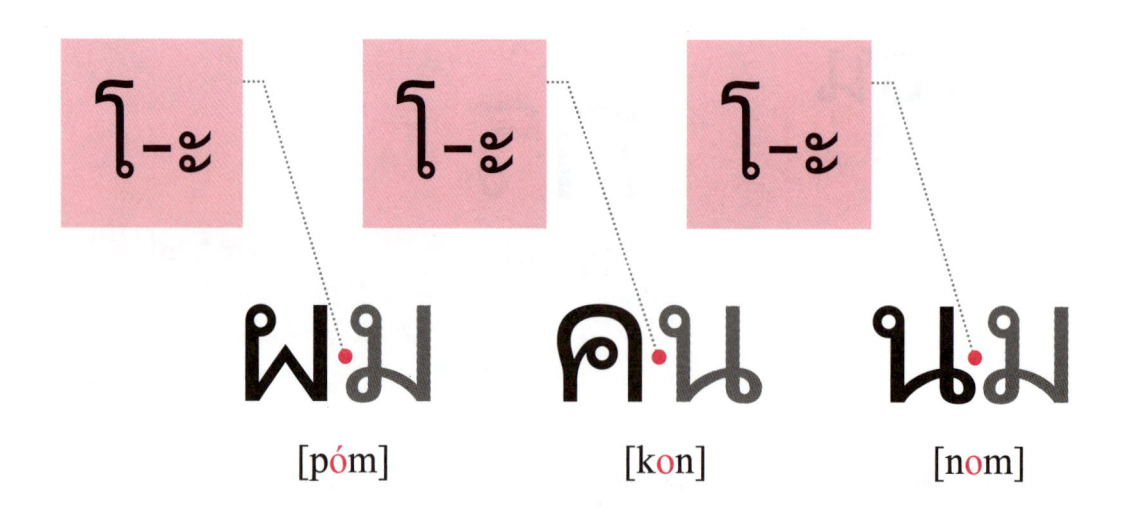

โ-ะ	โ-ะ	โ-ะ
ผม	คน	นม
[póm]	[kon]	[nom]

拆解範例： ▶ MP3-146

	例字	拼音	中文	拆解 (子音＋母音＋尾音)	練習寫	
1	ผม	[póm]	我	ผ+โ-ะ+ม	ผม	ผม
2	คน	[kon]	人	ค+โ-ะ+น	คน	คน
3	นม	[nom]	奶	น+โ-ะ+ม	นม	นม
4	กง	[gong]	圈圈	ก+โ-ะ+ง	กง	กง
5	ขน	[kón]	攜帶	ข+โ-ะ+น	ขน	ขน
6	คบ	[kŏb]	約會	ค+โ-ะ+บ	คบ	คบ

母音「-อ」還原

母音「-อ」沒有寫出來常見的情形有 2 種情形：

1. 當兩個子音中間沒有母音，而尾音是「ร」時。

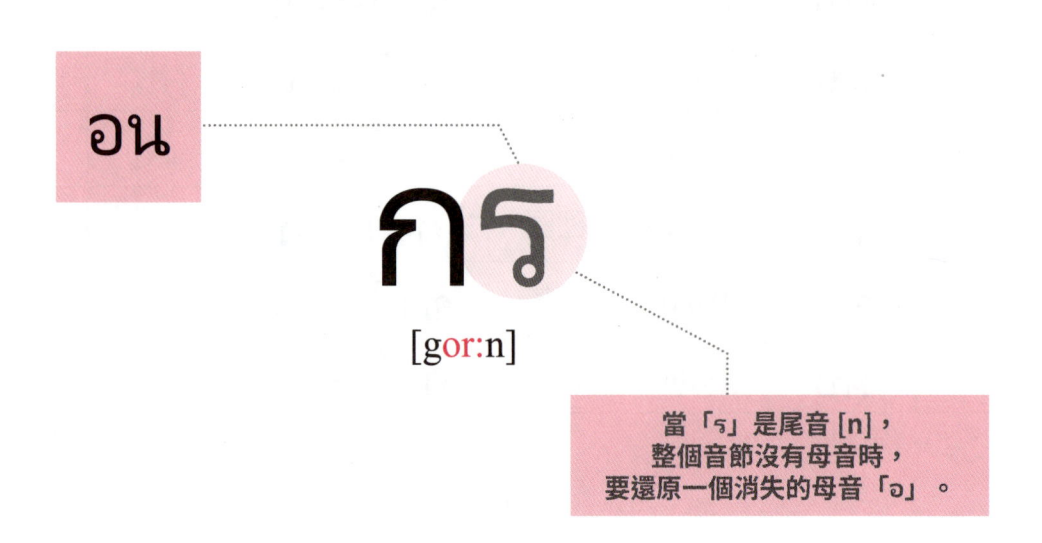

อน

กร
[gor:n]

當「ร」是尾音 [n]，整個音節沒有母音時，要還原一個消失的母音「อ」。

拆解範例：　　　　　　　　　　　　　　　　　▶ MP3-147

	例字	拼音	中文	拆解 （子音＋母音＋尾音）	練習寫	
1	กร	[gor:n]	手	ก＋อ＋น	กร	กร
2	ขร	[kór:n]	單詞前綴、後綴	ข＋อ＋น	ขร	ขร
3	คร	[kor:n]	單詞後綴	ค＋อ＋น	คร	คร

2. 「บร/ทร」「開頭」的「多音節」單字，需要拆成獨立音節時，「บ/ท」要還原為母音「-อ」，「ร」若沒有母音，則要還原「-ะ」。

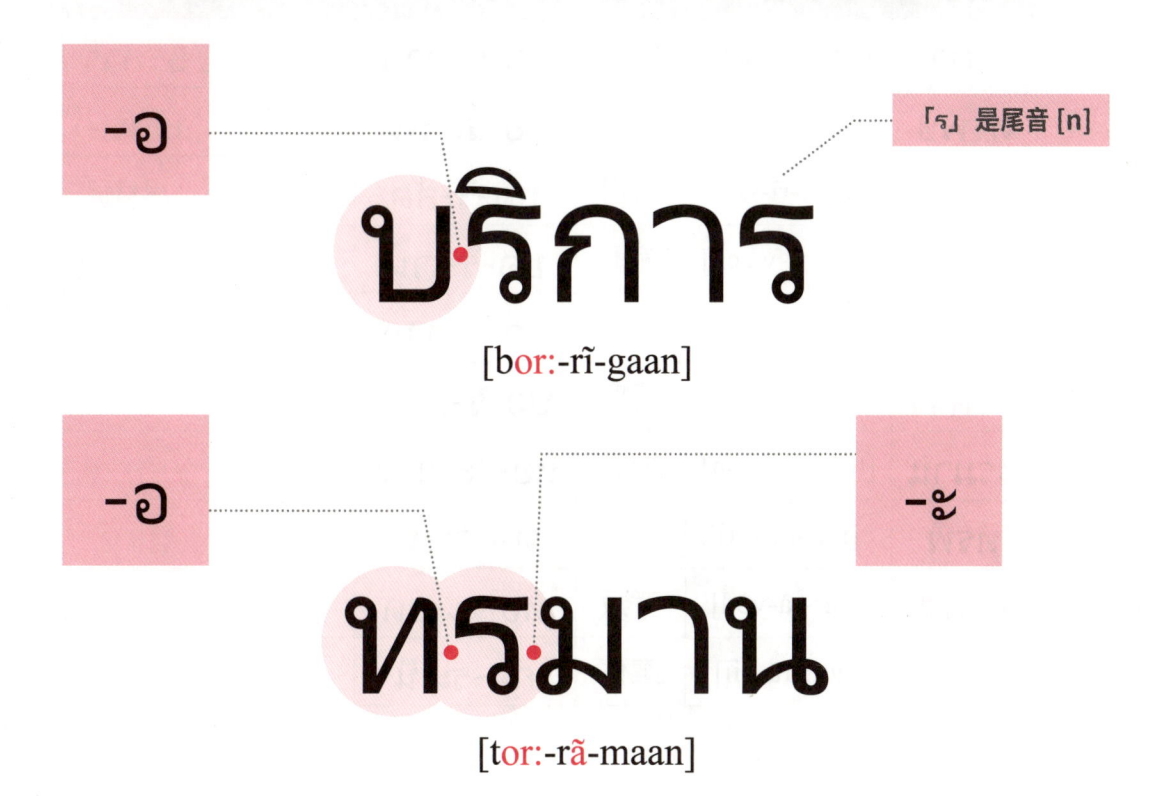

-อ

「ร」是尾音 [n]

บริการ
[bor:-rĩ-gaan]

-อ　　　　　　　　　　　　　　**-ะ**

ทรมาน
[tor:-rã-maan]

另有少部分的「กร」單詞，也要拆成獨立音節。

-อ　　　　　　　　　　　　　　**-ะ**

กรณี
[gor:-rã-nii]

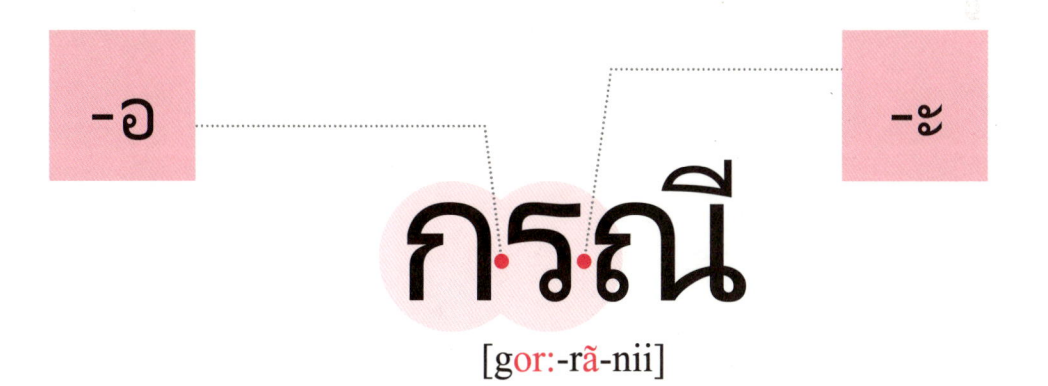

拆解範例： ▶ MP3-148

	例字	拼音	中文	拆解	練習寫	
1	บริการ	[bor:-rĩ-gaan]	服務	บอ-ริ-กาน	บริการ	บริการ
2	ทรพิษ	[tor:-rã-pĩd]	天花	ทอ-ระ-พิด	ทรพิษ	ทรพิษ
3	บริษัท	[bor:-rĩ-sǎd]	公司	บอ-ริ-สัด	บริษัท	บริษัท
4	บริเวณ	[bor:-rĩ-ween]	範圍	บอ-ริ-เวน	บริเวณ	บริเวณ
5	บริจาค	[bor:-rĩ-jaǎg]	捐贈	บอ-ริ-จาก	บริจาค	บริจาค
6	บริหาร	[bor:-rĩ-haán]	管理	บอ-ริ-หาน	บริหาร	บริหาร
7	ทรมาน	[tor:-rã-maan]	折磨	ทอ-ระ-มาน	ทรมาน	ทรมาน
8	ทรพี	[tor:-rã-pii]	湯勺	ทอ-ระ-พี	ทรพี	ทรพี
9	ทรยศ	[tor:-rã-yõd]	背叛	ทอ-ระ-ยด	ทรยศ	ทรยศ
10	กรณี	[gor:-rã-nii]	案件	กอ-ระ-นี	กรณี	กรณี

比較「กล」和「กร」、「พล」和「พร」的發音　▶MP3-149

　　前面學習過，如果看到兩個子音，而整個母音都不見時，那麼應該是短母音「โ-ะ」的省略，但是如果尾音是「ร」，而前面母音被省略時，此時是長母音「-อ」的省略，而非「โ-ะ」。

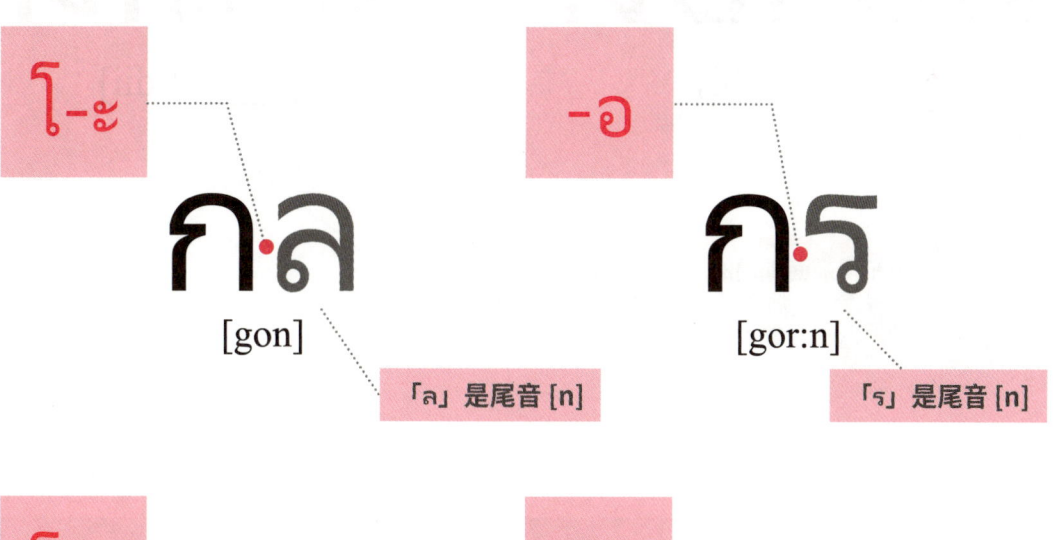

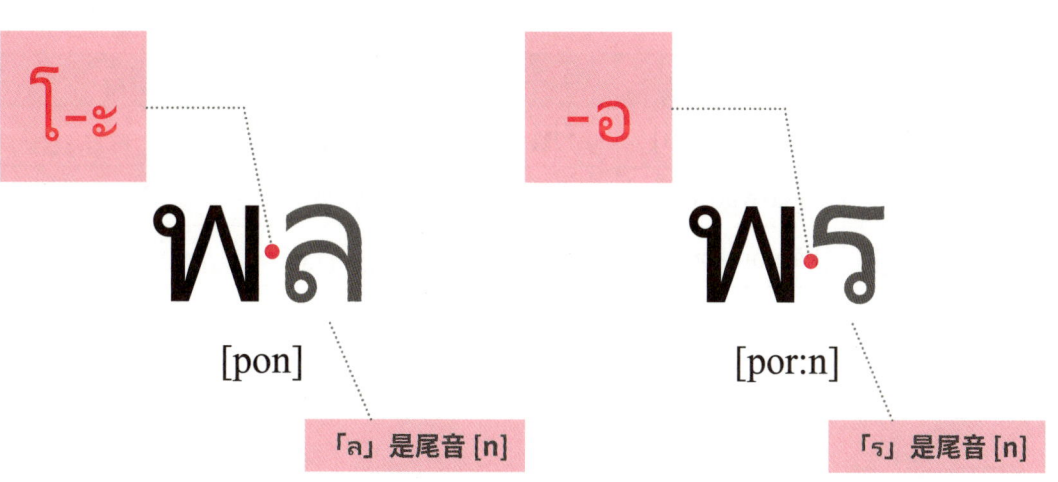

กล=ก+โ-ะ+-น
กร=ก+-อ+-น
พล=พ+โ-ะ+-น
พร=พ+-อ+-น

โ-ะ	-อ
กล [gon] 「ล」是尾音 [n]	กร [gor:n] 「ร」是尾音 [n]
พล [pon] 「ล」是尾音 [n]	พร [por:n] 「ร」是尾音 [n]

10 特殊拼音

175

母音「-ะ」還原

母音「-ะ」的還原是最困難，也最需要經驗，建議初學者見一個記一個，慢慢培養經驗與語感。

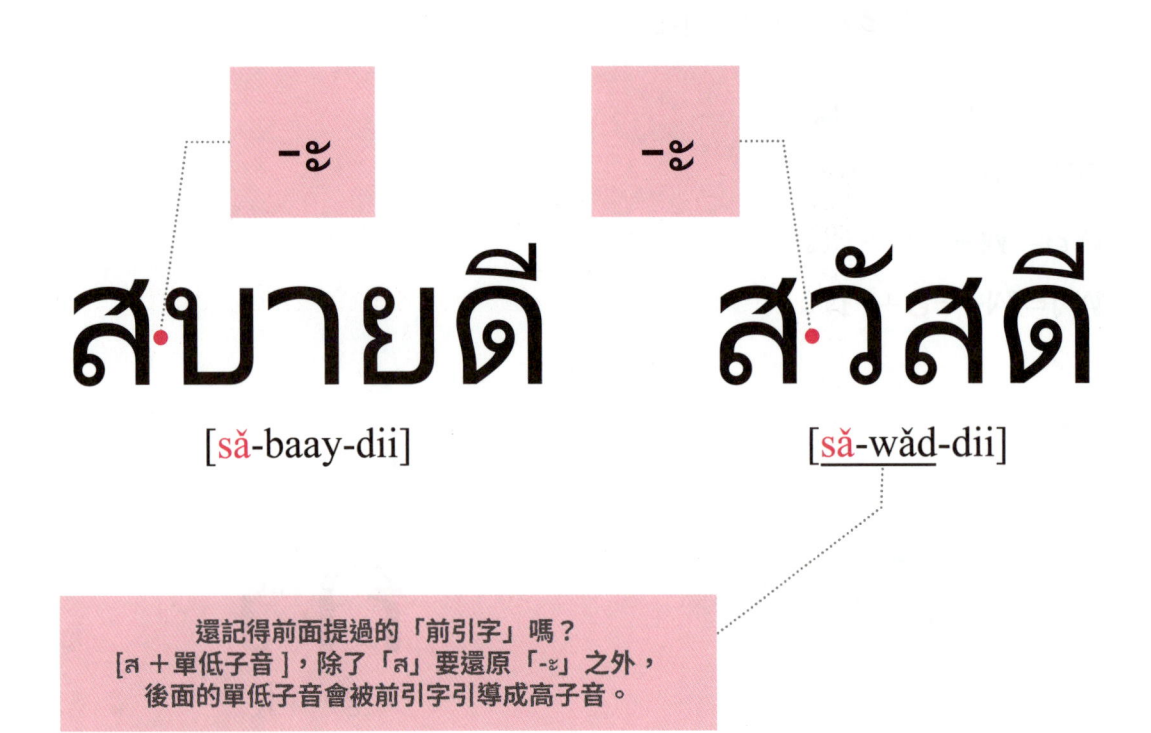

สบายดี [sǎ-baay-dii]

สวัสดี [sǎ-wǎd-dii]

還記得前面提過的「前引字」嗎？
[ส ＋單低子音]，除了「ส」要還原「-ะ」之外，
後面的單低子音會被前引字引導成高子音。

拆解範例： ▶ MP3-150

	例字	拼音	中文	拆解	練習寫	
1	สบายดี	[sǎ-baay-dii]	舒服	สะ-บาย-ดี	สบายดี	สบายดี
2	สวัสดี	[sǎ-wǎd-dii]	你好	สะ-หวัด-ดี	สวัสดี	สวัสดี
3	ขนมปัง	[kǎ-nóm-bpang]	麵包	ขะ-หนม-ปัง	ขนมปัง	ขนมปัง

บทที่ 11 其他常用泰語符號
เครื่องหมายวรรคตอนที่นิยมใช้ในภาษาไทย

泰語除了有子音、母音、數字符號之外，還有一些常用的書寫符號要學習，這些符號除了要記住符號的長相及功能外，還需要知道這些符號的唸讀規則，在讀文章時才能順利且正確地唸出來。

▶ MP3-151

	符號	泰語	功能	唸讀規則說明	
1	ๆ	ไม้ยมก	重複符號	一般單詞 ๆ	重複單詞即可
2	ฯ	ไปยาลน้อย	簡略符號	將一個長字後面不想寫出時，省略的部分可以用「ฯ」取代，通常用於地名、頭銜、屬名之後。	
3	ฯลฯ	ไปยาลใหญ่	等等符號	要敘述的事項無法一一詳列時，就會用這個符號取代，類似中文的等等，英文的etc.	一般這符號可唸成「ละ」，也可唸成「และอื่น ๆ」。
4	์	การันต์	不發音符號	此符號標註在子音上時，該子音不發音，多出現在梵語、巴利語、外來語的泰語字彙上。	
5	.	มหัพภาค 或 จุด	縮寫符號	常用的字僅寫出部分的字母時，在縮寫的部分標註此符號。	

177

其實泰語還有其他符號，相對於上面的常用符號，其他符號則較少使用，所以僅需先學習上面的符號，就夠基礎泰語使用了。

　　另外，書寫泰語時不會使用標點符號，僅在句子及句子之間空一小格，這對於初學者來說是一大挑戰，所以一定要將拼音規則熟記，並且多背單字，才能將字與字切割出來，並且順利閱讀泰文文章。此外，儘管現在有些泰國人也會加一些問號「？」或驚嘆號「！」，但書寫時普遍還是不加任何的標點符號。

「ๆ」重複符號

　　「ๆ」這個符號加註在需要重複的詞彙後面時，需要空一格寫，而在唸讀的時候大概有三種情形，第一種情形最常見，就是「ๆ」加在詞彙後面，唸的時候只要重複該詞即可。它通常加在形容詞、副詞或名詞後面，當加在形容詞或副詞後時，用來表示加強程度，在強調形容詞或副詞時使用，至於加在名詞後時，則是表示數量為複數。

　　第一種情形「形容詞、副詞或名詞 ๆ」，此時只要重複詞唸單字。

▶ MP3-152

	單字	讀作	中文
1	สูง ๆ	สูง-สูง [suúng-suúng]	高高的（地）
2	ช้า ๆ	ช้า-ช้า [chaã-chaã]	慢慢的（地）
3	อื่น ๆ	อื่น-อื่น [eǔ:n-eǔ:n]	其他的（地）
4	เพื่อน ๆ	เพื่อน-เพื่อน [peuà:n- peuà:n]	朋友們
5	ลูก ๆ	ลูก-ลูก [luùg-luùg]	孩子們

第一部分

⑪ 其他常用泰語符號

179

「ฯ」省略符號　　▶ MP3-153

　　當一個地名、頭銜、署名太長不想寫出來時,可以將省略符號「 」直接加註在後面,不需要空格。雖然可以不想寫出來,但是需要讀出來,也就是在讀文章的時候,若看到省略符號,還是必須將被省略的部分讀出,因此被省略的部分一定是眾所皆知,大家都有共識的內容。不過口語中亦可不唸被省略的部分。

	單字	讀作	中文
1	กรุงเทพฯ	กรุงเทพมหานคร [grung-teèb-mã-haá-nã-kor:n]	曼谷
2	นายกฯ	นายกรัฐมนตรี [naa-yõg-rãd-tă-mon-drii]	總理
3	พฤหัสฯ	พฤหัสบดี [pã-reũ-hăd-să-bor:-dii]	星期四

「ฯลฯ」等等符號

當敘述一件無法完整詳列的事情時，就可以使用此符號，使用時須與前一詞彙空一格。例如：「我喜歡香蕉、蘋果、鳳梨 等等。這間動物園有獅子、老虎、鱷魚…等等」。此符號有兩種發音，可唸成「**ละ**」或「**และอื่น ๆ**」，也可以不唸出來。

▶ MP3-154

	句子
寫作	ในสวนสัตว์มีช้าง หมู วัว ควาย ฯลฯ
讀作	ใน（在…中） สวน（園） สัตว์（動物） มี（有） ช้าง（大象） หมู（豬） วัว（牛） ควาย（水牛） และอื่นๆ（等等） [nai-suá:n-sǎd-mii-chaăng-muú-wua:-kwaay-laê-eŭ:n-eŭ:n]
翻譯	在動物園中有大象、豬、牛、水牛等等。

說明：動物園在泰語中會說「園動物」，名詞要先說，形容詞會放在名詞後修飾。

▶ MP3-155

	句子
寫作	ผมมีเสื้อหลายสี เช่น สีแดง สีดำ สีชมพู ฯลฯ
讀作	ผม（我） มี（有） เสื้อ（衣服） หลาย（很多） สี（顏色） เช่น（例如） สี（顏色） แดง（紅） สี（顏色） ดำ（黑） สี（顏色） ชมพู（粉紅） และอื่นๆ（等等） [póm-mii-seuà:-laáy-sií:-cheèn-sií-dae:ng-sií-dam-sií-chom-puu-laê-eŭ:n-eŭ:n]
翻譯	我有很多顏色的衣服，例如紅色、黑色、粉紅色等等。

說明：紅色在泰語中會說「色紅」，名詞要先說，形容詞會放在名詞後修飾。

「ɤ์」不發音符號

看到這個符號時，該子音不發音，這些詞彙通常是從梵語、巴利語轉換而來的詞彙，就算會唸這個詞彙，但因為不發音，特別難背所以必須硬記，因此要特別留意。另外，一部分有這個符號的單字是外來語（出自英文的特別多），由於泰語不喜歡發外來語的尾音，當英文詞彙有 2 個尾音，但泰語不行時，就必須要省略其中一個尾音，因此通常尾音會有此符號。特別寫出來是為了要配合外來語的單字，使得拼字能夠符合原文拼字的面貌。基本上「ɤ์」這個符號只是表形符號，也就是刻意寫出來，但僅是寫出來，並不發音。

標注不發音符號的情形會有幾種情形：

1. 尾子音的一個子音不發音：

有些由梵語、巴利語、高棉語轉換而成的泰語，為了表字形，會加上不發音的尾音，且通常會放在音節尾。

▶ MP3-156

	例字	中文	讀作	說明
1	พิมพ์	印刷	พิม [pim]	「พ」上面有不發音符號「ɤ์」，所以不發音。
2	แพทย์	醫生	แพด [paè:d]	「ย」上面有不發音符號「ɤ์」，所以不發音。
3	วันเสาร์	星期六	วัน-เสา [wan-saó]	「ร」上面有不發音符號「ɤ์」，所以不發音。

另外，泰語中的外來語也有很多不發音的字母，由於泰語的外來語發音不會按照正常的發音規則，所以泰國人對外來語有另一套的發音方式，因此若有聽過泰國人說英語，一定會對他們的泰式英語有深刻的印象。

外來語的不發音符號可能會放在最後，也可能會插在音節之中，所以當看到不發音符號在字中時，有很大的機率是外來語，這時候試著認字並轉換成對應的英語，就會比較好發音。

▶ MP3-157

	例字	中文	讀作	說明
1	ฟิล์ม	英文「film」轉來	ฟิม [fim]	為了要配合 film 的拼字：f＝ฟ、i＝ิ、l＝ล、m＝ม 但是英語有兩個尾音「l」和「m」，轉換成泰語時不讀出「l」的音，就在「ล」上面加上「์」。
2	ชาร์จ	英文「charge」轉來	ช้าด [chaãd]	為了要配合 charge 的拼字：ch＝ช、a＝า、r＝ร、g＝จ 轉換成泰語時不讀出「r」的音，就在「ร」上面加上「์」。
3	ชอล์ก	英文「chalk」轉來	ช็อก [chõr:g]	為了要配合 chalk 的拼字：ch＝ช、a＝อ、l＝ล、k＝ก 轉換成泰語時不讀「l」出的音，就在「ล」上面加上「์」。

183

2. 尾子音 2 個子音不發音：

當音節裡面有連續 3 個尾音時，那麼「ุ์」將會使最後 2 個尾音不發音。因為泰語只允許發 1 個尾音，且這種情形多發生在「ร์」前面，所以當看到「ร์」時，要特別注意這個音節的拼字是否有 3 個尾音。

▶ MP3-158

	例字	中文	讀作	說明
1	วันจัน<u>ทร์</u>	星期一	วัน-จัน [wan-jan]	「นทร์」連續三尾音，但最後兩個皆不發音。
2	ศาส<u>ตร์</u>	學科	สาด [saǎd]	「สตร์」連續三尾音，但最後兩個皆不發音。
3	นิรัน<u>ดร์</u>	紀念	นิ-รัน [nĭ-ran]	「นดร์」連續三尾音，但最後兩個皆不發音。

其它常見的不發音

有些泰語詞彙雖然沒有標注不發音符號,但是卻不發音,這是學習泰語時讓人較困擾的地方,因為明明有字卻不能唸出來,使得初學者常常唸錯,不過這也是有小小的規則可遵循。

1. 尾子音一個母音不發音:

當尾子音上面沒有標註不發音符號,但母音為「◌ิ」或「◌ุ」時,此時尾子音的母音通常不發音,但子音仍要發音,而不是整個音節都不發音,常搭配的「尾子音+母音」組合有「ตุ、ติ、มิ」。

▶ MP3-159

	例字	中文	讀作	說明
1	เหตุ	原因	เหด [heěd]	當尾子音「ต」配有母音「◌ุ」時,母音不發音,但尾子音「ต」照常發音。
2	ธาตุ	元素	ทาด [taàd]	當尾子音「ต」配有母音「◌ุ」時,母音不發音,但尾子音「ต」照常發音。
3	ชาติ	國家	ชาด [chaàd]	當尾子音「ต」配有母音「◌ิ」,母音不發音,但尾子音「ต」照常發音。

2. 尾子音的一個子音不發音：

當有連續 2 個尾子音時，雖沒有標注不發音符號，但只能有 1 個尾子音發音，所以勢必要有 1 個尾子音不發音。那麼要怎麼知道哪一個不發音呢？很簡單，通常這種連續 2 個尾子音幾乎都有愛搞怪的「ร」，此時雖然「ร」不發音，但要寫出來，這也是需要特別熟記的，而「ร」通常會放在連續 2 個尾子音的最後面。

▶ MP3-160

	例字	中文	讀作	說明
1	จักร	輪	จัก [jǎg]	當尾音是「ก」，且在後面加上了一個「ร」時，此時「ร」不發音。
2	บุตร	小孩	บุด [bǔd]	當尾音是「ต」，且在後面加上了一個「ร」時，此時「ร」不發音。
3	มิตร	友善	มิด [mĭd]	當尾音是「ต」，且在後面加上了一個「ร」時，此時「ร」不發音。

3. 其他例外的不發音字母

另外，泰語的「เพชร」（鑽石）發音很特殊，這個字以前是寫「เพ็ชร」，按照拼音規則，低子音（พ）＋短母音（เ-ะ）＋濁尾音（ช ＝ ด），讀第 4 聲，但現在泰文寫成「เพชร」，低子音（พ）＋長母音（เ-）＋濁尾音（ช ＝ ด），原本應該讀第 3 聲，但發音仍然依照以前短母音的發音，因此這也要特別熟記，尤其泰國有很多地名、路名都有「เพชร」這個字在裡面，所以常常會唸到。

▶ MP3-161

	例字	意思	讀作	說明
1	เพชร	鑽石	เพ็ด [pĕd]	當尾音是「ช」，且在後面加上了一個「ร」時，此時「ร」不發音。

第二部分
基礎對話

ตอนที่ 2
บทสนทนาเบื้องต้น

本部分將介紹泰語基本句型、常用對話及用字。

บทที่ 1 泰語句型
โครงสร้างประโยคภาษาไทย

泰語和中文的句型有些不同，所以了解泰語句型非常重要。其實泰語的文法和句型並不如所想的困難，它有一些簡單的規則和架構可遵循。首先學習者要先認識一些泰語單詞的詞性。

泰語的詞性　▶MP3-162

คำนาม	[kam-naam]	名詞
คำสรรพนาม	[kam-sǎb-pã-naam]	代名詞
คำกริยา	[kam-gǎ-rĩ-yaa]	動詞
คำคุณศัพท์	[kam-kun-nã-sǎb]	形容詞（修飾語）
คำวิเศษณ์	[kam-wĩ-seěd]	副詞（修飾語）
คำบุพบท	[kam-bǔb-pã-bǒd]	介系詞

泰語句型的組成　▶MP3-163

基本泰語句型的組成有以下三部分。

ประธาน	[pbrǎ-taan]	Subject（S）主詞
กริยา	[gǎ-rĩ-yaa]	Verb（V）動詞
กรรม	[gam]	Object（O）受詞

泰語的修飾語

泰國的修飾語（形容詞／副詞），通常會放在要修飾的詞的後面，這種後位修飾的順序是與中文最大的不同，也是大部分初學者最常出錯的語序。

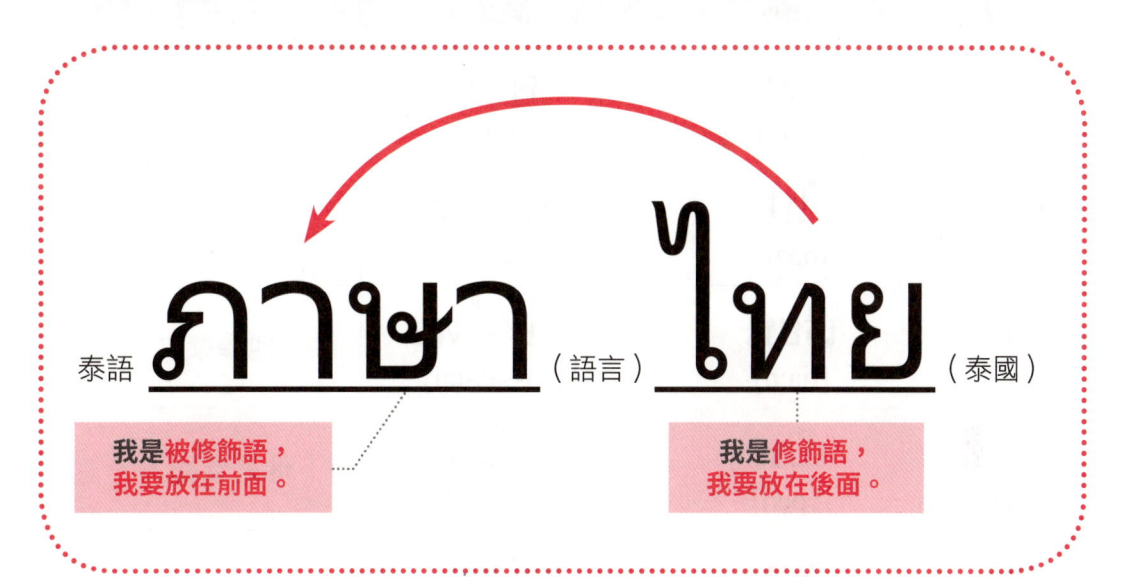

泰語 **ภาษา**（語言）**ไทย**（泰國）

我是**被修飾語**，我要放在前面。

我是**修飾語**，我要放在後面。

對於泰國人而言，「泰語」要強調的是「語言」，所以泰國人將主要想要說的東西先講出來。

▶ MP3-164

- 泰國人：**คน**（人）＋**ไทย**（泰國）
- 有錢人：**คน**（人）＋**รวย**（富有的）
- 泰式料理：**อาหาร**（食物）＋**ไทย**（泰國）
- 我家：**บ้าน**（家／房子）＋**ฉัน**（我）
- 紅色：**สี**（色）＋**แดง**（紅）

- 紅色的書：**หนังสือ**（書）＋**สี**（色）＋**แดง**（紅）

- 蝦仁炒飯：**ข้าว**（飯）＋**ผัด**（炒）＋**กุ้ง**（蝦）

基本句型

1. 主詞＋動詞＋受詞　　　　　　　　　　▶ MP3-165

主詞	動詞	受詞	中文
ผม [póm]	ชอบ [chòrb]	คุณ [kun]	我喜歡你。
เธอ [ter:]	ไป [bpai]	โรงเรียน [roong-ria:n]	她去學校。
เขา [kaó]	เรียน [ria:n]	ภาษาไทย [paa-saá-tai]	他學泰文。
เขา [kaó]	เป็น [bpen]	คนไทย [kon-tai]	他是泰國人。
มัน [man]	คือ [keu:]	หนังสือ [náng-seú:]	這是書本。
แม่ [màe:]	ชอบ(กิน) [chòrb-(gin)]	อาหารไทย [aa-haán-tai]	媽媽喜歡泰式料理。
เขา [kaó]	ไม่ ชอบ(กิน) [maì-chòrb-(gin)]	อาหารไทย [aa-haán-tai]	他不喜歡泰式料理。

句型練習：主詞＋動詞＋受詞

1. _____

2. _____

3. _____

4. _____

5. _____

2. 主詞＋形容詞   ▶ MP3-166

主詞	形容詞	中文
ผม [póm]	รวย [rua:y]	我很有錢。
เธอ [ter:]	สวย [suá:y]	她很漂亮。
เขา [kaó]	ฉลาด [chǎ-laǎd]	他很聰明。
อาหารไทย [aa-haán-tai]	อร่อย [ǎ-rǒr:y]	泰式料理很美味。
เกาสง [gao-sóng]	ร้อน [rǒr:n]	高雄很熱。

句型練習：主詞＋形容詞

1. _____
2. _____
3. _____
4. _____
5. _____
6. _____
7. _____

3. 主詞＋動詞＋（受詞）＋副詞

> 泰語的「อย่าง」[yaăng]＋形容詞＝副詞
> 類似英文的「形容詞＋ly＝副詞」
> 有時可省略「อย่าง」

▶ MP3-167

主詞	動詞 動詞＋受詞	副詞	中文
ครู พุฒ [kruu pŭd]	พูด [puùd]	(อย่าง) เร็ว [(yaăng) rew]	Put 老師講得很快。
เธอ [ter:]	ไป [bpai]	สาย [saáy]	她遲到了。
เขา [kaó]	ขับรถ [kăb-rõd]	(อย่าง) เร็ว [(yaăng) rew]	他開車很快。
พ่อ [pòr:]	ทำงาน [tam-ngaan]	(อย่าง) หนัก [(yaăng) năg]	爸爸工作很努力。
พ่อ [pòr:]	ทำงาน [tam-ngaan]	อย่างมีความสุข [yaăng-mii-kwaam-sŭg]	爸爸工作很快樂。
ไมเคิล [Michael]	เดิน [der:n]	ช้า [chaã]	Michael 走路很慢。
ไมเคิล [Michael]	คิด [kĭd]	อย่างระมัดระวัง [yaăng-rã-mãd-rã-wang]	Michael 思考很仔細。
ไมเคิล [Michael]	เรียน [ria:n]	เก่ง [gĕng]	Michael 學習很厲害。

句型練習：主詞＋動詞（受詞）＋副詞

1. _____
2. _____
3. _____
4. _____
5. _____

4. 主詞＋อยู่＋介系詞＋受詞（名詞） ▶ MP3-168

主詞	อยู่ [yuǔ]	介系詞	受詞（名詞）	中文
ครู พุฒ [kruu pǔd]	อยู่ [yuǔ]	ที่ [tiî] （在）	หอ [hór:]	Put 老師在宿舍。
เธอ [ter:]	อยู่ [yuǔ]	ข้าง [kaàng] （在…旁邊）	ผม [póm]	她在我旁邊。
มัน [man]	อยู่ [yuǔ]	บน [bon] （在…上面）	รถ [rõd]	它在車上。
หมา [maá]	อยู่ [yuǔ]	ใต้ [dtaì] （在…下面）	โต๊ะ [tõ]	狗在桌子下。

句型練習：主詞＋อยู่＋介系詞＋受詞

1. _____

2. _____

3. _____

4. _____

5. _____

5. 主詞＋เป็น＋補語（名詞）

เป็น [bpen] ＝ 是

▶ MP3-169

主詞	เป็น [bpen]	補語（名詞）	中文
ผม [póm]	เป็น [bpen]	คนไทย [kon-tai]	我是泰國人。
ผม [póm]	เป็น [bpen]	ครู [kruu]	我是老師。
เธอ [ter:]	เป็น [bpen]	ตำรวจ [dtam-ruǎ:d]	她是警察。
เขา [kaó]	เป็น [bpen]	หมอ [mór:]	他是醫生。
ฉัน [chán]	เป็น [bpen]	ครูภาษาไทย [kruu-paa-saá-tai]	我是泰語老師。
เขา [kaó]	เป็น [bpen]	เพื่อนของผม [peuà:n-kór:ng-póm]	他是我的朋友。
เขา [kaó]	เป็น [bpen]	แฟนของฉัน [fae:n-kór:ng-chán]	他是我的男朋友。
เขา [kaó]	เป็น [bpen]	ใคร [krai]	他是誰？

句型練習：主詞＋เป็น＋補語（名詞）

1. _____
2. _____
3. _____
4. _____

6. 主詞＋เป็น＋補語（名詞）＋ใช่มั้ย

> ใช่มั้ย [chaì-maí]＝是嗎？（較口語）
> ใช่ไหม [chaì-maí]＝是嗎？

▶ MP3-170

主詞	เป็น [bpen]	補語（名詞）	ใช่มั้ย [chaì-maí]	中文
เธอ [ter:]	เป็น [bpen]	คนไต้หวัน [kon-dtaì-wán]	ใช่มั้ย [chaì-maí]	她是臺灣人，是嗎？
เธอ [ter:]	เป็น [bpen]	ตำรวจ [dtam-ruǎ:d]	ใช่มั้ย [chaì-maí]	她是警察，是嗎？
เขา [kaó]	เป็น [bpen]	หมอ [mór:]	ใช่มั้ย [chaì-maí]	他是醫生，是嗎？
คุณ [kun]	เป็น [bpen]	ครูภาษาไทย [kruu-paa-saá-tai]	ใช่มั้ย [chaì-maí]	你是泰語老師，是嗎？
เขา [kaó]	เป็น [bpen]	เพื่อนของคุณ [peuà:n-kór:ng- kun]	ใช่มั้ย [chaì-maí]	他是你的朋友，是嗎？
เขา [kaó]	เป็น [bpen]	แฟนของคุณ [fae:n-kór:ng- kun]	ใช่มั้ย [chaì-maí]	他是你的男朋友，是嗎？

句型練習：主詞＋เป็น＋補語（名詞）＋ใช่มั้ย

1. _____
2. _____
3. _____
4. _____
5. _____

▶ MP3-171

คุณ ทำงาน อะไร
[kun-tam-ngaan-ǎ-rai]
你做什麼工作？

ฉัน เป็น ครู
[chán-bpen-kruu]
我是老師。

คุณ เป็นคน ไต้หวัน ใช่มั้ย
[kun-bpen-kon-dtaì-wán-chaì-maí]
你是臺灣人對嗎？

ไม่ใช่ ฉัน เป็น คนไทย
[maì-chaì-chán-bpen-kon-tai]
不是，我是泰國人。

回答時，如果「是」用「ใช่」[chaì]
回答時，如果「不是」用「ไม่ใช่」[maì-chaì]

7. 主詞＋動詞＋（受詞）＋เป็น ▶MP3-172

> เป็น [bpen]＝會（表能力）

「เป็น」表示「能力」時，要放在後面。

ผม ขับ รถ เป็น

[póm-kǎb-rōd-bpen]
我會開車。

- เธอ ทำ อาหาร เป็น [ter:-tam-aa-haán-bpen] 她會做飯。

- ผม พูด ภาษา ไทย เป็น [póm-puùd-paa-saá-tai-bpen] 我會說泰語。

- เขา ว่าย น้ำ เป็น [kaó-waày-naãm-bpen] 他會游泳。

- ผม เล่น ปิงปอง เป็น [póm-leèn-bping-bpor:ng-bpen] 我會打桌球。

句型練習：主詞＋動詞＋（受詞）＋เป็น

1. _____
2. _____
3. _____
4. _____
5. _____

8. 主詞＋動詞＋（受詞）＋ได้　　　▶ MP3-173

ได้ [daì]＝可以

「ได้」表示「可以」時，要放在後面。

ผม ขับ รถ ได้
[póm-kăb-rõd-daì]
我可以開車。

- ผม ขับ รถ เป็น [póm-kăb-rõd-bpen]　我會開車。
- ผม ขับ รถ ได้ [póm-kăb-rõd-daì]　我可以開車。
- เขา ว่าย น้ำ เป็น [kaó-waày-naãm-bpen]　我會游泳。
- เขา ว่าย น้ำ ได้ [kaó-waày-naãm-daì]　我可以游泳。

「เป็น」（能）和「ได้」（可以）意思相似，有時可互用，意思不變。但「เป็น」強調「能力」，而「ได้」僅表示「可以」，有些時候只能用「เป็น」，有時只能用「ได้」，不可互用。

句型練習：主詞＋動詞＋（受詞）＋ได้

1. _____
2. _____
3. _____
4. _____
5. _____

9. 主詞＋動詞＋（受詞）＋เป็น＋มั้ย　　　　　▶ MP3-174
   主詞＋動詞＋（受詞）＋ได้＋มั้ย

> มั้ย [maí]＝嗎？（較口語）
> ไหม [maí]＝嗎？

💬 คุณ ขับ รถ <u>เป็น มั้ย</u> [kun-kăb-rŏd-bpen-maí]　你會開車嗎？

💬 คุณ ขับ รถ <u>ได้ มั้ย</u> [kun-kăb-rŏd-daì-maí]　你可以開車嗎？

💬 เธอ ทำ อาหาร <u>เป็น มั้ย</u> [ter:-tam-aa-haán-bpen-maí]　她會做飯嗎？

💬 เธอ ทำ อาหาร <u>ได้ มั้ย</u> [ter:-tam-aa-haán-daì-maí]　她可以做飯嗎？

💬 คุณ พูด ภาษา ไทย <u>เป็น มั้ย</u> [kun-puùd-paa-saá-tai-bpen-maí]
你會說泰語嗎？

💬 คุณ พูด ภาษา ไทย <u>ได้ มั้ย</u> [kun-puùd-paa-saá-tai-daì-maí]
你可以說泰語嗎？

句型練習：主詞＋動詞＋（受詞）＋เป็น(ได้)＋มั้ย

1. _____
2. _____
3. _____
4. _____
5. _____

10. 名詞＋ของ＋名詞/代名詞   ▶ MP3-175

ของ [kór:ng] = 的

เพื่อน ของ ผม
[peuà:n-kór:ng-póm]
我的朋友。

「ของ」跟英文 of 用法一樣，主要的東西要先寫出來。

- ครู ของ ผม [kruu-kór:ng-póm] 我的老師。
- บ้าน ของ เขา [baàn-kór:ng-kaó] 他的家。
- แฟน ของ เธอ [fae:n-kór:ng-ter:] 她的男友。
- รถ ของ พ่อ [rõd-kór:ng-pòr:] 爸爸的車。
- มือถือ ของ ครู [meu:-teú:-kór:ng-kruu] 老師的手機。

句型練習：名詞＋ของ＋名詞/代名詞

1. _____
2. _____
3. _____
4. _____
5. _____

11. 主詞＋ ชอบ ＋動詞 / 名詞　　▶ MP3-176

ชอบ [chòr:b] = 喜歡

- ผม ชอบ ทำ อาหาร [póm-chòr:b-tam-aa-haán]　我喜歡煮飯。
- เธอ ชอบ ร้อง เพลง [ter:-chòr:b-rõr:ng-pleeng]　她喜歡唱歌。
- พวกเรา ชอบ กิน [puà:g-rao-chòr:b-gin]　我們喜歡吃。
- พวกเรา ชอบ เที่ยว [puà:g-rao-chòr:b-tià:w]　我們喜歡旅遊。
- ผม ชอบ เกาสง [póm-chòr:b-gao-sóng]　我喜歡高雄。

句型練習：主詞＋ ชอบ ＋動詞 / 名詞

1. _____
2. _____
3. _____
4. _____
5. _____
6. _____
7. _____

12. 主詞＋ อยาก ＋動詞　　　▶ MP3-177

> ### อยาก [yaăg]＝想（做什麼事）

- ผม อยาก กิน [póm-yaăg-gin]　我想吃。
- ผม อยาก กิน ขนมปัง [póm-yaăg-gin-kă-nóm-bpang]　我想吃麵包。
- ผม อยาก เรียน ภาษาไทย [póm-yaăg-ria:n-paa-saá-tai]
  我想學泰語。
- ผม อยาก ไป [póm-yaăg-bpai]　我想去。
- ผม อยาก ไป ประเทศ ไทย [póm-yaăg-bpai-bpră-teèd-tai]
  我想去泰國。
- ผม อยาก รู้ [póm-yaăg-ruû]（รู้＝知道）　我想知道。
- ผม อยาก รู้จัก [póm-yaăg-ruû-jăg]（รู้จัก＝認識）　我想認識。
- ผม อยาก รู้จัก คุณ [póm-yaăg-ruû-jăg-kun]　我想認識你。
- ผม ไม่ อยาก ยอมแพ้ [póm-maì-yaăg-yor:m-paẽ:]　我不想認輸。

句型練習：主詞＋ อยาก ＋動詞

1. _____
2. _____
3. _____
4. _____
5. _____
6. _____
7. _____

203

13. 主詞＋อยาก＋ได้＋名詞　　▶ MP3-178

> **อยาก ได้** [yaăg-daì] ＝想要（什麼東西）

- 🗨 ฉัน <u>อยาก ได้</u> รถยนต์ [chán-yaăg-daì-rõd-yon]　我想要汽車。
- 🗨 ฉัน <u>อยาก ได้</u> อันนั้น [chán-yaăg-daì-an-nãn]　我想要那個。
- 🗨 ฉัน <u>อยาก ได้</u> เงิน [chán-yaăg-daì-nger:n]　我想要錢。
- 🗨 ฉัน <u>อยาก ได้</u> งาน [chán-yaăg-daì-ngaan]　我想要有工作。

句型練習：主詞＋อยากได้＋名詞

1. _____
2. _____
3. _____
4. _____
5. _____
6. _____
7. _____
8. _____

204

14. 主詞＋ เอา ＋名詞　　　▶ MP3-179

> เอา [ao] ＝要（什麼東西）

在泰語中，還有另一個詞的意思與「อยากได้」類似，就是「เอา」。但「เอา」的含義更清晰、更強烈。

- ฉัน เอา อันนั้น [chán-ao-an-nãn]　我要那個。
- ฉัน เอา ข้าวผัด [chán-ao-kaàw-pǎd]　我要炒飯。
- ฉัน เอา สีแดง [chán-ao-sií-dae:ng]　我要紅色的。
- ฉัน เอา เบียร์ [chán-ao-bia:]　我要啤酒。
- ฉัน เอา ชาเย็น [chán-ao-chaa-yen]　我要泰式奶茶。

「ชา」[chaa]是茶，「เย็น」[yen]冰/冷，直翻是冰茶，但泰國人習慣稱泰奶為「ชาเย็น」[chaa-yen]。

- ฉัน ไม่ เอา กาแฟ [chán-maì-ao-gaa-fae:]　我不要咖啡。
- คุณ เอา กาแฟเย็น มั้ย [kun-ao-gaa-fae:-yen-maí]　你要冰咖啡嗎？

句型練習：主詞＋ เอา ＋名詞

1. _____
2. _____
3. _____
4. _____
5. _____
6. _____

205

15. 主詞＋ อยาก ＋ มี ＋名詞　　　▶ MP3-180

> **อยาก มี** [yaǎg-mii] ＝想有（什麼東西）

- ฉัน อยาก มี รถยนต์ [chán-yaǎg-mii-rõd-yon]　我想有汽車。
- ฉัน อยาก มี แฟน [chán-yaǎg-mii-fae:n]　我想有男/女朋友。
- ฉัน อยาก มี เงิน [chán-yaǎg-mii-nger:n]　我想有錢。
- ฉัน อยาก มี งาน [chán-yaǎg-mii-ngaan]　我想有工作。
- ฉัน ไม่อยาก มี การบ้าน [chán-maì-yaǎg-mii-gaan-baàn]
  我不想要有作業。
- คุณ อยาก มี แฟน มั้ย [kun-yaǎg-mii-fae:n-maĩ]
  你想有男/女朋友嗎？

句型練習：主詞＋ อยาก มี ＋名詞

1. _____
2. _____
3. _____
4. _____
5. _____
6. _____
7. _____

206

16. 主詞＋อยาก＋เป็น＋名詞　　▶ MP3-181

> **อยาก เป็น** [yaăg-bpen] ＝想成為（什麼東西/職業）

- ฉัน อยาก เป็น ครู [chán-yaăg-bpen-kruu]　我想成為老師。
- ฉัน อยาก เป็น ดารา [chán-yaăg-bpen-daa-raa]　我想成為明星。
- ฉัน อยาก เป็น แฟนของคุณ [chán-yaăg-bpen-fae:n-kór:ng-kun]
  我想成為你的男 / 女朋友。
- ฉัน อยาก เป็น นักร้อง [chán-yaăg-bpen-nãg-rõr:ng]　我想成為歌手。
- คุณ อยาก เป็น อะไร [kun-yaăg-bpen-ă-rai]　你想成為什麼樣的人?

句型練習：主詞＋อยาก เป็น＋名詞

1. _____
2. _____
3. _____
4. _____
5. _____
6. _____
7. _____

17. 主詞＋ อยาก ＋形容詞　　　▶ MP3-182

> อยาก [yaǎg] ＝想變成（什麼狀態）

- ฉัน อยาก รวย [chán-yaǎg-rua:y]　我想變富有。
- ผม อยาก หล่อ [póm-yaǎg-lǒr:]　我想變帥。
- ฉัน อยาก สวย [chán-yaǎg-suá:y]　我想變漂亮。
- เขา อยาก เก่ง [kaó-yaǎg-geěng]　他想變厲害。
- เธอ อยาก สูง [ter:-yaǎg-suúng]　她想變高。
- เธอ อยาก ผอม [ter:-yaǎg-pór:m]　她想變苗條。
- เธอ ไม่ อยาก อ้วน [ter:-maì-yaǎg-uà:n]　她不想變胖。
- คุณ อยาก รวย มั้ย [kun-yaǎg-rua:y-maí]　你想變富有嗎？

句型練習：主詞＋ อยาก ＋形容詞

1. _____
2. _____
3. _____
4. _____
5. _____
6. _____
7. _____

▶ MP3-183

คุณ อยาก ทำ อะไร
[kun-yaăg-tam-ă-rai]
你想做什麼？

ฉัน อยาก เรียน ภาษาไทย
[chán-yaăg-ria:n-paa-saá-tai]
我想學泰語。

คุณ อยาก มี อะไร
[kun-yaăg-mii-ă-rai]
你想要有什麼？

ฉัน อยาก มี แฟน
[chán-yaăg-mii-fae:n]
我想要有男朋友。

คุณ เอา อะไร
[kun-ao-ă-rai-rai]
你要什麼？

ฉัน เอา ชาเย็น
[chán-ao-chaa-yen]
我要泰奶。

คุณ อยาก ได้ อะไร
[kun-yaăg-daì-ă-rai]
你想要什麼？

ฉัน อยาก ได้ งาน
[chán-yaăg-daì-ngaan]
我想要有工作。

第二部分

❶ 泰語句型

209

18. 主詞＋ถูก＋（施動作者）＋動詞
主詞＋โดน＋（施動作者）＋動詞

▶ MP3-184

> ถูก [tuǔg]＝被⋯
> โดน [doon]＝被⋯

💬 เขา ถูก ตี [kaó-tuǔg-dtii]　他被打。

💬 เขา ถูก แม่ ตี [kaó-tuǔg-maè:-dtii]　他被媽媽打。

💬 ฉัน โดน ด่า [chán-doon-daǎ]　我被罵。

💬 ฉัน โดน อาจารย์ ด่า [chán-doon-aa-jaan-daǎ]　我被教授罵。

💬 แมว ของ เขา ถูก ชน [mae:w-kór:ng-kaó-tuǔg-chon]　他的貓被撞。

💬 แมว ของ เขา ถูก รถ ชน [mae:w-kór:ng-kaó-tuǔg-rõd-chon]
他的貓被車撞。

💬 กระเป๋า ถูก ขโมย [grǎ-bpaó-tuǔg-kǎ-mooy]　錢包被偷。

> 有發現以上的例句都是「不好的事情」嗎？
> 泰語基本上不太使用被動語態，所以使用「ถูก／โดน」時要注意使用時機，通常敘述較負面或消極的事情時才會使用。

句型練習：主詞＋ถูก／โดน＋形容詞

1. _____
2. _____
3. _____
4. _____
5. _____
6. _____
7. _____

19. 主詞＋มี＋名詞
   主詞＋ไม่ มี＋名詞

▶ MP3-185

> มี [mii] ＝有（什麼東西）
> ไม่ มี [maì-mii] ＝沒有（什麼東西）

- 💬 ฉัน มี รถยนต์ [chán-mii-rõd-yon]　我有汽車。
- 💬 ฉัน ไม่มี รถยนต์ [chán-maì-mii-rõd-yon]　我沒有汽車。
- 💬 ฉัน มี แฟน [chán-mii-fae:n]　我有男/女朋友。
- 💬 ฉัน ไม่มี แฟน [chán-maì-mii-fae:n]　我沒有男/女朋友。
- 💬 ฉัน มี เงิน [chán-mii-nger:n]　我有錢。
- 💬 ฉัน ไม่มี เงิน [chán-maì-mii-nger:n]　我沒有錢。
- 💬 ฉัน มี งาน [chán-mii-ngaan]　我有工作。
- 💬 ฉัน ไม่มี งาน [chán-maì-mii-ngaan]　我沒有工作。

句型練習：主詞＋มี＋名詞 / 主詞＋ไม่มี＋名詞

1. _____
2. _____
3. _____
4. _____
5. _____

20. 主詞＋ไม่ได้＋動詞　　　　　　▶ MP3-186

ไม่ได้ [maì-daì] ＝沒有（做什麼事情）

在翻譯中文「沒有」這個詞時，一定要區分是：
1. 沒擁有（什麼東西）→要用 ไม่มี
2. 沒有（做什麼事情）→要用 ไม่ได้

ฉัน ไม่มี แฟน [chán- maì -mii-fae:n] 我沒有男朋友

沒擁有（什麼東西）→要用 ไม่มี

ฉัน ไม่ได้ กิน [chán- maì - daì-gin] 我沒有吃

沒有（做什麼事情）→要用 ไม่ได้

- 🗨 ฉัน ไม่ได้ กิน อาหารเช้า [chán-maì-daì-gin-aa-haán-chaõ]
  我沒有吃早餐。
- 🗨 ฉัน ไม่ได้ พูด [chán-maì-daì-puùd]　我沒有說。
- 🗨 ฉัน ไม่ได้ พูด แบบนี้ [chán-maì-daì-puùd-baě:b-niĩ]　我沒有這樣說。
- 🗨 ฉัน ไม่ได้ ทำ [chán-maì-daì-tam]　我沒有做。

句型練習：主詞＋ไม่ได้＋動詞

1. _____
2. _____
3. _____
4. _____
5. _____

21. 常用時態（將要、正在、曾經、了） ▶ MP3-187

> จะ [jǎ] ＋動詞＝將要（做什麼事情）

ฉัน จะ ไป เที่ยว [chán-jǎ-bpai-tià:w] 我將要去旅遊。

💬 ผม จะ เรียน ภาษาไทย [póm-jǎ-ria:n-paa-saá-tai] 我將學泰語。

💬 ผม จะ ไป ประเทศ ไทย [póm-jǎ-bpai-bprǎ-teèd-tai] 我將去泰國。

💬 เธอ จะ ทำ อาหาร [ter:-jǎ-tam-aa-haán] 她將做飯。

▶ MP3-188

> กำลัง [gam-lang] ＋動詞＋ อยู่ [yuǔ] ＝正在（做什麼事情）

ฉัน กำลัง กิน อยู่ [chán-gam-lang -gin-yuǔ] 我正在吃。

ฉัน กำลัง กิน [chán-gam-lang -gin] 我正在吃。

ฉัน กิน อยู่ [chán-gin-yuǔ] 我正在吃。

> 「กำลัง」[gam-lang]和「อยู่」[yuǔ]可以一起用，
> 也可以只說「กำลัง」或只說「อยู่」，
> 但必須注意擺放位置。

💬 ผม กำลัง ขับ รถ อยู่ [póm-gam-lang-kǎb-rõd-yuǔ] 我正在開車。

💬 ผม กำลัง ขับ รถ [póm-gam-lang-kǎb-rõd]

💬 ผม ขับ รถ อยู่ [póm-kǎb-rõd-yuǔ]

💬 **เธอ กำลัง ทำ อาหาร อยู่** [ter:-gam-lang-tam-aa-haán-yuǔ]
她正在做飯。

💬 **เธอ กำลัง ทำ อาหาร** [ter:-gam-lang-tam-aa-haán]

💬 **เธอ ทำ อาหาร อยู่** [ter:-tam-aa-haán-yuǔ]

▶ MP3-189

┌───┐
│ **เคย** [ker:y] ＋動詞＝過去曾經（做過什麼事情）│
└───┘

ฉัน เคย รัก คุณ [chán-ker:y-rãg-kun]
我曾愛過你。

💬 **ฉัน เคย กิน อาหารไทย** [chán-ker:y-gin-aa-haán-tai]
我曾吃過泰國菜。

💬 **ฉัน เคย ไป กรุงเทพ** [chán-ker:y-bpai-grung-teèb]　我曾去過曼谷。

💬 **ผม เคย เรียน ภาษาจีน** [póm-ker:y-ria:n-paa-saá-jiin]　我曾學過中文。

💬 **เขา เคย ทำงาน ที่ 7-11 ทุก วัน**
[kaó-ker:y-tam-ngaan-tiì-7-11-tũg-wan]　他曾每天在 7-11 工作。

💬 **เธอ เคย เป็น ครู** [ter:-ker:y-bpen-kruu]　她曾當過老師。

💬 **ฉัน เคย เจอ ดารา** [chán-ker:y-jer:-daa-raa]　我曾遇過明星。

💬 **ผม ไม่ เคย ไป ญี่ปุ่น** [póm-maì-ker:y-bpai-yiì-bpǔn]
我不曾去過日本。

💬 **ฉัน ไม่ เคย เปลี่ยนใจ** [chán-maì-ker:y-bpliǎ:n-jai]　我不曾改變心意。

💬 **คุณ เคย นอกใจ มั้ย** [kun-ker:y-nòr:g-jai-maí]　你曾出軌過嗎？

214

▶ MP3-190

> 動詞＋**แล้ว** [laẽ:w]＝完成…（什麼事情）

ฉัน กิน แล้ว [chán-gin-laẽ:w]　我吃了。

💬 ฉัน เจอ เขา แล้ว [chán-jer:-kaó-laẽ:w]　我見到他了。

💬 ฉัน พูด แล้ว [chán-puùd-laẽ:w]　我說了。

💬 ผม ทำ เสร็จ แล้ว [póm-tam-sěd-laẽ:w]　我做完了。

💬 ฉัน เปลี่ยนใจ แล้ว [chán-bpliǎ:n-jai-laẽ:w]　我改變心意了。

▶ MP3-191

คุณ เคย ไป ประเทศไทย มั้ย ครับ
[kun-ker:y-bpai-bprǎ-teèd-tai-maĩ-krãb]
你去過泰國嗎？

เคย ค่ะ
[ker:y-kà]
我去過。

ไม่ เคย ครับ
[mài-ker:y-krãb]
我沒去過。

句型練習：運用 จะ、กำลัง、เคย、แล้ว 造句

1. _____
2. _____

3. _____
4. _____
5. _____
6. _____
7. _____
8. _____
9. _____
10. _____

บทที่ 2 打招呼
การทักทาย

如何用泰語打招呼？　▶ MP3-192

使用任何語言，要學習的第一件事就是如何向遇到的人打招呼。在泰語中，「**สวัสดี**」[sǎ-wǎd-dii] 是人們在與他人見面時最常說的問候語。

สวัสดี	[sǎ-wǎd-dii]	你好

請記住，當在說「**สวัสดี**」（你好）時，如果想禮貌地打招呼，男性就必須在最後添加「ครับ」[krãb]；而女性則必須在最後添加「ค่ะ」[kà]。

สวัสดีครับ
[sǎ-wǎd-dii-krãb]
你好

สวัสดีค่ะ
[sǎ-wǎd-dii-kà]
你好

217

「ครับ ค่ะ คะ」[kráb, kà, kã] 是句子最後的語尾助詞，當想造出禮貌的句子時，就應該使用這些語尾助詞。

▶ MP3-193

語尾助詞			何時使用
男生用	ครับ	[kráb]	肯定句、疑問句
女生用	ค่ะ	[kà]	肯定句
	คะ	[kã]	疑問句

▶ MP3-194

ผมชื่อภูผาครับ 肯定句
[póm-cheù:-puu-paá-kráb]
我的名字是 Pu-Pa。

คุณชื่ออะไรครับ 疑問句
[kun-cheù:-ǎ-rai-kráb]
你叫什麼名字？

單字	拼音	中文
ผม	[póm]	我（男生用）
คุณชื่ออะไร	[kun-cheù:-ǎ-rai]	你叫什麼名字？
คุณ	[kun]	你
ชื่อ	[cheù:]	名字、名叫
อะไร	[ǎ-rai]	什麼

> MP3-195

ฉันชื่อฟ้าใสค่ะ 肯定句
[chán-cheù:-faã-saí-kà]
我叫做 Fahsai。

คุณชื่ออะไรคะ 疑問句
[kun-cheù:-ǎ-rai-kã]
你叫什麼名字？

單字	拼音	中文
ฉัน	[chán]	我（女生用）

「สวัสดี」（你好）是泰國很常見的敬禮方式。一般用於問候某人或道別。通常會伴隨著「ไหว้」[waì]。「ไหว้」如圖所示，要雙手合十。而在做「ไหว้」時，手擺放的高度與對方的年齡和社會地位有關，對方年齡與社會地位越高者，「ไหว้」時手的高度就越高。

第二部分 ❷ 打招呼

219

當你想對特定的人說「**สวัสดี**」時，你只需要在最後添加他們的名字或他們的職位，讓我們看下面的例子：

▶ MP3-196

สวัสดีครับครูพุฒ
[sǎ-wǎd-dii-krãb-kruu-pũd]
你好，Put 老師。

สวัสดีครับต้นกล้า
[sǎ-wǎd-dii-krãb-dtòn-glaà]
你好，Tongla。

有時，我們在人名前添加「**คุณ**」[kun]、「**พี่**」[pii]、「**น้อง**」[nõr:ng]，如下：

-**คุณ**[kun]：與社會地位較高的人打招呼時使用。

-**พี่**[pii]：向比自己年長的人打招呼時（不超過10-15歲）。

-**น้อง**[nõr:ng]：向比自己年輕的人打招呼（不超過10-15歲）。

泰語也有在不同時間說的特定問候語,與英語中的「good morning」、「good afternoon」或「good evening」相同。

▶ MP3-197

單字	拼音	中文
สวัสดีตอนเช้า	[să-wăd-dii-dtor:n-chaõ]	早安
อรุณสวัสดิ์	[ă-run-să-wăd]	
สวัสดีตอนบ่าย	[să-wăd-dii-dtor:n-baăy]	下午好
สวัสดีตอนค่ำ	[să-wăd-dii-dtor:n-kàm]	傍晚好
ราตรีสวัสดิ์	[raa-dtrii-să-wăd]	晚安

如今,這些特殊的問候語已經很少使用,只要說「สวัสดีครับ/ค่ะ」[să-wăd-dii-krăb/kà]即可。

對於親密的朋友,不需要完整說「**สวัสดีครับ/ค่ะ**」,因為這比較正式,只需說「**หวัดดี**」[wăd-dii]。

หวัดดี นะโม
[wăt-dii-nã-moo]
Hi！Na-Mo。

หวัดดี ธันวา
[wăt-dii-tan-waa]
Hi！Tan-Wa。

บทที่ 3 自我介紹
แนะนำตัวเอง

你叫什麼名字？ ▶MP3-198

สวัสดีครับ ผมชื่อภูผา คุณชื่ออะไรครับ
[sǎ-wǎd-dii-krãb / póm-cheù:-puu-paá / kun-cheù:-ǎ-rai-krãb]
你好，我是 Pupa，你叫什麼名字？

สวัสดีค่ะ ฉันชื่อฟ้าใส ยินดีที่ได้รู้จักค่ะ
[sǎ-wǎd-dii-kà / chán-cheù:-faã-sái / yin-dii-tiì-daì-ruũ-jǎg-kà]
你好，我叫做 Fahsai，很高興認識你。

ยินดีที่ได้รู้จักเช่นกันครับ
[yin-dii-tiì-daì-ruũ-jǎk-cheèn-gan-krãb]
我也很高興認識你。

▶MP3-199

單字	拼音	中文
ยินดี	[yin-dii]	高興
รู้จัก	[ruũ-jǎg]	認識
ได้	[daì]	能
ยินดีที่ได้รู้จัก	[yin-dii-tiì-daì-ruũ-jǎg]	很高興認識你
เช่นกัน	[cheèn-gan]	也

國家、國籍 ▶ MP3-200

在泰語中,「人」、「國家」、「國籍」會使用相同的詞。要表達是人時,只需在國家名稱前添加「คน」[kon],意思是人;要表達國家時,只需在國家名稱前添加「ประเทศ」[bpră-teèd],意思是國家。

สวัสดีครับ ผมชื่อลี่หยาง ผมเป็นคนไต้หวันครับ
[să-wăd-dii-krãb / póm-cheù:-liì-yaáng / póm-bpen-kon-dtaì-wán-krãb]

你好,我叫做立洋,我是臺灣人。

สวัสดีค่ะ ฉันชื่อยูกิ ฉันเป็นคนญี่ปุ่นค่ะ
[să-wăd-dii-kà / chán-cheù:-yuu-gǐ / chán-bpen-kon-yiì-pbǔn-kà]

你好,我叫做 Yugi,我是日本人。

▶ MP3-201

	國家	
ประเทศ [bpră-teèd] 國家	ไทย [tai]	泰國
	ไต้หวัน [dtaì-wán]	臺灣
	จีน [jiin]	中國
	ญี่ปุ่น [yiì-bpǔn]	日本
	เกาหลี [gao-lií]	韓國
	อังกฤษ [ang-grǐd]	英國
	อเมริกา [ǎ-mee-rǐ-gaa]	美國
	เยอรมัน [yer:-rã-man]	德國

人		
คน [kon] 人	ไทย [tai]	泰國人
	ไต้หวัน [dtaì-wán]	臺灣人
	จีน [jiin]	中國人
	ญี่ปุ่น [yiî-bpǔn]	日本人
	เกาหลี [gao-lií]	韓國人
	อังกฤษ [ang-grĭd]	英國人
	อเมริกา [ǎ-mee-rĭ-gaa]	美國人
	เยอรมัน [yer:-rǎ-man]	德國人

ประเทศไต้หวัน
[bprǎ-teèd-dtaì-wán]
臺灣

คนไต้หวัน
[kon-dtaì-wán]
臺灣人

224

▶ MP3-204

สวัสดีครับ ผมชื่อต้นกล้าครับ
[să-wăd-dii-krãb / póm-cheù:-dtòn-glaà-krãb]
你好,我叫做 Ton-Glaa。

สวัสดีค่ะ ฉันชื่อฟ้าใส ฉันเป็นคนไต้หวัน คุณล่ะคะ
[să-wăd-dii-kà / chán-cheù:-faã-sái / chán-bpen-kon-dtaì-wán / kun-là-kã]
你好,我是 Fahsai,我是臺灣人,你呢?

ผมเป็นคนไต้หวันเช่นกันครับ
[póm-bpen-kon-dtaì-wán-cheèn-gan-krãb]
我也是臺灣人。

單字	拼音	中文
คุณล่ะ	[kun-là]	那你呢?
เช่นกัน	[cheèn-gan]	也、一樣

常用句型　▶MP3-205

คุณเป็นคนอะไร
[kun-bpen-kon-ǎ-rai]
你是哪裡人？（問國籍）

คุณมาจากประเทศอะไร
[kon-maa-jaǎg-bprǎ-teèd-ǎ-rai]
你從哪個國家來？

คุณเป็นคนที่ไหน
[kon-bpen-kon-tiì-naí]
你是哪裡人？（問家鄉）

ขอโทษ
[kór:-toòd]
不好意思、抱歉

แล้วเจอกันใหม่
[laẽ:w-jer:-gan-maǐ]
再見

เจอกันใหม่
[jer:-gan-maǐ]
再見

▶ MP3-206

ขอโทษค่ะ คุณเป็นคนประเทศอะไรคะ
[kór:-toòd-kà / kun-bpen-kon-bprǎ-teèd-ǎ-rai-kã]
不好意思,你是哪國人呢?

ผมเป็นคนไต้หวันครับ คุณล่ะครับ
[póm-bpen-kon-dtaì-wán-krãb / kun-là-krãb]
我是臺灣人,你呢?

ฉันเป็นคนญี่ปุ่นค่ะ คุณมาทำอะไรที่ประเทศไทยคะ
[chán-bpen-kon-yiì-bpǔn-kà / kun-maa-tam-ǎ-rai-tiì-bprǎ-teèd-tai-kã]
我是日本人,你來泰國做什麼呢?

ผมมาเที่ยวครับ คุณล่ะ
[póm-maa-tià:w-krãb / kun-là]
我來旅遊,你呢?

ฉันก็มาเที่ยวเช่นกัน เจอกันใหม่นะคะ
[chán-gòr:-maa-tià:w-chèn-gan / jer:-gan-maǐ-nã-kã]
我也是來旅遊,再見。

แล้วเจอกันใหม่ครับ
[laẽ:w-jer:-gan-maǐ- krãb]
再見。

第二部分 ❸ 自我介紹

227

▶ MP3-207

單字	拼音	中文
ทำ	[tam]	做
มาทำอะไร	[maa-tam-ǎ-rai]	來做什麼
เที่ยว	[tià:w]	旅遊
ทำงาน	[tam-ngaan]	工作
เรียน	[ria:n]	學習
ประชุม	[bprǎ-chum]	開會
เยี่ยมญาติ	[yìa:m-yaàd]	探親

▶ MP3-208

มา [maa]＝來

มาทำอะไรที่ประเทศไทยครับ
[maa-tam-ǎ-rai-tiì-bprǎ-teèd-tai-krãb]
來泰國做什麼呢？

ผมมาเที่ยวครับ
[póm-maa-tià:w-krãb]
我來旅遊。

ไป

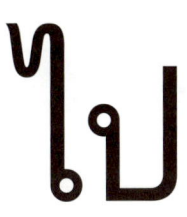

[bpai]＝去

ไปทำอะไรที่ประเทศไทยครับ
[bpai-tam-ǎ-rai-tiì-bprǎ-tèed-tai-krãb]
去泰國做什麼呢？

ผมไปเที่ยวครับ
[póm-bpai-tià:w-krãb]
我去旅遊。

他／她是誰？ ▶MP3-210

單字	拼音	中文
เขา	[kaó]	他
เธอ	[ter:]	她
พวกเขา	[puà:g-kaó]	他們
พวกคุณ	[puà:g-kun]	你們、各位
พวกเรา	[puà:g-rao]	我們
คนนั้น	[kon-nãn]	那個人
คนนี้	[kon-niĩ]	這個人

▶MP3-211

เธอชื่ออะไรครับ
[ter:-cheù:-ǎ-rai-krãb]
她叫什麼名字？

เธอชื่อยูกิครับ
[ter:-cheù:-yuu-gǐ-krãb]
她叫 Yugi。

เขาคนนั้นเป็นคนประเทศอะไรครับ
[kaó-kon-nãn-bpen-kon-bprǎ-teèd-ǎ-rai-krãb]
那個人（他）是哪國人？

เขาเป็นคนไต้หวันครับ
[kaó-bpen-kon-dtaì-wán-krãb]
他是臺灣人。

代名詞　▶MP3-212

單字	拼音	中文
ผม	[póm]	我（男生正式）
ฉัน	[chán]	我（女生正式）
คุณ	[kun]	你（正式）
เขา	[kaó]	他、她
เธอ	[ter:]	她、你（非正式）
มัน	[man]	它
พวกเรา	[puà:g-rao]	我們
พวกคุณ	[puà:g-kun]	你們、各位（正式）
พวกเธอ	[puà:g-ter:]	你們（非正式）
พวกเขา	[puà:g-kaó]	他們
พวกมัน	[puà:g-man]	它們

日常生活用語

我	你	他　她	它
ผม [póm] / ฉัน [chán]	คุณ [kun]	เขา [kaó] / เธอ [ter:]	มัน [man]
我們	你們	他們	它們
พวกเรา [puà:g-rao]	พวกคุณ [puà:g-kun] / พวกเธอ [puà:g-ter:]	พวกเขา [puà:g-kaó]	พวกมัน [puà:g-man]

常用句型　▶MP3-213

ขอโทษ
[kór:-toòd]
不好意思、抱歉

ไม่เป็นไร
[maì-bpen-rai]
沒關係

ขอบคุณ
[kǒr:b-kun]
謝謝（較正式）

ขอบใจ
[kǒr:b-jai]
謝謝

ไม่ต้องเกรงใจ
[maì-dtòr:ng-greeng-jai]
不用客氣

กินข้าวแล้วหรือยัง
[gin-gào-laẽ:w-reú:-yang]
吃過飯了嗎？

กินแล้ว
[gin-laẽ:w]
吃過了

ยังไม่กิน
[yang-maì-gin]
還沒吃

สบายดีมั้ย
[sǎ-baay-dii-maĩ]
你好嗎？

เป็นยังไงบ้าง
[bpen-yang-ngai-baàng]
你好嗎？

คุณมาจากประเทศอะไร
[kun-maa-jaǎg-bprǎ-teèd-ǎ-rai]
你來自哪一國？

คุณเป็นคนอะไร
[kun-bpen-kon-ǎ-rai]
你是哪裡人？（問國籍）

คุณเป็นคนที่ไหน
[kun-bpen-kon-tiì-nái]
你是哪裡人？

233

完整對話練習（從短到長練習） ▶MP3-214

สวัสดีครับ ผมชื่อปิติ คุณชื่ออะไรครับ
[sǎ-wǎd-dii-krãb / póm-cheù:-bpǐ-dtǐ / kun-cheù:-ǎ-rai-krãb]

你好，我叫 Piti，你叫什麼名字？

สวัสดีค่ะ ฉันชื่อมะลิ ค่ะ
[sǎ-wǎd-dii-kà / chán-cheù:-mã-lĩ-kà]

你好，我叫 Mali。

ยินดีที่ได้รู้จักครับ
[yin-dii-tiì-daì-ruũ-jǎg-krãb]

很高興認識你。

ยินดีที่ได้รู้จักเช่นกันค่ะ
[yin-dii-tiì-daì-ruũ-jǎg-cheèn-gan-kà]

我也很高興認識你。

重要單字與句型　▶ MP3-215

สวัสดี	[să-wăd-dii]	你好
ผม	[póm]	我（男生用）
ฉัน	[chán]	我（女生用）
ชื่อ	[cheù:]	名字
อะไร	[ă-rai]	什麼？
คุณ	[kun]	你
ยินดีที่ได้รู้จัก	[yin-dii-tiì-daì-ruǔ-jăg]	很高興認識你
เช่นกัน	[cheèn-gan]	也、一樣

▶ MP3-216

สวัสดีครับ ผมชื่อปิติ คุณชื่ออะไรครับ
[să-wăd-dii-krãb / póm-cheù:-bpĭ-dtĭ / kun-cheù:-ă-rai-krãb]
你好，我叫 Piti，你叫什麼名字？

สวัสดีค่ะ ฉันชื่อมะลิ ค่ะ
[să-wăd-dii-kà / chán-cheù:-mã-lĩ-kà]
你好，我叫 Mali。

คุณเป็นคนประเทศอะไรครับ
[kun-bpen-kon-bpră-teèd-ă-rai-krãb]
你是哪國人？

ฉันเป็นคนไต้หวันค่ะ คุณล่ะ
[chán-bpen-kon-dtaì-wán-kà / kun-là]
我是臺灣人，你呢？

ผมเป็นคนไต้หวันเช่นกันครับ ยินดีที่ได้รู้จักครับ
[póm-bpen-kon-dtaì-wán-cheèn-gan-krãb / yin-dii-tiì-daì-ruũ-jăg-krãb]
我也是臺灣人，很高興認識你。

ยินดีที่ได้รู้จักเช่นกันค่ะ
[yin-dii-tiì-daì-ruũ-jăg-cheèn-gan-kà]
我也很高興認識你。

重要單字與句型

▶ MP3-217

ประเทศ	[bprǎ-teèd]	國
คน	[kon]	人
คุณล่ะ	[kun-là]	你呢？
เป็น	[bpen]	是

▶ MP3-218

สวัสดีครับ ผมชื่อปิติ คุณชื่ออะไรครับ
[sǎ-wǎd-dii-krãb / póm-cheù:-bpǐ-dtǐ / kun-cheù:-ǎ-rai-krãb]

你好，我叫 Piti，你叫什麼名字？

สวัสดีค่ะ ฉันชื่อมะลิ ค่ะ
[sǎ-wǎd-dii-kà / chán-cheù:-mã-lĩ-kà]

你好，我叫 Mali。

ยินดีที่ได้รู้จักครับ
[yin-dii-tiì-daì-ruũ-jǎg-krãb]

很高興認識你。

ยินดีที่ได้รู้จักเช่นกันค่ะ
[yin-dii-tiì-daì-ruũ-jǎg-cheèn-gan-kà]

我也很高興認識你。

คุณสบายดีมั้ยครับ
[kun-sǎ-baay-dii-maĩ- krãb]

你好嗎？

ฉันสบายดีค่ะ คุณล่ะคะ
[chán-sǎ-baay-dii-kà / kun-là-kã]

我很好，你呢？

ผมสบายดีเช่นกันครับ คุณเป็นคนที่ไหนครับ

[póm-sã-baay-dii-cheèn-gan-krãb / kun-bpen-kon-tiì-nái-krãb]

我也很好，請問你是哪裡人？

ฉันเป็นคนเกาสงค่ะ คุณล่ะคะ

[chán-bpen-kon-gao-sóng-kà / kun-là-kã]

我是高雄人，你呢？

ผมเป็นคนไถหนานครับ คุณกินข้าวรึยังครับ

[póm-bpen-kon-tái-naán-krãb / kun-gin-kaàw-reũ-yang-krãb]

我是臺南人，你吃了嗎？（**รึ** 是 **หรือ** 的口語說法）

ฉันยังไม่กินค่ะ คุณล่ะคะ

[chán-yang-maì-gin-kà / kun-là-kã]

我還沒吃，你呢？

ผมกินแล้วครับ

[póm-gin-laẽ:w-krãb]

我吃了。

โอเคค่ะ ฉันขอตัวก่อนนะ เจอกันใหม่ค่ะ

[oo-kee-kà / chán-kór:-dtua:-gǒr:n-nã / jer-gan-maĭ-kà]

Ok！我得走了！再見。

โอเคครับ เจอกันใหม่ครับ

[oo-kee-krãb / jer-gan-maĭ-krãb]

Ok！再見。

239

問題	回答
คุณสบายดีมั้ย [kun-sǎ-baay-dii-maĩ] 你好嗎？	**สบายดี** [sǎ-baay-dii] 很好 **ไม่ค่อยสบาย** [maì-kòr:y-sǎ-baay] 不太好 **เรื่อยเรื่อย** [reuà:y-reuà:y] 一般般
กินข้าวรึยัง [gin-kaàw-reǔ-yang] 吃過飯了嗎？	**กินแล้ว** [gin-laé:w] 吃過 **ยังไม่กิน** [yang-maì-gin] 還沒吃
หิวมั้ย [híw-maĩ] 餓了嗎？	**หิว** [híw] 餓 **หิวนิดหน่อย** [híw-nĩd-nǒr:y] 有點餓 **หิวมาก** [híw-maàg] 非常餓 **ไม่หิว** [maì-híw] 不餓

240

บทที่ 4 今天星期幾？
วันนี้วันอะไร

1 อาทิตย์ มี 7 วัน [1-aa-tĭd-mii-7-wan]　1週有7天　▶ MP3-220

單字	拼音	中文
วันจันทร์	[wan-jan]	星期一
วันอังคาร	[wan-ang-kaan]	星期二
วันพุธ	[wan-pŭd]	星期三
วันพฤหัสบดี	[wan-pă-reŭ-hăd-să-bor:-dii]	星期四
วันศุกร์	[wan-sŭg]	星期五
วันเสาร์	[wan-sáo]	星期六
วันอาทิตย์	[wan-aa-tĭd]	星期日

▶ MP3-221

วันนี้วันอะไร
[wan-niĭ-wan-ǎ-rai]
今天星期幾？

วันเสาร์ครับ
[wan-saó-krãb]
星期六。

單字	拼音	中文
วัน	[wan]	日
วันนี้	[wan-niĩ]	今天
อาทิตย์	[aa-tĩd]	週、星期
สัปดาห์	[sǎb-daa]	週
มี	[mii]	有

今天、明天、後天 ▶ MP3-222

วันนี้
[wan-niĩ]
今天
→
วันพรุ่งนี้
[wan-prùng-niĩ]
明天
→
วันมะรืนนี้
[wan-mã-reu:n-niĩ]
後天

วันพรุ่งนี้วันอะไรคะ
[wan-prùng-niĩ-wan-ǎ-rai-kã]
明天星期幾？

วันอาทิตย์ครับ
[wan-aa-tĩd-krãb]
星期日。

今天、昨天、前天　　▶MP3-223

เมื่อวานซืน
[meuà:-waan-seu:n]
前天

← **เมื่อวานนี้**
[meuà:-waan-niĩ]
昨天

← **วันนี้**
[wan-niĩ]
今天

เมื่อวานนี้วันอะไรคะ
[meuà:-waan-niĩ-wan-ǎ-rai-kã]
昨天星期幾？

วันศุกร์ครับ
[wan-sǔg -krãb]
星期五。

เมื่อวานซืนวันอะไรคะ
[meuà:-waan-seun-wan-ǎ-rai-kã]
前天星期幾？

วันพฤหัสบดีครับ
[wan-pã- reũ -hǎd-sǎ-bor:-dii-krãb]
星期四。

> **小提醒：**
> 「วัน」（天）[wan] 與「วาน」（昨天）[waan] 發音很像，但一個是短音，一個是長音，意思也不一樣

243

1 ปี มี 12 เดือน [1-bpii-mii-12-deua:n] 1年有12個月 ▶MP3-224

單字	拼音	中文
เดือนมกราคม	[deua:n-mã-gã-raa-kom]	一月
เดือนกุมภาพันธ์	[deua:n-gum-paa-pan]	二月
เดือนมีนาคม	[deua:n-mii-naa-kom]	三月
เดือนเมษายน	[deua:n-mee-saá-yon]	四月
เดือนพฤษภาคม	[deua:n -preŭd-sǎ-paa-kom]	五月
เดือนมิถุนายน	[deua:n-mĩ-tǔ-naa-yon]	六月
เดือนกรกฎาคม	[deua:n-gǎ-rã-gǎ-daa-kom]	七月
เดือนสิงหาคม	[deua:n-síng-haá-kom]	八月
เดือนกันยายน	[deua:n-gan-yaa-yon]	九月
เดือนตุลาคม	[deua:n-dtǔ-laa-kom]	十月
เดือนพฤศจิกายน	[deua:n-preŭd-sǎ-jǐ-gaa-yon]	十一月
เดือนธันวาคม	[deua:n-tan-waa-kom]	十二月

เดือนนี้เดือนอะไรคะ
[deua:n-niĩ -deua:n-ǎ-rai-kã]
這個月是幾月？

เดือนเมษายนครับ
[deua:n-mee-saá-yon-krãb]
四月。

小提醒：

- 「คม」[kom] 結尾的是有 31 天的月份
- 「ยน」[yon] 結尾的是有 30 天的月份

▶ MP3-225

เดือนที่แล้ว
[deua:n-tiî-laẽ:w]
上個月

← **เดือนนี้**
[deua:n-niî]
這個月

→ **เดือนหน้า**
[deua:n-naà]
下個月

เดือนหน้าเดือนอะไรคะ
[deua:n-naà-deua:n-ǎ-rai-kã]
下個月是幾月？

เดือนพฤษภาคมครับ
[deua:n-preŭd-sǎ-paa-kom-krãb]
五月。

▶ MP3-226

วันที่
[wan-tiì]＝日期、號

วันนี้วันที่เท่าไหร่ครับ
[wan-niî -wan-tiì-taò-raǐ -krãb]
今天是幾號？

วันที่ 17 ค่ะ
[wan-tiì-sĭb-jĕd-kà]
17 號。

245

▶ MP3-227

ปี [bpii]＝年

ปีนี้ปีอะไรครับ
[bpii-niĩ-bpii-ǎ-rai-krãb]
今年是哪一年？

ปี 2567 ค่ะ
[pii-sór:ng-pan-haà-rõr:y-hǒg-sǐb-jěd-kà]
2567 年。

泰國使用佛曆。（西元＋543＝佛曆）
2024 年是佛曆 2567 年。

▶ MP3-228

單字	拼音	中文
เดือน	[deua:n]	月
วันพรุ่งนี้	[wan-prùng-niĩ]	明天
วันมะรืน	[wan-mã-reu:n]	後天
เมื่อวานนี้	[meuà:-waan-niĩ]	昨天
เมื่อวานซืน	[meuà:-waan-seu:n]	前天
ปี	[bpii]	年
วันที่	[wan-tiì]	號、日期
ที่แล้ว	[tiì-laẽ:w]	上一個

246

單字	拼音	中文
หน้า	[naà]	下一個；臉；頁
ข้างหน้า	[kaàng-naà]	前面
เดือนหน้า	[deua:n-naà]	下個月
เท่าไหร่	[taò-raǐ]	多少

▶ MP3-229

คุณเกิดวันไหนคะ
[kun-gěr:d-wan-naí-kã]
你哪一天出生呢？（你的生日是什麼時候？）

ผมเกิดวันที่ 7 เดือนมกราคม ปี 2549 ครับ
[póm-gěr:d-wan-tiî-jěd--deua:n-mã-gǎ-raa-kom-bpii-sór:ng-pan-haà-rõr:y-siǐ-sǐb-gaò-krãb]
我在 2549 年 1 月 7 號出生。（我的生日是 2549 年 1 月 7 號。）

單字	拼音	中文
เกิด	[gěr:d]	出生；發生
วันเกิด	[wan-gěr:d]	生日

247

▶ MP3-230

	ที่แล้ว [tiì-laẽ:w] 上~	นี้ [nií] 這~/本~	หน้า [naà] 下~
อาทิตย์ [aa-tĩd] 星期/週	อาทิตย์ที่แล้ว [aa-tĩd-tiì-laẽ:w] 上個星期/上週	อาทิตย์นี้ [aa-tĩd-nií] 這個星期/本週	อาทิตย์หน้า [aa-tĩd-naà] 下個星期/下週
เดือน [deua:n] 月	เดือนที่แล้ว [deua:n-tiì-laẽ:w] 上個月	เดือนนี้ [deua:n-nií] 這個月/本月	เดือนหน้า [deua:n-naà] 下個月
ปี [bpii] 年	ปีที่แล้ว [bpii-tiì-laẽ:w] 去年	ปีนี้ [bpii-nií] 今年	ปีหน้า [bpii-naà] 明年

▶ MP3-231

	เมื่อ... ที่แล้ว [meuà:..tiì-laẽ:w] ~前	นี้ [nií] 這~/本~	อีก... ข้างหน้า [iĭg-kaàng-naà] ~後、再~
วัน [wan] 天	เมื่อ 2 วันที่แล้ว [meuà:-sór:ng-wan-tiì-laẽ:w] 2天前	วันนี้ [wan-nií] 今天	อีก 2 วันข้างหน้า [iĭg-sór:ng-wan-kaàng-naà] 2天後
อาทิตย์ [aa-tĩd] 週	เมื่อ 3 อาทิตย์ที่แล้ว [meuà:-saám-aa-tĩd-tiì-laẽ:w] 3週前	อาทิตย์นี้ [aa-tĩd-nií] 本週	อีก 3 อาทิตย์ข้างหน้า [iĭg-saám-aa-tĩd-kaàng-naà] 3週後

เดือน [deua:n] 月	เมื่อ 4 เดือนที่แล้ว [meuà:-siĭ-deua:n-tiì-laẽ:w] 4個月前	เดือนนี้ [deua:n-niĩ] 本月	อีก 4 เดือนข้างหน้า [iĭg-siĭ-deua:n-kaàng-naà] 4個月後
ปี [bpii] 年	เมื่อ 5 ปีที่แล้ว [meuà:-haà-bpii-tiì-laẽ:w] 5年前	ปีนี้ [bpii-niĩ] 今年	อีก 5 ปีข้างหน้า [iĭg-haà-bpii-kaàng-naà] 5年後

▶ MP3-232

อีก 2 วันข้างหน้าเป็นวันอะไรครับ
[iĭg-sór:ng-wan-kaàng-naà-bpen-wan-ǎ-rai-krãb]
2天後星期幾？

วันจันทร์ค่ะ
[wan-jan-kà]
星期一。

249

บทที่ 5 現在幾點？
ตอนนี้เวลากี่โมง

在泰國，官方時間採用 24 小時制；但是一般在口語中會使用時段制，也就是將一天分為好幾個時段，並添加了額外的詞語來東京（任何）區分凌晨、上午、下午和晚上。

24小時制　▶ MP3-233

在泰語中，24 小時制的報時非常簡單，只需在小時數後面添加「นาฬิกา」[naa-lǐ-gaa] 一詞即可，如下面所示：

1 นาฬิกา	[neǔng-naa-lǐ-gaa]	01：00
2 นาฬิกา	[sǒːng-naa-lǐ-gaa]	02：00
12 นาฬิกา	[sǐb-sǒːng-naa-lǐ-gaa]	12：00
23 นาฬิกา	[yîi-sǐb-saám-naa-lǐ-gaa]	23：00
24 นาฬิกา	[yîi-sǐb-sǐi-naa-lǐ-gaa]	24：00

數字＋นาฬิกา＋數字＋นาที
　　　小時　　　　分鐘

นาที [naa-tii]＝分鐘

1:30 AM = 1 นาฬิกา 30 นาที
[neǔng-naa-lǐ-gaa- saám-sǐb-naa-tii]

17:10 PM = 17 นาฬิกา 10 นาที
[sǐb-jěd-naa-lǐ-gaa-sǐb-naa-tii]

250

時段制

傳統上，泰國人將一天 24 小時分為好幾個時段。每個時段都有一個分類詞，以使用自己的詞來確定它屬於一天中的哪個時段。 在下面的時間中，可以看到「เช้า」[chaõ] 相當於早上，「บ่าย」[baǎy] 表示下午，「เย็น」[yen] 表示傍晚，「ทุ่ม」[tùm] 表示晚上，「ตี」[dtii] 表示凌晨。

ตอนหัวรุ่ง [dtor:n-huá:-rùng]＝凌晨		▶ MP3-234
ตี 1	[dtii-neŭng]	1：00
ตี 2	[dtii-sór:ng]	2：00
ตี 3	[dtii-saám]	3：00
ตี 4	[dtii-siĭ]	4：00
ตี 5	[dtii-haà]	5：00
ตอนเช้า [dtor:n-chaõ]＝早上		▶ MP3-235
6 โมงเช้า	[hŏg-moong-chaõ]	6：00
7 โมงเช้า	[jĕd-moong-chaõ]	7：00
8 โมงเช้า	[bpaĕ:d-moong-chaõ]	8：00
9 โมงเช้า	[gaò-moong-chaõ]	9：00
10 โมงเช้า	[sĭb-moong-chaõ]	10：00
11 โมงเช้า	[sĭb-ĕd-moong-chaõ]	11：00
ตอนเที่ยง [dtor:n-tià:ng]＝中午12點		▶ MP3-236
เที่ยง	[tià:ng]	12：00

下午 4 點
傍晚 4 點
兩種說法

ตอนบ่าย [dtor:n-baǎy]＝下午			▶MP3-237
บ่ายโมง	[baǎy- moong]	13：00	
บ่าย 2 โมง	[baǎy-sór:ng-moong]	14：00	
บ่าย 3 โมง	[baǎy-saám-moong]	15：00	
บ่าย 4 โมง	[baǎy-siǐ-moong]	16：00	
ตอนเย็น [dtor:n-yen]＝傍晚			▶MP3-238
4 โมงเย็น	[siǐ-moong-yen]	16：00	
5 โมงเย็น	[haà-moong-yen]	17：00	
6 โมงเย็น	[hǒg-moong-yen]	18：00	
ตอนค่ำ [dtor:n-kàm]＝晚上			▶MP3-239
1 ทุ่ม	[neǔng-tùm]	19：00	
2 ทุ่ม	[sór:ng-tùm]	20：00	
3 ทุ่ม	[saám-tùm]	21：00	
4 ทุ่ม	[siǐ-tùm]	22：00	
5 ทุ่ม	[haà-tùm]	23：00	
ตอนเที่ยงคืน [dtor:n-tià:ng-keu:n]＝午夜12點			▶MP3-240
เที่ยงคืน	[tià:ng-keu:n]	00：00	

▶MP3-241

ตอนนี้เวลากี่โมงครับ
[dtor:n-niǐ-wee-laa-giǐ-moong-krãb]
現在幾點？

10 โมงเช้าค่ะ
[sǐb-mong-chaõ-kà]
早上 10 點。

252

分鐘

		MP3-242
ตอนหัวรุ่ง [dtor:n-huá:-rùng]=凌晨		
ตี 1	[dtii-neŭng]	1 : 00
ตี 1 .. 20 นาที	[dtii-neŭng- yiì-sĭb-naa-tii]	1 : 20
ตี 2 .. 30 นาที	[dtii-sór:ng-saám-sĭb-naa-tii]	2 : 30
ตี 3 ครึ่ง	[dtii-saám-kreùng]	3 : 30
ตอนเช้า [dtor:n-chaõ]=早上 **如果有分鐘就不用加เช้า [chaõ]**		MP3-243
6 โมงเช้า	[hŏg-moong-chaõ]	6 : 00
8 โมง 5 นาที	[bpaĕ:d-moong-haà-naa-tii]	8 : 05
10 โมง 15 นาที	[sĭb-moong-sĭb-haà-naa-tii]	10 : 15
11 โมงครึ่ง	[sĭb-ĕd-moong-kreùng]	11 : 30
ตอนเที่ยง [dtor:n-tià:ng]=中午12點		MP3-244
เที่ยง ครึ่ง	[tià:ng-kreùng]	12 : 30
ตอนบ่าย [dtor:n-baăy]=下午		MP3-245
บ่ายโมง 24 นาที	[baăy-moong- yiì-sĭb-siĭ-naa-tii]	13 : 24
บ่าย 2 โมง	[baăy-sór:ng-moong]	14 : 00
บ่าย 3 โมง 50 นาที	[baăy-saám-moong-haà-sĭb-naa-tii]	15 : 50

ครึ่ง
[kreùng]
一半

第二部分

❺ 現在幾點？

ตอนเย็น [dtor:n-yen]＝傍晚 **有分鐘就不用加เย็น [yen]**		▶ MP3-246
5 โมงเย็น	[haà-moong-yen]	17：00
6 โมง 7 นาที	[hǒg-moong-jěd-naa-tii]	18：07
ตอนค่ำ [dtor:n-kàm]＝晚上		▶ MP3-247
1 ทุ่ม	[neǔng-tùm]	19：00
2 ทุ่ม 30 นาที	[sór:ng-tùm-saám-sǐb-naa-tii]	20：30
5 ทุ่ม 15 นาที	[haà-tùm- sǐb-haà-naa-tii]	23：15
ตอนเที่ยงคืน [dtor:n-tià:ng-keu:n]＝午夜12點		▶ MP3-248
เที่ยงคืน 2 นาที	[tià:ng-keu:n-2-naa-tii]	00：02

完整對話練習　▶MP3-249

ฟ้าใส วันนี้ตอนเย็นว่างมั้ยครับ
[faã-sái / wan-niĩ-dtor:n-yen-waàng-maĩ-krãb]
Fahsai，今天傍晚有空嗎？

ว่างค่ะ มีอะไรคะ
[waàng-kà / mii-ǎ-rai-kã]
有空，有什麼事嗎？

ผมอยากชวนคุณไปกินข้าวเย็นครับ
[póm-yaǎg-chua:n-kun-bpai-gin-kaò-yen-krãb]
我想要邀請妳去吃晚餐。

พวกเราจะไปตอนกี่โมงคะ
[puà:g-rao-jǎ-bpai-dtor:n-giĩ-moong-kã]
我們要幾點去呢？

5 โมงครึ่งครับ
[haà-mong-kreùng-krãb]
17.30 pm.

ตกลงค่ะ
[dtǒg-long-kà]
OK！

> MP3-250

單字	拼音	中文
เวลา	[wee-laa]	時間
ชั่วโมง	[chuà:-moong]	小時
กี่โมง	[giǐ- moong]	幾點
ตอนนี้	[dtor:n-niĩ]	現在
ตอนเช้า	[dtor:n-chaõ]	在早上
ตอนบ่าย	[dtor:n-baǎy]	在下午
ตอนเย็น	[dtor:n-yen]	在傍晚
ตอนค่ำ	[dtor:n-kàm]	在晚上
ตอนกลางวัน	[dtor:n-glaang-wan]	白天
ตอนกลางคืน	[dtor:n-glaang-keu:n]	晚上
ว่าง	[waàng]	空閒
อยาก	[yaǎg]	想要
ชวน	[chua:n]	邀請
กิน	[gin]	吃
ข้าว	[kaò]	飯
กินข้าว	[gin-kaò]	吃飯
ข้าวเย็น	[kaò-yen]	晚餐
ข้าวเช้า	[kaò-chaõ]	早餐
ข้าวเที่ยง	[kaò-tià:ng]	中餐

單字	拼音	中文
จะ	[jǎ]	將要～
ตกลง	[dtŏg-long]	OK

วันนี้คุณตื่นนอนกี่โมง
[wan-niĭ-kun-dteŭ:n-nor:n-giĭ-moong]
你今天幾點起床呢？

บทที่ 6 點餐
สั่งอาหาร

　　泰國以擁有世界上最美味的街頭小吃而聞名，了解如何點餐對於旅行者來說非常重要，因此本單元將帶您學習點餐，以確保旅遊時每天都能在這個街頭美食城市享受泰國美食。

點餐基本句型　▶ MP3-251

▶ **เอาอะไร** [ao-ǎ-rai]＝你要什麼？

▶ **สั่งอะไร** [sǎng-ǎ-rai]＝你點什麼？

▶ **เอา...** [ao]＝我要＋食物名稱

เอาอะไรคะ
[ao-ǎ-rai-kã]
你要什麼？

แม่ค้า
[maè:-kaã]
老闆娘

เอา...
[ao...]
我要……

ลูกค้า
[luùg-kaã]
顧客

258

▶ MP3-252

▸ เอาเผ็ดมั้ย [ao-pĕd-maĩ]＝你要辣嗎？

▸ เอาเผ็ด... [ao-pĕd...]＝我要＋（辣度）

> เผ็ดน้อย [pĕd-nõr:y]＝小辣
> เผ็ดกลาง [pĕd-glaang]＝中辣
> เผ็ดมาก [pĕd-maàg]＝大辣

▸ ไม่เอาเผ็ด [maì-ao-pĕd]＝我不要辣

味道　▶MP3-253

單字	拼音	中文
เปรี้ยว	[bprià:w]	酸
หวาน	[waán]	甜
ขม	[kóm]	苦
เผ็ด	[pěd]	辣
เค็ม	[kem]	鹹

▶MP3-254

▶ **กินที่นี่หรือใส่ห่อกลับบ้าน**

[gin-tiì-niì-réu:-saǐ-hǒr:-glǎb-baàn]＝內用還是外帶

▶ **กินที่นี่...** [gin-tiì-niì]＝內用

▶ **ใส่ห่อกลับบ้าน** [saǐ-hǒr:-glǎb-baàn]＝外帶（打包）

กินที่นี่หรือใส่ห่อกลับบ้านคะ
[gin-tiì-niì-réu:-saǐ-hǒr:-glǎb-baàn-kã]
內用還是外帶？

ใส่ห่อกลับบ้านครับ
[saǐ-hǒr:-glǎb-baàn-krãb]
外帶（打包）

▶ MP3-255

▶ นี่อะไร [nìi-ǎ-rai] / อันนี้อะไร [an-níi-ǎ-rai]＝這是什麼？
　　　這　　　　　　　　　　這個

▶ นั่นอะไร [nàn-ǎ-rai] / อันนั้นอะไร [an-nán-ǎ-rai]＝那是什麼？
　　　那　　　　　　　　　　那個

▶ นี่เนื้ออะไร [nìi-neuã:-ǎ-rai]＝這是什麼肉？
　　　什麼肉

▶ ทำจากอะไร [tam-jaǎg-ǎ-rai]＝這是什麼做的？
來自　　　　什麼

▶ ทำจากเนื้ออะไร [tam-jaǎg-neuã:-ǎ-rai]＝這是用什麼肉做的？
來自　　　　什麼肉

第二部分

❻ 點餐

261

เนื้อ [neuã:] 肉類 ▶ MP3-256

หมู
[muǔ]
豬

วัว
[wua:]
牛

ไก่
[gaǐ]
雞

ปลา
[bplaa]
魚

ปลาหมึก
[bplaa-meǔg]
章魚

กุ้ง
[gùng]
蝦

ปู
[bpuu]
蟹

ทะเล/ซีฟู้ด
[tã-lee/sii-fuǔd]
海鮮

รวมมิตร
[rua:m-mĩd]
綜合

อันนี้ทำจากเนื้ออะไรครับ
[an-niĩ-tam-jaǎg-neuã:-ǎ-rai-krãb]
這個是什麼肉做的呢?

ทำจากเนื้อหมูค่ะ
[tam-jaǎg-neuã:-muú-kà]
這是豬肉做的。

▶ **เท่าไหร่** [taò-raǐ]＝多少?

▶ **เก็บเงิน** [gěb-nger:n]＝結帳

▶ MP3-257

เท่าไหร่ ครับ
[taò-raǐ-krãb]
多少錢?

50 บาท ค่ะ
[haà-sǐb-baǎd-kà]
50 泰銖。

▶ **อร่อยมั้ยครับ/คะ** [ǎ-rǒr:y-maĩ-krãb/kã]＝好吃嗎?   ▶ MP3-258

▶ **อร่อยครับ/ค่ะ** [ǎ-rǒr:y-krãb/kà]＝好吃

เอาอะไรคะ
[ao-ǎ-rai-kã]
你要什麼?

เอาข้าวผัดกุ้งครับ
[ao-kaàw-pǎd-gùng-krãb]
我要蝦仁炒飯。

點餐時，只需說出您想要的菜名，然後說出肉類的種類即可

▶ MP3-259

ข้าวผัด
[kaàw-pǎd]
炒飯

กุ้ง
[gùng]
蝦

ข้าวผัดกุ้ง
[kaàw-pǎd-gùng]
蝦仁炒飯

ทะเล
[tã-lee]
海鮮

ข้าวผัดทะเล
[kaàw-pǎd-tã-lee]
海鮮炒飯

อาหารไทย [aa-haán-tai] 泰式料理

แกงเขียวหวาน
[gae:ng-kiáw-waán]
綠咖哩

แกงเผ็ด
[gae:ng-pěd]
紅咖哩

แกงกะหรี่
[gae:ng-gǎ-riǐ]
黃咖哩

แกงมัสมั่น
[gae:ng-mǎd-sǎ-mǎn]
瑪莎曼咖哩

ต้มยำกุ้ง
[dtòm-yam-gùng]
泰式鮮蝦酸辣湯
（冬蔭功湯）

ต้มข่า
[dtòm-kaǎ]
泰式椰湯

ผัดกะเพรา
[pǎd-gǎ-prao]
炒打拋

ผัดไทย
[pǎd-tai]
泰式炒河粉

ส้มตำ
[sòm-dtam]
青木瓜沙拉

完整對話練習　▶MP3-261

แม่ค้า [maè:-kaã] 老闆娘	**เอาอะไรคะ** [ao-ǎ-rai-kã] 你要什麼？	
ลูกค้า [luùg-kaã] 顧客	**เอาข้าวผัดหมูและต้มยำกุ้งครับ** [ao-kaàw-pǎd-muú-laẽ-dtòm-yam-gùng-krãb] 我要豬肉炒飯和泰式鮮蝦酸辣湯（冬蔭功湯）。	
แม่ค้า [maè:-kaã] 老闆娘	**เอาเผ็ดมั้ยคะ** [ao-pěd-maĩ-kã] 你要辣嗎？	
ลูกค้า [luùg-kaã] 顧客	**ไม่เอาเผ็ดครับ** [maì-ao-pěd-krãb] 我不要辣。	
แม่ค้า [maè:-kaã] 老闆娘	**เอาเครื่องดื่มมั้ยคะ** [ao-kreuà:ng-deǔ:m-maĩ-kã] 你要飲料嗎？	
ลูกค้า [luùg-kaã] 顧客	**เอาชาเย็น 1 แก้วครับ** [ao-chaa-yen-neǔng-gaè:w-krãb] 我要 1 杯泰式奶茶。	
แม่ค้า [maè:-kaã] 老闆娘	**รอสักครู่ค่ะ** [ror:-sǎk-kruù-kà] 請稍等。	

30 นาทีต่อมา [saám-sĭb-naa-tii-dtŏr:-maa] 30分鐘後

ลูกค้า **เก็บเงินครับ**
[luùg-kaã] [gěb-nger:n-krãb]
顧客 結帳。

แม่ค้า **นี่ค่ะ ทั้งหมด 150 บาท**
[maè:-kaã] [niì-kà / tãng-mŏd-neŭng-rõr:y-haà-sĭb-baǎd]
老闆娘 這裡總共 150 泰銖。

▶ MP3-262

เอาชาเย็น 2 แก้วครับ
[ao-chaa-yen- sór:ng-gaè:w-krãb]
我要2杯泰式奶茶。

單字	拼音	中文
ชา	[chaa]	茶
เย็น	[yen]	涼
ชาเย็น	[chaa-yen]	泰式奶茶
ดื่ม	[deǔ:m]	喝
เครื่องดื่ม	[kreuà:ng-deǔ:m]	飲料
แก้ว	[gaè:w]	杯
รอ	[ror:]	等
รอสักครู่	[ror:-săg-kruù]	等一下
ทั้งหมด	[tãng-mŏd]	全部
บาท	[baǎd]	泰銖

第二部分 ❻ 點餐

267

อุปกรณ์อาหาร [ǔ-bpǎ-gor:n-aa-haán] 餐具　▶ MP3-263

จาน
[jaan]
盤子

ถ้วย
[tuà:y]
碗

ช้อน / ส้อม
[chõr:n / sòr:m]
湯匙/叉子

ตะเกียบ
[dtǎ-giǎ:b]
筷子

แก้ว
[gaè:w]
杯子

หลอด
[lǒr:d]
吸管

บทที่ 7 購物
ไปซื้อของ

泰國有各種各樣的購物場所，從熙熙攘攘的露天市場、喧鬧的夜市、路邊攤和在地商店，一直到大型百貨公司和高端奢侈品專賣店，泰國絕對是個購物天堂！

實用購物用語　▶ MP3-264

- ราคา [raa-kaa]＝價格
- เท่าไหร่ [taò-raǐ]＝多少？
- ราคาเท่าไหร่ [raa-kaa-taò-raǐ]＝價格多少？

ราคาเท่าไหร่ครับ ＝ **เท่าไหร่ครับ**
[raa-kaa-taò-raǐ-krãb]　　[taò-raǐ-krãb]
價格多少呢？　　　　　　多少呢？

50 บาทค่ะ
[haà-sǐb-baǎd-kà]
50 泰銖。

269

▸ กี่ [giǐ]＝幾　　　　　　　　　　　　　　　▶ MP3-265

▸ บาท [baǎd]＝泰銖

▸ ราคากี่บาท [raa-kaa-giǐ-baǎd]＝[價格]幾泰銖？

ราคากี่บาท ครับ　＝　กี่บาท ครับ
[raa-kaa-giǐ-baǎd-krãb]　　[giǐ-baǎd-krãb]
價格幾泰銖？　　　　　幾泰銖？

กี่ [giǐ] 幾＋量詞　　　　　　　　　　　▶ MP3-266

泰文	拼音	中文
กี่บาท	[giǐ-baǎd]	幾泰銖？
กี่คน	[giǐ-kon]	幾人？
กี่วัน	[giǐ-wan]	幾天？
กี่ชั่วโมง	[giǐ-chuà:-moong]	幾小時？
กี่แก้ว	[giǐ-gaè:w]	幾杯？
กี่ชิ้น / อัน	[giǐ-chǐn/an]	幾件？幾個？

▸ แพง [pae:ng]＝貴　　　　　　　　　　　　▶ MP3-267

▸ ถูก [tuǔg]＝便宜

▸ ลดราคา [lõd-raa-kaa]＝降價（折扣）

▸ ลดราคาได้มั้ย [lõd-raa-kaa-daì-maĩ]＝可以降價（折扣）嗎？

▸ ลดหน่อย [lõd-nǒr:y]＝降一點

อันนี้กี่บาทครับ
[an-niĩ-giǐ-baǎd-krãb]
這個幾泰銖？（多少錢？）

▶ MP3-268

250 บาทค่ะ
[sór:ng-rõr:y-haà-sǐb-baǎd-kà]
250 泰銖。

ลดหน่อยได้มั้ยครับ
[lõd-nǒr:y-daì-maĩ-krãb]
可以降一點嗎？

ลดไม่ได้ค่ะ ถูกมากแล้ว
(lõd-maì-daì-kà / tuǔg-maàg-laẽ:w)
不能降了，已經很便宜了。

7 購物

第二部分

▶ ซื้อ...แถม... [seũ:... taé:m....]＝買……送……　　　　　▶ MP3-269

▶ ซื้อ...ฟรี... [seũ:...frii...]＝買……送……

▶ ซื้อ 2 แถม 1 [seũ:-sór:ng-taé:m-neǔng]＝買2送1

▶ ซื้อ 2 ฟรี 1 [seũ:-sór:ng-frii-neǔng]＝買2送1

▶ แถม [taé:m]＝送

▶ ขายยังไง [kaáy-yang-ngai]＝怎麼賣？
　　賣　　　如何

มะละกอขายยังไงครับ
[mã-lã-gor:-kaáy-yang-ngai-krãb]
木瓜怎麼賣？

▶ MP3-270

แพ็คละ 35 ซื้อ 3 แถม 1
[paẽg-lã-35 / seũ:-saám-taé:m-neǔng]
每包 35，買 3 送 1。

ซื้อ 3 แพ็ค ทั้งหมดกี่บาท ครับ
[seũ:-saám-paẽg / tãng-mǒd-giǐ-baǎd-krãb]
買 3 包，全部幾泰銖？（多少錢？）

ทั้งหมด 105 บาท ค่ะ
[tãng-mǒd-neǔng-rõr:y-haà-baǎd-kà]
全部 105 泰銖。

มะละกอ
[mã-lã-gor:]
木瓜

ละ [lã] 每~　▶MP3-271

當我們想要<u>詢問一個單位的商品或服務的價格</u>，或者<u>詢問一個單位的物品數量</u>時可以使用 ละ [lã] 這個詞。

詢問一個單位的商品或服務的價格

量詞 + ละ + เท่าไหร่

[ราคา] คืนละ เท่าไหร่	[(raa-kaa)-keu:n-lã-taò-raĭ]	每晚多少錢？
[ราคา] วันละ เท่าไหร่	[(raa-kaa)-wan-lã-taò-raĭ]	每天多少錢？
[ราคา] แก้วละ เท่าไหร่	[(raa-kaa)-gaè:w-lã-taò-raĭ]	每杯多少錢？
[ราคา] จานละ เท่าไหร่	[(raa-kaa)-jaan-lã-taò-raĭ]	每盤多少錢？
[ราคา] ใบละ เท่าไหร่	[(raa-kaa)-bai-lã-taò-raĭ]	每張多少錢？
[ราคา] กล่องละ เท่าไหร่	[(raa-kaa)-glŏr:ng-lã-taò-raĭ]	每箱多少錢？

第二部分　7 購物

完整對話練習　▶MP3-272

ที่โรงหนัง

[tiì-roong-náng]
在電影院

สวัสดีค่ะ จะดูหนังเรื่องอะไรคะ
[sǎ-wǎd-dii-kà / jǎ-duu-náng-reuà:ng-ǎ-rai-kã]
你好，要看哪部片呢？

เรื่องกวนมึนโฮครับ ตั๋วใบละเท่าไหร่
[reuà:ng-gua:n-meun-hoo-krãb / dtuá:-bai-lã-taò-raǐ]
我要看「你好陌生人」，每張票多少錢？

ใบละ170 บาทค่ะ เอากี่ที่คะ / เอากี่ใบคะ
[bai-lã-neǔng-rõr:y-jěd-sǐb-baǎd-kà / ao-giǐ-tiì-kã] / [ao-giǐ- bai -kã]
每張 170 泰銖，需要幾張呢？

เอา 2 ใบครับ
[ao-sór:ng-bai-krãb]
我要 2 張。

ทั้งหมด 340 บาทค่ะ
[tãng-mǒd-340-baǎd-kà]
全部 340 泰銖。

เอาขนมและเครื่องดื่ม มั้ยคะ
[ao-kǎ-nóm-laẽ-kreuà:ng-deǔm-maĩ-kã]
需要點心和飲料嗎？

ไม่เอาครับ
[maì-ao-krãb]
不要。

▶ MP3-273

單字	拼音	中文
โรงหนัง	[roong-náng]	電影院
ตั๋วหนัง	[dtuá:-náng]	電影票
เรื่อง	[reuà:ng]	部 [電影量詞]
เอา	[ao]	要
ขนม	[kǎ-nóm]	點心
เครื่องดื่ม	[kreuà:ng-deǔm]	飲料

第二部分

❼ 購物

275

完整對話練習 ▶MP3-274

ที่ โรงแรม
[tiì-roong-rae:m]
在飯店

สวัสดีค่ะ ยินดีต้อนรับสู่โรงแรมสยามค่ะ
[sǎ-wǎd-dii-kà / yin-dii-dtòr:n-rãb-suǔ-roong-rae:m-sǎ-yaám-kà]
你好,歡迎蒞臨 SIAM 飯店。

สวัสดีครับ คืนนี้มีห้องว่างมั้ยครับ
[sǎ-wǎd-dii-krãb / keu:n-niĩ-mii-hòr:ng-waàng-maĩ-krãb]
你好,今晚有空房嗎?

มีค่ะ คืนละ 899 บาท จะพักกี่คืนคะ
[mii-kà / keu:n-lã-bpaě:d-rõr:y-gaò-sǐb-gaò-baǎd / jǎ-pãg-giǐ-keu:n-kã]
有的,每晚 899 泰銖,要待幾晚呢?

2 คืน ครับ
[sór:ng-keu:n-krãb]
2 晚。

▶ MP3-275

單字	拼音	中文
โรงแรม	[roong-rae:m]	飯店、旅館
ยินดีต้อนรับ	[yin-dii-dtòrn-rãb]	歡迎光臨
พัก	[pãg]	待、休息
ห้องพัก	[hòr:ng-pãg]	客房
ห้อง	[hòr:ng]	房間
ว่าง	[waàng]	空閒

> MP3-276

```
詢問一個單位的物品數量
量詞① + ละ + กี่ + 量詞②
```

量詞①	ละ	กี่	量詞②	中文意思
กล่อง [glǒng]	ละ [lã] 每	กี่ [giǐ] 幾	ชิ้น [chǐn]	每箱幾個？
กลุ่ม [glǔm]			คน [kon]	每組幾個人？
ห้อง [hòr:ng]			คน [kon]	每房幾個人？
ห้อง [hòr:ng]			เตียง [dtia:ng]	每房幾張床？
คำถาม [kam-taám]			คะแนน [kã-nae:n]	每個問題幾分？

> MP3-277

แขก
[kaě:g]
客人

พักได้ห้องละกี่คนครับ
[pãg-daì-hòr:ng-lã-giǐ-kon-krãb]
每房可以住幾人？

ห้องละ 2 คนค่ะ
[hòr:ng-lã-sór:ng-kon-kà]
每房 2 人。

พนักงาน
[pã-nãg-ngaan]
店員

278

完整對話練習　▶ MP3-278

ที่ห้าง
[tiì-haàng]
在百貨公司

เสื้อตัวนี้ ลองได้มั้ยครับ
[seuà:-dtua:-niĩ-lor:ng-daì-maĩ-krãb]
我可以試穿這件衣服嗎？

ได้ค่ะ ห้องลองอยู่ทางนี้
[daì-kà / hòr:ng-lor:ng-yuǔ-taang-niĩ]
可以，試衣間在這裡。

*** 10 分鐘後 ***

เป็นยังไงบ้างคะ
[bpen-yang-ngai-baàng-kã]
如何呢？

ใหญ่เกินไปครับ มีเล็กกว่านี้มั้ย
[yaĭ-ger:n-bpai-krãb / mii-lẽg-gwaǎ-niĩ-maĩ]
太大了，有比這小的嗎？

มีไซซ์ XS ค่ะ รอซักครู่ นะคะ
[mii-saĩ-xs-kà / ror:-sãg-kruù-nã-kã]
有 XS，請等一下。

第二部分　7 購物

▶ MP3-279

單字	拼音	中文
ลอง	[lor:ng]	試
ห้องลอง	[hòr:ng-lor:ng]	試衣間
ห้าง	[haàng]	百貨公司
เสื้อ	[seuà:]	衣服
เกินไป	[ger:n-bpai]	太……

ขนาด [kǎ-naǎd] 尺寸

▶ MP3-280

ขนาด [kǎ-naǎd] ＝尺寸		
เล็ก	[lẽg]	小
กลาง	[glaang]	中
ใหญ่	[yaǐ]	大

> 泰國通常使用的標準尺寸為
> XS、S、M、L、XL

▶ MP3-281

เล็กเกินไป [lẽg-ger:n-bpai]＝太小　(太)

ใหญ่เกินไป [yaǐ-ger:n-bpai]＝太大

ใหญ่กว่านี้ [yaǐ-gwaǎ-niĩ]＝比這大　(比)

เล็กกว่านี้ [lẽg-gwaǎ-niĩ]＝比這小

第二部分 ❼ 購物

เสื้อผ้า [seuà:-paà] 服飾　▶ MP3-282

เสื้อ
[seuà:]
上衣

กางเกง
[gaang-geeng]
褲子

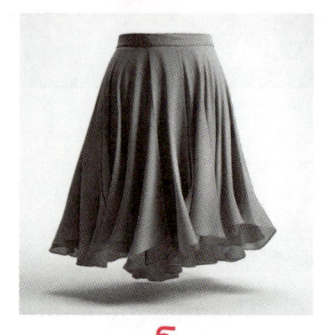

กระโปรง
[gră-bproong]
裙子

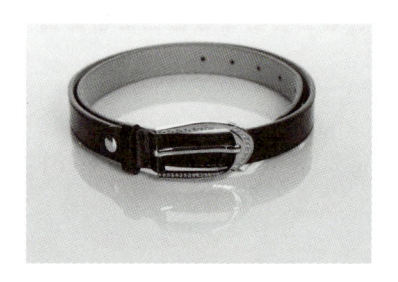

เข็มขัด
[kém-kăd]
皮帶

หมวก
[muǎ:g]
帽子

รองเท้า
[ror:ng-taõ]
鞋子

กางเกงใน
[gaang-geeng-nai]
內褲

ถุงเท้า
[túng-taõ]
襪子

เสื้อใน
[seuà:-nai]
內衣

完整對話練習　▶MP3-283

ราคาเท่าไหร่
[raa-kaa-taò-raĭ]
多少錢？

ลูกค้า : ขอโทษครับ เสื้อตัวนี้ราคาเท่าไหร่
[luùg-kaã : kór:-toòd-krãb / seuà:-dtua:-niĩ-raa-kaa-taò-raĭ]

客戶：不好意思，這件襯衫多少錢？

แม่ค้า : สวัสดีค่ะ เสื้อตัวนี้ราคา 150 บาทค่ะ
[maè:-kaã : sǎ-wǎd-dii-kà / seuà:-dtua:-niĩ-raa-kaa-neǔng-rõr:y-
　　　　　haà-sĭb-baǎd-kà]

老闆娘：您好，這個 150 泰銖。

ลูกค้า : ขอลองใส่ได้ไหมครับ
[luùg-kaã : kór-lor:ng-saĭ-daì-maí-krãb]

客戶：可以試穿看看嗎？

แม่ค้า : ได้ค่ะ
[maè:-kaã : daì-kà]

老闆娘：可以啊！

ลูกค้า : ถ้าซื้อ 2 ตัว คิดยังไงครับ
[luùg-kaã : taà-seũ:-sór:ng-dtua: / kĩd-yang-ngai-krãb]

客戶：如果我買 2 件，多少錢？

แม่ค้า : ถ้าซื้อ 2 ตัว ลด 10 เปอร์เซ็นต์ค่ะ ซื้อ 3 ตัว แถม 1 ตัว

[maè:-kaã : taà-seũ:-sór:ng-dtua:-lõd- sĭb-bper:-sen-kà / seũ:-saám-dtua:- taé:m-neŭng-dtua:]

老闆娘：如果您買 2 件打 9 折，買 3 送 1。

ลูกค้า : โอเค ผมเอา 3 ตัวครับ

[luùg-kaã : ok / póm-ao-saám-dtua:-krãb]

客戶：好啊，那我要 3 件。

แม่ค้า : ทั้งหมด 450 บาทค่ะ

[maè:-kaã : tãng-mŏd-siĭ-rõr:y-haà-sĭb-baăd-kà]

老闆娘：總共 450 泰銖。

ลูกค้า : นี่ครับ 450 บาท

[luùg-kaã : niì-krãb / siĭ-rõr:y-haà-sĭb-baăd]

客戶：這裡，450 泰銖。

แม่ค้า : ขอบคุณค่ะ โอกาสหน้าเชิญใหม่นะคะ

[maè:-kaã : kŏr:b-kun-kà / oo-gaăd-naà-cher:n-maĭ-nã-kã]

老闆娘：謝謝，歡迎再次光臨。

多少錢　　　▶MP3-284

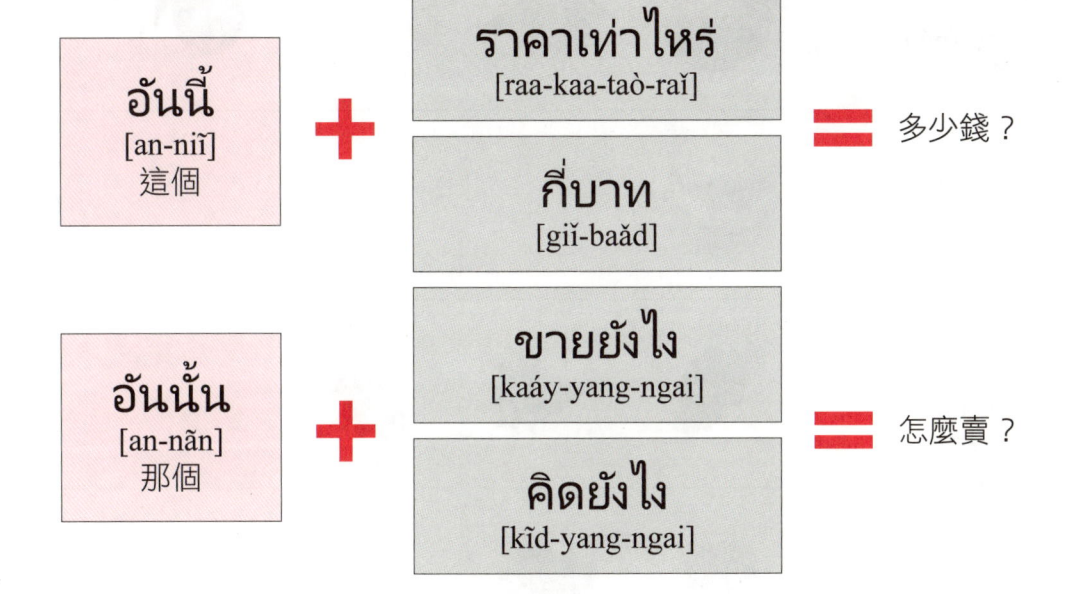

อันนี้ [an-nií] 這個 ＋ **ราคาเท่าไหร่** [raa-kaa-taò-raǐ] ＝ 多少錢？

อันนี้ [an-nií] 這個 ＋ **กี่บาท** [giǐ-baǎd] ＝ 多少錢？

อันนั้น [an-nãn] 那個 ＋ **ขายยังไง** [kaáy-yang-ngai] ＝ 怎麼賣？

อันนั้น [an-nãn] 那個 ＋ **คิดยังไง** [kǐd-yang-ngai] ＝ 怎麼賣？

第二部分　❼ 購物

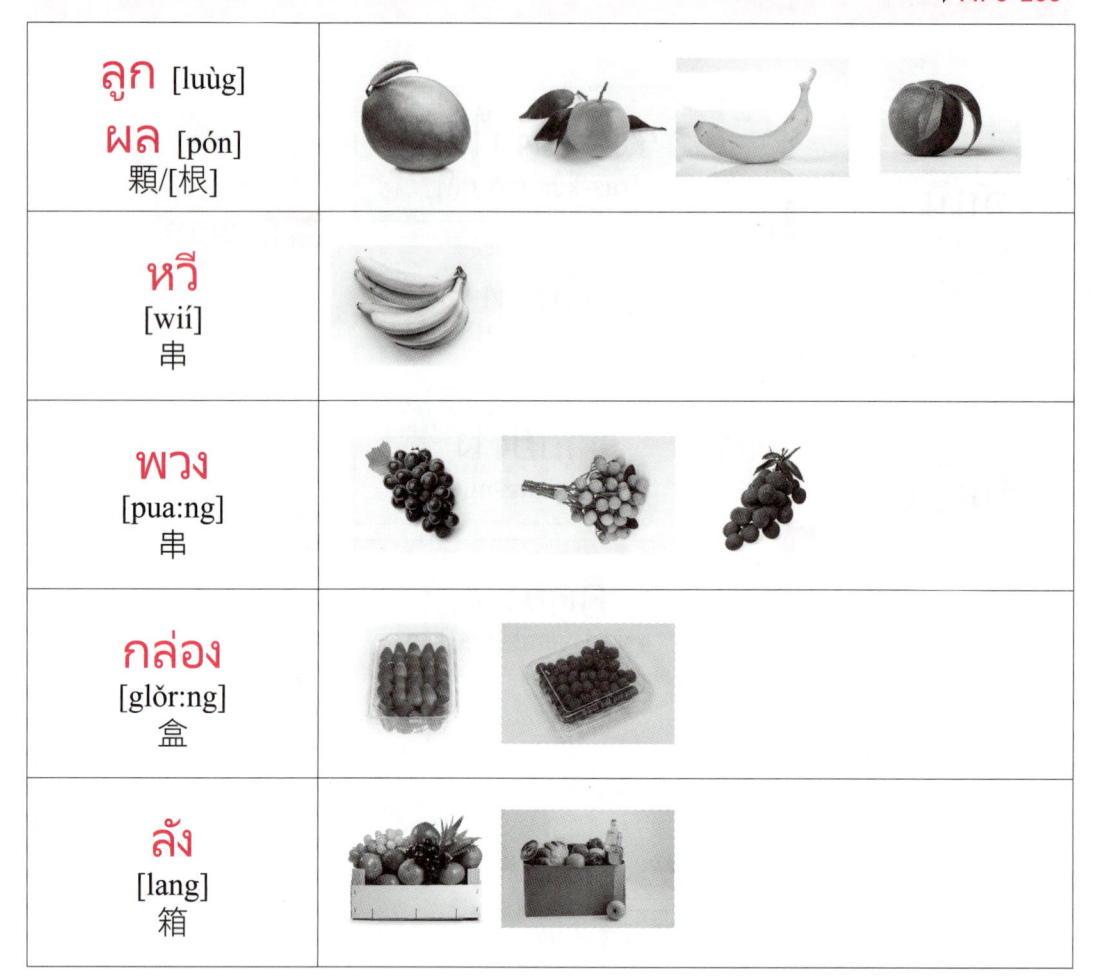

ลูก [luùg] ผล [pón] 顆/[根]	
หวี [wií] 串	
พวง [pua:ng] 串	
กล่อง [glǒr:ng] 盒	
ลัง [lang] 箱	

_____ + _____ ละ เท่าไหร่
[lã taò-raǐ]
_____ + 每 _____ 多少錢？

ทุเรียน ลูก ละ เท่าไหร่
[tũ-ria:n-luùg-lã-taò-raǐ]
榴蓮每顆多少錢？

完整對話練習 ▶ MP3-286

ที่ตลาด
[tiî-dtǎ-laǎd]
在市場

ไปซื้อผลไม้ที่ตลาด
[bpai-seǔ:-pón-lã-maĩ-tiî-dtǎ-laǎd]
去市場買水果

ลูกค้า : ขอโทษครับ ส้มขายยังไง
[luùg-kaã : kór:-toòd-krãb / sòm-kaáy-yang-ngai]
客戶：不好意思，橘子怎麼賣？

แม่ค้า : กิโลละ 50 บาทค่ะ
[maè:-kaã : gǐ-loo-lã-haà-sǐb-baǎd-kà]
店員：橘子每公斤 50 泰銖。

ลูกค้า : กล้วยล่ะครับ หวีละเท่าไหร่
[luùg-kaã : gluà:y-là-krãb / wií-lã-taò-raǐ]
客戶：香蕉每串多少錢？

แม่ค้า : หวีละ 55 บาท 2 หวี 100 บาท
[maè:-kaã : wií-lã-haà-sǐb-haà-baǎd / sór:ng-wií-neǔng-rõr:y-baǎd]
店員：香蕉每串 55 泰銖，兩串 100 泰銖。

第二部分
⑦ 購物

287

ลูกค้า : งั้น ผมเอาส้ม 3 กิโล แล้วก็กล้วย 2 หวี ครับ

[luùg-kaà : ngãn / póm-ao-sòm-saám-gǐ-loo / laẽ:w-gòr:-gluà:y-sór:ng-wií-krãb]

客戶：那我要 3 公斤橘子和 2 串香蕉。

แม่ค้า : ส้ม 3 กิโล 150 บาท กล้วย 2 หวี 100 บาท ทั้งหมดราคา 250 บาทค่ะ

[maè:-kaã : sòm-saám-gǐ-loo-neǔng-rõr:y-haà-sǐb-baǎd / gluà:y-sór:ng-wií-neǔng-rõr:y-baǎd / tãng-mǒd-sór:ng-rõr:y-haà-sǐb-baǎd-kà]

店員：3 公斤橘子 150 泰銖兩串香蕉 100 泰銖，一共 250 泰銖。

ลูกค้า : นี่ครับ 300 บาท

[luùg-kaã : niì-krãb-saám-rõr:y-baǎd]

客戶：這裡，300 泰銖。

แม่ค้า : นี่ค่ะ ส้ม 3 กิโล กล้วย 2 หวี แล้วก็เงินทอน 50 บาท ขอบคุณมากค่ะ

[maè:-kaã : niì-kà / sòm-saám-gǐ-loo / gluà:y-sór:ng-wií / laẽ:w-gòr:-nger:n-tor:n-haà-sǐb -baǎd / kǒr:b-kun-maàg-kà]

店員：這裡，你的 3 公斤橘子 2 串香蕉和找的錢 50 元。謝謝！

ผลไม้ [pón-lã-maĩ] 水果　▶ MP3-287

กล้วย 香蕉 [gluà:y]	ทุเรียน 榴槤 [tũ-ria:n]	แตงโม 西瓜 [dtae:ng-moo]
ส้ม 橙 [sòm]	มังคุด 山竹 [mang-kũd]	เงาะ 紅毛丹 [ngõr]
มะม่วง 芒果 [mã-muà:ng]	มะพร้าว 椰子 [mã-praãw]	องุ่น 葡萄 [ǎ-ngǔn]

第二部分　❼ 購物

289

學習筆記

第三部分
泰語學習困難

ตอนที่ 3
ความยากในการเรียนภาษาไทย

本部分將介紹常見之泰語學習困難點，將泰語學習困難，歸納整理後分為 5 個單元。

本部分有五單元，分別如下：

第 1 單元：泰語子音學習困難點歸納
第 2 單元：泰語母音學習困難點歸納
第 3 單元：泰語聲調學習困難點歸納
第 4 單元：泰語拼讀學習困難點歸納
第 5 單元：泰語語法及其它學習困難歸納

　　在學習本部分之前，建議先將前兩部分徹底學習後，再閱讀本部分。在泰語學習的過程中，若有遇到本部分提及的困難點，代表你並不孤單。解決語言學習困難沒有捷徑，只要好好閱讀本部分為學習者所做的歸納整理，便能更有效率地分析、比較及記憶困難點。

บทที่ 1 泰語子音學習困難點歸納
ความยากในการเรียนรู้พยัญชนะไทย

泰語子音數量多

泰語的子音共計有 44 個，即使扣除已經不再使用的 2 個子音，還是有 42 個子音字母需要學習，數量相較於英文字母多出不少，對初學者來說，一次需記憶大量的陌生字母，實屬不易，需透過大量複習與練習才能精熟。

泰語子音許多字母寫法相似，不易區分

子音字母中有非常多長得相似的字母（表 1-1），甚至還有與部分母音相似的子音，由於不易掌握，導致學習時常出現混淆與錯置等指鹿為馬的情形，雖然字母的長相相似但發音完全不一樣，差之毫釐，失之千里，不可不慎。

表1-1　字型相似的泰語字母

	字型相似字母					
1	ก	ถ	ภ	ฤ（母音）	ฦ（母音）	
2	ด	ต	ค	ฅ	ศ	
3	ผ	พ	ฬ	ฝ	ฟ	
4	บ	ป	ซ	ซ		
5	ฏ	ฎ	ฐ			

293

		字型相似字母				
6	ฌ	ณ	ญ	ฒ		
7	บ	ป	ษ	ป		
8	อ	ฮ				
9	ล	ส				
10	น	ห	ท	ฑ	ม	ฆ
11	ร	ธ	ว	ง	โ（母音）	

🔴 克服小技巧：

1. **比較對照**：將形狀相似的字母分組學習，然後逐組進行比較和對照。透過系統地比較相似的字母，可以更容易地發現它們之間的差異，並加深對每個字母的印象。

2. **練習書寫**：經由反覆練習書寫字母，加深對每個字母形狀的記憶。在書寫的過程中，集中注意力於每個筆畫的順序和形狀。

泰語子音筆順書寫困難

　　泰語的子音字母的筆劃雖大多可以一筆完成，但由於很多字型相似，每個字母的圈圈朝內或朝外，以及尾巴平行或突出均不相同，導致許多初學者需要先花時間思考才敢下筆，或是寫出來後才發現錯誤，不斷修改。其實遇到這樣的問題，只要細心觀察多練習，一定可以克服。

　　當發現自己的字母書寫出錯時，不要害怕修改，及時糾正錯誤可以幫助加深對字母書寫規則的理解。學習需要時間和耐心，保持積極的學習態度，逐漸提高書寫正確性。

克服小技巧：

1. **學習標準筆劃**：使用本書練習冊觀察標準的泰語字母書寫範例，注意字母的書寫方向、筆劃順序和結構。透過反覆練習來提高書寫技巧。練習書寫相似字母的對比，逐漸加深對它們的理解和記憶。
2. **比較對照**：將相似字母的書寫範本進行比較對照，注意它們之間筆劃順序的細微差別。透過比較對照，你可以更清楚地理解每個字母的特點，並加深對它們的記憶。
3. **觀察細節**：在書寫時，特別注意觀察每個字母的圈圈方向和尾巴的形狀。練習時可以先以較慢的速度書寫，注意每一筆的方向和形狀，逐漸提高書寫的準確度和速度。

泰語子音分成中子音、高子音、低子音三組

泰語的子音不但數量多,且為了聲調的發音規則需要,分成「中子音」、「高子音」及「低子音」,低子音又可再加以區分「單低子音」和「雙低子音」,學習時必須將不同子音的分類熟記清楚,不同類別的子音,發音規則均不同,子音分類如表 1-2 所示。

表1-2　子音分類表

類別	字母						
中子音 (共9個)	ก	จ	ด ฎ	ต ฏ	บ	ป	อ
高子音 (共11個)	ข ฃ	ฉ	ถ ฐ	ผ	ฝ	ส ศ ษ	ห
低子音 雙低子音 (共14個)	ค ฅ ฆ	ช ฌ	ท ธ ฑ ฒ	พ ภ	ฟ	ซ	ฮ
低子音 單低子音 (共10個)	ง	ย ญ	ม	น ณ	ร	ล ฬ	ว

克服小技巧:

1. **系統學習**:先花時間系統學習不同子音的分類和發音規則。理解每種子音的特點和發音規律。
2. **分類記憶**:將中子音、高子音和低子音分別列出,並加以區分。
3. **口訣記憶**:將每一類子音用「念經」方式不斷複誦,很快就能琅琅上口。

同音字母多,不但要記字母,還要記字母的名字

由於泰語的子音字母有些是同音字(表 1-3),因此必須同時熟記字母的名字以便區別同音的不同字母。即使是不同音的字,也會因為溝通之需要,均需把子音字母的名字全部記下。

表1-3　泰語子音同音字母

	同音字母			同音字母	
	基本常用	不常用		基本常用	不常用
1	ด [d]	ฎ	7	ท [t]	ฑ、ฒ、ธ
2	ต [dt]	ฏ	8	พ [p]	ภ
3	จ [k´]	ฐ	9	ช [ch]	ฌ
4	ส [s´]	ศ、ษ	10	น [n]	ณ
5	ถ [t´]	ฐ	11	ย [y]	ญ
6	ค [k]	ฅ、ฆ	12	ล [l]	ฬ

克服小技巧:

1. **按部就班**:先花時間學習「基本子音」,等確認已熟悉基本常用字母後再開始學同音字,基本子音較常使用,其同音字出現的頻率較低。
2. **記熟名字**:因為同音,將其名字分別記熟才易於溝通。

子音與尾音發音不同且數量多

泰語的尾子音共有 8 個音，可以分成「清尾音」與「濁尾音」兩種（表1-4），也是影響泰語聲調非常重要的元素，所以尾音規則必須熟記。清尾音比較好學習，而濁尾音雖然音少但數量太多，而且當同一個字母作為子音時，與作為尾音時的發音並不一定相同（表 1-5），因此每個子音字母除了要學會子音的發音，還必須記尾音的發音，這也導致許多學習者學習時混淆。

表1-4　尾子音發音

尾音種類	發音	字母
清尾音	-ง [ng]	-ง
	-น [n]	-น、-ณ、-ญ、-ร、-ล、-ฬ
	-ม [m]	-ม
	-ย [y]	-ย
	-ว [w]	-ว
濁尾音	-ก [g]	-ก、-ข、-ค、-ฆ
	-ด [d]	-ด、-ฎ、-ต、-ฏ、-ถ、-ฐ、-ท、-ฑ、-ธ、-ฒ、-ศ、-ษ、-ส、-จ、-ช、-ซ
	-บ [b]	-บ、-ป、-พ、-ภ、-ฟ

克服小技巧：

1. **按部就班**：先花時間學習「清尾音」，等確認已熟悉清尾音後再開始學習「濁尾音」。
2. **口訣記憶**：本書第 000 頁有提供記憶口訣，較容易將全部尾音記起來。
3. **刪去法**：尾音中最難記憶的就是濁尾音「-ด」[d] 的字母，真的無法記憶「-ด」[d] 的尾音字母，可以使用刪去法，也就是說不是其他尾音的字母就都是「-ด」[d]。

表1-5　子音字首字尾發音比較表

中子音 字母	字首發音	字尾發音	單低子音 字母	字首發音	字尾發音
ก	ก [g]	ก [g]	ง	ง [ng]	ง [ng]
จ	จ [j]	ด [d]	ย ญ	ย [y]	ย [y]/น [n]
ด ฎ	ด [d]	ด [d]	ม	ม [m]	ม [m]
ต ฏ	ต [dt]	ด [d]	น ณ	น [n]	น [n]
บ	บ [b]	บ [b]	ร	ร [n]	น [n]
ป	ป [bp]	บ [b]	ล ฬ	ล [l]	น [n]
อ	不發音	無	ว	ว [w]	ว [w]

高子音 字母	字首發音	字尾發音	雙低子音 字母	字首發音	字尾發音
ข ฃ	ข [k]	ก [g]	ค ฅ ฆ	ค [k]	ก [g]
ฉ	ฉ [ch]	無	ช ฌ	ช [ch]	ด [d]/無
ถ ฐ	ถ [t]	ด [d]	ท ธ ฑ ฒ	ท [t]	ด [d]
ผ	ผ [p]	無	พ ภ	พ [p]	บ [b]
ฝ	ฝ [f]	無	ฟ	ฟ [f]	บ [b]*
ส ษ ศ	ส [s]	ด [d]	ซ	ซ [s]	ด [d]*
ห	ห [h]	無	ฮ	ฮ [h]	無

（＊通常只出現在外來語中）

尾音難分辨

中文也有清尾音，所以也會有「ㄣ」、「ㄥ」不分的情形，在學習泰語時也會有類似的學習困擾，除了「n」和「ng」不分的情形之外，也常常因為沒有注意到「m」尾音需要閉嘴巴，造成「n」和「m」不分的情形。

而真正困擾學習者的是濁尾音（g、d、b 尾音），除了字母數量多，因為中文也沒有濁尾音的概念，而泰語在發音時濁尾音又不清晰，所以初學者遇到濁尾音的單詞時特別容易搞混，常見泰語尾音混淆單詞如表 1-6 所示。

表1-6 常見尾音混淆單詞　▶ MP3-288

	泰語單詞	中文	泰語單詞	中文
1	กรอก	填寫	กรอบ	脆、框
2	บอก	説	บอด	瞎
3	เลือก	選擇	เลือด	血
4	เจ็ด	七	เจ็บ	痛
5	รอด	存活	รอบ	回合
6	ตัด	切	ตับ	肝
7	ผัด	炒	ผัก	蔬菜
8	หลอด	管子	หลอก	騙
9	บวก	加	บวช	出家
10	หาด	海灘	หาก	如果
11	หัด	練習、麻疹	หัก	減少、折斷
12	รูด	滑動	รูป	照片

	泰語單詞	中文	泰語單詞	中文
13	ประโยค	句子	ประโยชน์	益處
14	เข็น	推	เข็ม	針、皮帶
15	ข้าง	邊	ข้าม	過
16	ลง	下去	ลม	風
17	เทียน	蠟燭	เทียม	人造的
18	เล่น	玩	เล่ม	冊
19	ด้าน	邊、向	ด้าม	支（筆）
20	ต้น	植物量詞	ต้ม	煮沸
21	คุ้น	熟悉的	คุ้ม	划算的
22	ชิน	習以為常	ชิม	品嘗
23	หลวง	皇家的	หลวม	鬆的
24	ขึ้ง	憤怒	ขึ้น	上升
25	พยาน	證人	พยางค์	音節
26	ปลอด	沒有	ปลอบ	舒緩
	ปลอก	套（管）		
27	เล็ก	小的	เล็ด	籽、滴淚
	เล็บ	指甲		
28	นัด	約會	นัก	生、者（人）
	นับ	計數		

> **克服小技巧：**

1. **專注練習**：將注意力集中在尾音上，透過反覆聆聽音檔和模仿正確的發音，以及大量的練習，來逐步提高對尾音的聽辨和發音能力。
2. **注意口型**：不同尾音的口形不同的，注意發音時的口型會更容易判斷正確的尾音。
3. **自我要求**：在讀每個單詞時，要求發音位置要正確，尤其是發尾音「-ม」[m] 及「-บ」[b]，該閉嘴就要閉嘴，千萬不要覺得差不多就可以。

發音困難子音「ร」與「ง」

「ร」屬於彈舌音，由於中文並沒有類似發音，因此許多學習者都無法發出此音；而「ง」屬於較難發的鼻腔音，發音時軟顎的位置較難掌握，因為中文也未有類似的發音，造成許多學習者都無法正確發出此音。這兩個音是學習泰語初期最容易讓學習者受挫的音。要能夠完全正確發音，唯有不斷練習與模仿，就算是泰語母語人士也有些人亦不能正確發此音，所以不需氣餒。

克服小技巧：

1. **專注練習**：將注意力集中在這兩個音的練習上。透過反覆練習發音，逐漸加深對彈舌音和鼻音的理解和掌握。
2. **模仿發音**：嘗試模仿泰語母語者的發音，特別是這兩個音的發音。透過聆聽和模仿正確的發音，來學習和掌握發音技巧。
3. **調整發音位置**：針對彈舌音「ร」，試著調整舌頭的位置，使其能夠彈出正確的音。對於鼻音「ง」，則需要調整軟顎的位置，確保氣流從鼻腔中通過。
4. **對照母語**：利用與自身母語類似的發音學習，例如「ง」的發音類似台語「黃」的發音位置。

發音難辨的子音

由於中文沒有「ด」[d] 與「บ」[b] 的發音，導致許多學習者分不清楚「ด/ต」與「บ/ป」的發音，發音時會用錯誤的位置發音，把「ด」讀成「ต」，「บ」讀成「ป」，常造成聽與說的誤解（表1-7）。

ด [d]　ต [dt]→ㄉ
บ [b]　ป [bp]→ㄅ

表1-7　常見「ด/ต」與「บ/ป」混淆單詞　▶ MP3-289

	泰語單詞 （ด/บ）	中文	泰語單詞 （ต/ป）	中文
1	ได้	可以	ใต้	下面
2	ดี	好的	ตี	打
3	ดำ	黑色	ตำ	搗
4	ดัดผม	燙頭髮	ตัดผม	剪頭髮
5	ใด	任何	ไต	腎臟
6	ดับ	熄滅	ตับ	肝臟
7	ดึง	拉	ตึง	緊的
8	เดือน	月	เตือน	警告
9	บิน	飛	ปิน	爬
10	บ้า	瘋	ป้า	阿姨
11	ใบ	葉子	ไป	去

> **克服小技巧：**

1. **聽力訓練**：聆聽泰語的發音，特別是「ด」[d] 和「บ」[b]，多聽泰語發音，有助於培養對這些音的聽覺辨別能力。
2. **模仿發音**：嘗試模仿泰語母語者的發音，特別是「ด」[d] 和「บ」[b]。透過模仿，能夠更好地理解和掌握正確的發音方式。
3. **對照母語**：利用與自身母語類似的發音學習，第 000 頁有分辨方式。

บทที่ 2 泰語母音學習困難點歸納
ความยากในการเรียนสระไทย

泰語母音數量多

　　泰語的母音共有 32 個,可以分為「單母音」、「複合母音」及「特殊母音」三種,其中「單母音」及「複合母音」又可再分為「長音」與「短音」(表2-1)。需要熟記的子音有 44 個,再加上母音有 32 個,共需要記憶 76 個字母,是需花大量時間才能熟記的分量,也因為數量太多導致使用時容易造成混淆,但是只要參照下面的各種分類表格,相信必能很快上手。

表2-1 泰語母音分類表

單母音	短音	-ะ	-ิ	-ุ	-ึ	เ-อะ	เ-ะ	แ-ะ	โ-ะ	เ-าะ
	長音	-า	-ี	-ู	-ือ	เ-อ	เ-	แ-	โ-	-อ
複合母音	短音	เ-ียะ	เ-ือะ	-ัวะ	ฤ	ฦ	-	-	-	-
	長音	เ-ีย	เ-ือ	-ัว	ฤๅ	ฦๅ	-	-	-	-
特殊母音		-ำ	ไ-	ใ-	เ-า	-	-	-	-	-

克服小技巧:

1. **學習標準筆劃**:使用本書練習冊觀察標準的泰語字母書寫範例,注意字母的書寫方向、筆劃順序和結構。透過反覆練習來提高書寫技巧。練習書寫相似字母的對比,逐漸加深對它們的理解和記憶。
2. **口訣記憶**:將每一類母音用「念經」方式不斷複誦「短音」+「長音」,一組一組複誦,很快就能琅琅上口。

泰語的許多母音字母寫法相似，不易區分

母音長短音寫法類似可以理解，但有些母音的長相雖然相似，但發音卻差別很大，甚至和部分的子音母相似（表 2-2），容易造成誤讀。

表2-2　字型相似的泰語母音字母

	字型相似母音字母			
1	ไ-	ใ-	โ-	ร（子音）
2	เ-า	เ-าะ	เ-อ	เ-อะ
3	◌ิ	◌ี	◌ึ	◌ื
4	เ-ียะ	เ-ือะ	เ-ีย	เ-ือ
5	-า	-ำ	-	-

克服小技巧：

1. **注意細節差異**：仔細觀察每個字母的細節，特別是相似字母之間微小的差異。這些差異，可能是形狀的細微變化，也可能是筆劃的位置等。找出它們之間的區別非常重要。

2. **練習書寫**：經由反覆練習書寫字母，加深對每個字母形狀的記憶。在書寫的過程中，集中注意力於每個筆畫的順序和形狀。

3. **對比學習**：將相似的字母進行比對學習。將它們放在一起，一邊觀察一邊比較，注意它們之間的差異。透過比對學習，有助於加深記憶並提高辨識能力。

泰語的母音擺放位置不固定

泰語中的每個母音字母都有固定的位置（表 2-3），並且在某些情況下，當母音發生形變時，其位置也會發生改變。這對初學者來說可能是一個挑戰，因為需要準確記憶每個母音的位置，並學會在不同情況下應用正確的位置。

表2-3　泰語母音位置

擺放位置	泰語母音
子音上面	◌ิ、◌ี、◌ึ、◌ื（-ือ形變）、◌ั（-ะ形變）
子音下面	◌ุ、◌ู
子音左邊	เ-、แ-、โ-、ใ-、ไ-
子音右邊	-ะ、-า、-อ、-ว（-ัว形變）
子音上＋右	-ำ、-ัว、-ัวะ、-ือ、-ือ（เ-าะ形變）
子音左＋右	เ-ะ、แ-ะ、โ-ะ、เ-อ、เ-อะ、เ-า、เ-าะ
子音上＋左	เ◌็（เ-ะ形變）、แ◌็（แ-ะ形變）、เ◌ิ（เ-อ形變）
子音上＋左＋右	เ-ียะ、เ-ีย、เ-ือะ、เ-ือ

克服小技巧：

1. **反覆練習**：透過反覆練習，逐漸加深對每個母音位置的記憶。可以使用本書練習冊來進行練習。

2. **分步學習**：將學習過程分成小步驟，逐一學習每個母音的位置。先從最常用的母音開始，逐漸擴大範圍，直到能夠熟悉所有母音的位置。

泰語母音形變多，難以辨識

泰語除了需要熟記原本的母音字母，當其遇到尾音時，有些母音又會形變，因此需要再熟記形變後的母音，以及何時需要形變，泰語母音形變如表2-4所示。

表2-4　泰語母音形變

母音原型	母音形變
-ะ	◌ั +尾音
-า	-า+尾音
-ิอ	-ิ +尾音
เ-าะ	-็อ+尾音
เ-ะ	เ-็+尾音
แ-ะ	แ-็+尾音
เ-อ	เ-ิ+尾音、เ-（+ย時）
โ-ะ	省略不寫出

克服小技巧：

1. **檢查尾音**：母音的形變都是因為有尾音的關係，所以有尾音的單字，要特別注意母音是否有形變。
2. **系統化學習**：將泰語母音的形變規則系統化地學習，理解每個母音在不同情境下的形變規律。上表將這些規則整理成表格，方便隨時查閱和複習。

泰語母音分長短

中文發音時無長短音的概念，雖然泰語的「長母音」就是讀長一些，「短母音」就是讀短一些，這些基本觀念很好理解，但是當語速一快，對於字彙量不夠多的學習者而言，長短音並不好分辨。例如：「สด」（新鮮的）與「โสด」（單身）、「เข้า」（進入）與「ข้าว」（飯），其他常見的長短母音易混淆單詞如表 2-5 所示。

另外，有些長短母音的讀音不會依照實際的拼寫規則發音，例如：「แรด、เพชร、เก่ง、ต้อง、เล่น、เป็น」等，雖然字面上寫長母音，實則讀短音。還有些半短音（被省略不寫出的「-ะ」），比短音更短，例如：「สบาย、สวัสดี」中的「สะ」，因為太短，聲調聽起來像是用一聲帶過。

表2-5　常見長短母音易混淆泰語單詞　▶ MP3-290

	單詞（短母音）	中文	單詞（長母音）	中文
1	ผม	我	ผอม	瘦的
2	สด	新鮮的	โสด	單身
3	เข้า	進入	ข้าว	飯
4	แกะ	綿羊	แก่	老
5	ส้ม	橙橘	ส้อม	叉子
6	ไอ	咳嗽	อาย	害羞
7	จำ	記憶	จาม	打噴嚏
8	ยำ	涼拌	ยาม	警衛
9	แตะ	觸碰	แต่	但是
10	เสา	柱子	สาว	女孩

	單詞（短母音）	中文	單詞（長母音）	中文
11	บัตร	卡片	บาท	泰銖
12	ไร้	沒有	ร้าย	邪惡的
13	ทัน	來得及	ทาน	吃
14	หัก	減少	หาก	如果
15	หัด	練習、麻疹	หาด	海灘
16	วัน	天	วาน	昨天
17	ปลุก	叫醒	ปลูก	種植

克服小技巧：

1. **放慢語速**：在初學階段可以嘗試放慢語速，專注於每個音節的發音。逐漸增加語速，直到能夠準確區分長短音。

2. **常用詞彙對照練習**：針對一些常用的詞彙，特別是容易混淆的詞彙，進行重點訓練。例如，可以選擇上表如「สด」和「โสด」的詞彙，反覆練習它們的發音，聽出長短差異點。

發音難辨母音

泰語的母音中，有幾組發音非常類似，並不容易聽出差異，例如，學習者常將「ต้มยำกุ้ง」唸成「ต้มยำก้น」、「คน」唸成「คุณ」。泰語中常見的發音相似難辨的母音如表 2-6 所示。

表2-6　發音相似的泰語母音　　▶MP3-291

	發音相似的母音	
1	เ-ะ	แ-ะ
2	เ-	แ-
3	ือ	เ-อ
4	ือ	เ-อะ
5	-อ	โ-
6	เ-าะ	โ-ะ
7	-ุ	โ-ะ

克服小技巧：

1. **聽力與模仿**：多聽泰語母語者的語音，並嘗試模仿他們的發音。透過不斷練習，逐漸熟悉並能夠區分這些相似的發音。

2. **反覆訓練聽力**：選擇一些常見的單詞或短語，特別是容易混淆的那些，反覆練習它們的發音。透過持續的練習，會逐漸熟悉並掌握正確的發音。進行大量的聽力訓練，特別是涉及到這些相似發音的情境，利用多聽取不同語境下的發音，有助於提高對相似發音的感知能力。

「ใ-」與「ไ-」常用錯

泰語母音「ใ-」與母音「ไ-」的發音相同，雖然是同音，但是不可任意混用，需熟記哪些字用「ใ-」（表2-7），哪些字用「ไ-」，學習者若沒熟記清楚，常會將此兩個母音混用。

表2-7 使用「ใ-」的泰文詞彙　▶MP3-292

	泰文	中文		泰文	中文
1	ใกล้	近的	11	ใบ้	啞巴
2	ใคร	誰	12	ใฝ่	對～感到興趣
3	ใคร่	慾望	13	ใย	網、絲
4	ใจ	心	14	สะใภ้	女性之姻親
5	ใช่	是的	15	ใส	明亮的
6	ใช้	使用	16	ใส่	穿、裝、放
7	ใด	任何	17	หลงใหล	沉迷
8	ใต้	在～下方	18	ให้	給
9	ใน	在～裡面	19	ใหญ่	大的
10	ใบ	葉子	20	ใหม่	新的

克服小技巧：

1. **熟記使用「ใ」的單詞**：泰語中僅有上表 20 個單字使用「ใ-」，其餘皆使用「ไ-」。

313

บทที่ 3 泰語聲調學習困難點歸納
ความยากในการเรียนรู้ระบบเสียงภาษาไทย

泰語聲調與中文有差異,且無聲調符號時,聲調發音規則多

　　泰語有 5 個聲調,雖然與中文聲調有相似的音調,但實際上和中文 4 個聲調並不一致(表 3-1),導致發音時就算知道是第幾聲卻發音不準確。而且要知道應該發第幾聲調時,則必須透過拼字的規則來確認聲調,有聲調符號時,可以馬上知道是第幾聲,但是當沒有聲調符號時,就必須熟記發音規則(表 3-3)才能知道正確的聲調,還需透過練習及模仿才能將泰語聲調發在正確的調值上面。

表3-1　泰語與中文聲調調值比較表

	第 1 聲	第 2 聲	第 3 聲	第 4 聲	第 5 聲
泰語調值	3-3	2-1	4-1	4-5	1-4
中文調值	5-5	3-5	2-1-4	5-1	×

　　由表 3-1 可知泰語第 1 聲(3-3)與中文第一聲(5-5)均是平調,只是音高的水平有些不同,中文第 1 聲降低一點音高就是泰語的第 1 聲了。

　　泰語第 2 聲(2-1)與中文第 3 聲(2-1-4),音值都是「2-1」開始,但中文最後還會向上揚(4),而泰文則維持在(1),中文第 3 聲讀短時,沒有向上揚時,就與泰語第 2 聲雷同。

　　泰語第 3 聲(4-1)與中文第 4 聲(5-1),都是下降的聲調,只是中文音高水平高一點點。

泰語第 4 聲（4-5）與中文第 2 聲（3-5），都是向上的聲調，但是泰語第 4 聲起始的音值較高，也是最難發的聲調。

泰語第 5 聲（1-4）與中文第 2 聲（3-5），都是向上的聲調，但是泰語第 5 聲起始的音值低。

所以在泰語教學中，老師常常將泰語與中文的相似音調作比較（表 3-2），讓學習者先從母語的音調中，讀出相似的泰語音調。

表3-2　泰語與中文聲調雷同表

泰語	第1聲 3-3	第2聲 2-1	第3聲 4-1	第4聲 4-5	第5聲 1-4
類似中文	第1聲 5-5	第3聲 2-1-4	第4聲 5-1	第2聲 3-5	第2聲 3-5

表3-3　泰語無聲調符號發音規則表

	中子音	高子音	低子音
＋長母音	第1聲	第5聲	第1聲
＋短母音	第2聲	第2聲	第4聲
＋長母音＋清尾音	第1聲	第5聲	第1聲
＋短母音＋清尾音	第1聲	第5聲	第1聲
＋長母音＋濁尾音	第2聲	第2聲	第3聲
＋短母音＋濁尾音	第2聲	第2聲	第4聲
＋特殊母音 -ำ ใ- ไ- เ-า	第1聲	第5聲	第1聲

克服小技巧：

1. **熟悉泰文聲調符號**：每個聲調符號都有不同的音調走勢和發音規則，了解這些符號對於正確發音至關重要。
2. **聽力練習**：大量聆聽泰語母語者的語音素材，特別是包含不同聲調的詞彙和短語來培養聽辨能力。嘗試辨別不同聲調的發音特點，逐漸提升對泰語聲調的感知和識別能力。
3. **模仿發音**：模仿泰語母語者的發音，特別是針對不同聲調的發音。通過不斷模仿和調整發音，逐漸提高泰語聲調的準確性和流利度。

泰語詞彙有聲調符號時，其聲調的發音規則不一樣

　　泰語的詞彙就算加上聲調符號，但是中、高、低子音加上聲調符號時，還是聲調規則有些許差異必須遵循（表3-4），如果沒有先掌握子音的分群，即使有加上聲調符號，還是會導致學習者發錯聲調。另外，有些學習者會將聲調符號「◌๊」與短音符號「◌ั」混淆。

表3-4　泰語無聲調符號發音規則表

聲調符號 子音群	◌่ 二聲符號	◌้ 三聲符號	◌๊ 四聲符號	◌๋ 五聲符號
中子音	第2聲	第3聲	第4聲	第5聲
高子音	第2聲	第3聲	✕	✕
低子音	第3聲	第4聲	✕	✕

克服小技巧：

1. **熟悉子音分群**：子音通常會根據中、高、低的分類來搭配聲調符號，一定要先熟悉哪些子音屬於中、高、低類別，再學習各別子音群與聲調符號正確搭配的方式，掌握這些規則是準確發音的基礎。
2. **低子音特殊規則**：遇到低子音一定要記得「標2讀3、標3讀4」。

尾子音影響聲調

　　泰語的尾音分為「清尾音」與「濁尾音」，當尾音是清尾音時，通常會導致音節是開音節，而濁尾音則會導致音節是閉音節。開音節與閉音節的區別會影響聲調，尤其在泰語中，聲調對於詞義的區別具有極其重要的作用。因此，在掌握尾音時，需要同時注意開合音節的概念，並了解其對於聲調的影響。特別當低子音加上濁尾音時，還會因為母音的長短，使得聲調也會跟著有所不同（表 3-3），需要綜合多項聲調的發音規則才能正確發音。

克服小技巧：

1. **熟悉尾音分群**：一定要先清楚判斷是「清尾音」還是「濁尾音」。
2. **判斷開閉音節**：清尾音會造成「開音節」，濁尾音會造成「閉音節」，詳見本書 124 頁。

有些聲調不易辨別

泰語的 5 個聲調中,第 4 聲與第 5 聲,都是往上揚的聲調(表 3-1),常常造成學習者對此兩聲調的混淆,常見單詞如表 3-5 所示,透過兩兩比較,將更容易分辨兩聲調之差異。

表3-5　常見相似聲調易混淆單詞　　▶MP3-293

	泰文	中文	泰文	中文
1	หมา(第5聲調)	狗	ม้า(第4聲調)	馬
2	เขียว(第5聲調)	綠色	เคี้ยว(第4聲調)	咀嚼
3	เหนือ(第5聲調)	北方	เนื้อ(第4聲調)	肉
4	สาย(第5聲調)	遲到	ซ้าย(第4聲調)	左邊
5	เขา(第5聲調)	山	เค้า(第4聲調)	他
6	ฉาย(第5聲調)	放射	ใช้(第4聲調)	使用
7	หลาน(第5聲調)	姪子	ล้าน(第4聲調)	百萬
8	หรู(第5聲調)	奢華	รู้(第4聲調)	知道
9	หน่อย(第2聲調)	再～一點	น้อย(第4聲調)	少
10	ไกล(第1聲調)	遠的	ใกล้(第3聲調)	近的
11	ซวย(第1聲調)	倒楣的	สวย(第5聲調)	美麗的
12	ตัว(第1聲調)	身體	ตั๋ว(第5聲調)	票
13	เดียว(第1聲調)	單身的	เดี่ยว(第2聲調)	單一的

克服小技巧：

1. **聆聽範例**：仔細聆聽泰語母語者的發音示範，特別是關於第 4 聲和第 5 聲的單詞或短語。仔細比較第 4 聲和第 5 聲之間的音調差異。雖然它們都是往上揚的聲調，但它們的音高、音調的起伏均不同。通過細緻觀察和比較，可以幫助學習者更好地理解它們之間的區別，提高對這兩個聲調的敏感度。

2. **利用語境**：遇到無法區分 4 聲或 5 聲時，留意所在的語境。有時候，語境、特定詞語或句子結構會告訴你是哪一個字，利用句子中的上下文可以更好地理解它們的使用情況。

有些字在實際生活使用時會轉調

泰語的發音規則基本上有一套聲調系統，但如果遇到外來語（借用字）時，常常會不按照字面上的發音規則，造成拼字與發音不一致情形，有時音調往上揚，有時則須向下，需要憑藉語感與經驗發出正確的聲調（表 3-6）。

表3-6　常見泰語外來詞彙聲調轉調　▶ MP3-294

常見轉調	例字
外來語 เ-อร์ → เ้อร์	คอมพิวเตอร์（computer） เฟอร์นิเจอร์（furniture） พาวเวอร์（power）
外來語 รี → รี้	สตรอเบอร์รี（strawberry）
外來語改讀第 4 聲	ไมค์（Mike） กอล์ฟ（golf）

另外，有些常見的詞彙，在泰語已經約定俗成轉調（表 3-7），若按照字面上聲調念，往往不道地，也與實際的發音有出入。

表3-7　常見泰語詞彙聲調轉調　▶ MP3-295

常見轉調	例字
第 5 聲 → 第 4 聲	ฉัน（我）、เขา（他）、ไหม（嗎）、เสียก่อน（先）、หนังสือ（書）
第 2 聲 → 第 4 聲	สักคน（某人）
第 3 聲 → 第 4 聲	เมื่อกี้（剛剛）、ป๊ะ（嗎）

第 3 聲 → 第 2 聲	โธ่เอ๊ย（天啊）、ล่ะ（語助詞）、ค่ะ（語助詞）
第 4 聲 → 第 1 聲	นาฬิกา（手錶）、บริษัท（公司）、ทะเลาะ（爭吵）

克服小技巧：

1. **不規則中找規則**：外來語雖有轉調，但轉調的方式還是有跡可循。
2. **聆聽和模仿**：多聆聽泰語母語者使用這些轉調詞彙，特別是在真實的語境中嘗試模仿他們的發音，泰國人怎麼唸就跟著怎麼唸，漸漸培養語感，發音才能更道地。

同聲調同音不同字

泰語有很多同音不同字（類似中文的同音字，發音一樣，但是寫法不同，意思也不同），有兩種情形造成同音字。

第一種情形是，因為泰文的字母中有「同音字母」、「同音尾音」，不同字母卻發音相同，形成同音卻不同字（表 3-8）。

表3-8　常見的同音字母造成之同音字　▶MP3-296

	泰文	中文	泰文	中文
1	สมุด	筆記本	สมุทร	海洋
2	ค่า	費用	ฆ่า	殺
3	เสา	柱子	เสาร์	星期六
4	พุธ	星期三	พุทธ	佛教徒
5	คัน	癢	ครรภ์	懷孕
6	เพศ	性	เภท	類型
7	กด	按壓	กฎ	法律
8	รด	澆	รถ	車
	รส	味道		
9	สุก	熟	สุข	快樂
	ศุกร์	星期五		

第二種情形是在聲調部份，因為「高子音 /ห 低子音＋ ̂ 」會發第 3 聲，例如：「หน้า」（臉），而「低子音＋ ̀ 」，例如：「น่า」（值得～）也會發第 3 聲，造成同音但不同字的情況（表 3-9）。

學習者在拼讀時若沒記熟，就會陷入不知該選哪一個同音字母的窘境，例如：「รถ」（車輛）寫成「รส」；或是不知該寫「高子音＋ ˊ」或「低子音＋ -」的情形，例如：「ผู้ชาย」（男生）寫成「พู่ชาย」。另外，在詞彙中有些特殊不發音的字母也會讓學習者在背誦單字時增加更多困擾。

表3-9　常見的同聲調造成同音字　　　▶ MP3-297

	泰文	中文	泰文	中文
1	อย่า	不、別	หย่า	離婚
2	ย่า	奶奶	หญ้า	草
3	น่า	值得～	หน้า	臉
4	ท่า	姿勢、港口	ถ้า	如果
5	เคี่ยว	燉、熬	เขี้ยว	尖牙
6	พึ่ง	剛、僅	ผึ้ง	蜜蜂
7	ซ่อม	修理	ส้อม	叉子
8	ไม่	不	ไหม้	燒傷

克服小技巧：

1. **熟悉分同音字母和同音尾音**：了解哪些字母或尾音在拼寫上不同，但發音相同，是區分同音字的第一步，並透過大量練習的閱讀和聽力練習來熟悉泰語中的同音不同字。

2. **熟悉聲調規則**：要了解泰語中聲調對詞義的影響。透過練習，學習者可以逐漸掌握不同聲調對詞義的影響，幫助他們正確區分同音但不同字。

3. **熟悉「ห＋單低子音」前引**：「ห＋單低子音」視為高子音，發音規則按高子音拼讀。

4. **背起來**：常見的同音單字本書大都已列出，多看多寫自然就會正確拼出。

有些字難以解釋聲調規則

　　泰語有些詞彙難以用拼讀規則解釋，在拼字條件相同的情況下，所發出的聲調卻不相同（表 3-10），這種情況也許在語言學或字源學中有其根源可以說明，但有些字首由於有前引功能導致後面的音節轉變聲調，這對於初學者來說，這些字因為沒有規則可循，所以難以判斷其聲調而常發錯音，造成學習困擾。

表3-10　常見聲調例外字　▶MP3-298

	泰文	聲調	中文
1	ประยุกต์	ยุกต์發第4聲（正常）	應用
	ประโยค	โยค發第2聲（例外）	句子
	ประโยชน์	โยชน์發第2聲（例外）	好處
2	กำเริบ	เริบ發第3聲（正常）	加重
	กำเนิด	เนิด發第2聲（例外）	出生
3	สำนัก	นัก發第4聲（正常）	局、處
	สำเร็จ	เร็จ發第2聲（例外）	成功
4	กฤษณา	ณา發第5聲（正常）	沉香
	โฆษณา	ณา發第1聲（例外）	廣告
5	แพทย์	แพทย์發第3聲（正常）	醫師
	เพชร	เพชร發第4聲（例外）	鑽石
6	ปรอท	ปะ-หรอท（正常）	溫度計、水銀
	กวี	กะ-วี（例外）	詩人

325

	泰文	聲調	中文
7	บุรุษ	รุษ發第2聲（例外）	男子
8	อดิเรก	เรก發第2聲（例外）	嗜好

克服小技巧：

1. **背起來**：此類常見的特殊單字本書大都已整理列表，多聽多唸出自然就會發出正確的音調。

บทที่ 4 泰語拼讀學習困難點歸納
ความยากในการประสมอักษรไทย

泰文的字與字之間無空格，難以分析拼讀

　　閱讀中文時，中文的字與字之間分得很清楚，一個字讀一個音，而英文也是，英文的詞彙與詞彙之間會空格，句子與句子之間也會利用標點符號協助閱讀。但泰文的字和字之間沒有空格，所有詞彙都連在一起，句子和句子中間也幾乎沒有任何標點符號，再加上泰文母音字母的擺放位置可能在子音前或子音後，有的單詞有尾子音有的沒有尾子音，均造成學習者的拼讀困難。

　　學習者應熟記母音與尾音所的位置與種類，便可較輕易區分字與字。

克服小技巧：

1. **熟悉泰文音節結構**：了解泰文組成基本元素及音節結構對於拼讀非常重要。泰文的音節基本結構包括子音、母音和尾音，通過掌握這些基本元素，會更容易地分析和拼讀泰文詞彙。
2. **熟悉常見的詞彙和詞組**：多學習常見的泰文詞彙和詞組，可以更容易識別詞彙的邊界。熟悉這些詞彙的常見組合方式，可以在閱讀時更準確地判斷詞彙的分界。

前引字干擾發音及聲調學習

泰語的前引字分為「不發音的前引字」（表4-1）與「會發音的前引字」（表4-2）。不發音的前引字，雖然本身不發音，但會引導後面音節變換音調，但因為前引字母本身不發音，初學者常常會誤讀發出聲音，亦或是看了很久還是讀不出來。不發音的前引字由中子音「อ」引導的的只有4個；而由「ห」引導的則必須是「ห＋單低子音」的結合，例如「หง-、หย-、หญ-、หม-、หน-、หร-、หล-、หว-」。

會發音的前引字本身會發音之外，也會引導後面的音節變換音調。但因為前引字音節的母音「-ะ」通常會被省略沒寫出來，導致拼讀時的障礙。另外，還有一些特殊的會發音前引字（表4-3），也會引導後面的音節變換音調，因此需要有較多的學習經驗與語感才能正確讀出，而會發音的前引字則必須是「中子音／高子音／前綴詞＋單低子音」的結合。

表4-1 不發音的前引字　　▶MP3-299

不發音的前引字	例字
中子音＋單低子音（由「อ」作前引字）	อย่า（別）、อยู่（在）、อย่าง（樣式）、อยาก（想要）
高子音＋單低子音（由「ห」作前引字）： หง-、หย-、หญ-、หม-、หน-、หร-、หล-、หว	หย่า（離婚）、หมา（狗）、ไหม（嗎）、ใหญ่（大）、สาหร่าย（海苔）

表4-2　會發音的前引字　　　▶MP3-300

前引字種類	例字		
	單詞	讀音	中文
中子音＋單低子音 （由ก、จ、ด、ต、ฎ、ฏ、บ、ป、อ前引）	กนก	กะ-หนก	黃金
	ตลาด	ตะ-หลาด	市場
	ตลอด	ตะ-หลอด	一直、總是
	จมูก	จะ-หมูก	鼻子
	จรวด	จะ-หรวด	火箭
	องุ่น	อะ-หงุ่น	葡萄
	อร่อย	อะ-หร่อย	美味的
	ปรอท*	ปะ-หรอด	溫度計
	ปลัด*	ปะ-หลัด	副手
中子音字尾＋單低子音	ศักราช	ศัก-กะ-หราด	時代
高子音＋單低子音 （由ข、ฉ、ถ、ฐ、ผ、ฝ、ศ、ษ、ส前引）	ฉลอง	ฉะ-หลอง	慶祝
	ฉลาด	ฉลาด	聰明
	สมัย	สะ-หมัย	時期
	สวัสดี	สะ-หวัด-ดี	招呼語
	สนาม	สะ-หนาม	場
	ขยะ	ขะ-หยะ	垃圾
	ขนม	ขะ-หนม	點心

前引字種類	例字		
	單詞	讀音	中文
高子音＋單低子音 （由 ข、ฉ、ถ、ฐ、ผ、 ฝ、ศ、ษ、ส 前引）	ขนง	ขะ-โหนง	眉毛
	ฝรั่ง	ฝะ-หรั่ง	芭樂、西方人
	เฉลี่ย	ฉะ-เหลี่ย	平均
高子音字尾＋單低子音	ศาสนา	สาด-สะ-หนา	宗教
	พิศวง	พิด-สะ-หวง	想知道

表4-3　特殊前引字　　▶MP3-301

前引字種類	例字		
	單詞	讀音	中文
ประ＋單低子音	ประโยค	ประ-โหยก	句子
	ประโยชน์	ประ-โหยด	好處
	ประวัติ	ประ-หวัด	歷史
	ประมาท	ประ-หมาด	粗心
ตำ＋單低子音	ตำรวจ	ตำ-หรวด	警察
	ตำรับ	ตำ-หรับ	配方
กำ＋單低子音	กำเนิด	กำ-เหนิด	出生
สำ＋單低子音	สำเร็จ	สำ-เหร็ด	成功
	สำรวจ	สำ-หรวด	問卷調查

前引字種類	例字		
	單詞	讀音	中文
สิ-/ศิ +單低子音	สิริกิติ์	สิ-หริ-กิด	詩麗吉王后
	ศิริราช	ศิ-หริ-ราด	皇室榮耀
บุ +單低子音	บุรุษ	บุ-หรุด	男人

克服小技巧：

1. **系統學習**：花時間系統化學習泰文的前引字規則和分類。理解哪些前引字會發音，哪些是不發音，以及它們對後面音節的影響。利用本書中整理歸納的表格來學習這些規則，並進行反覆練習。

2. **背誦常見前引字單詞**：記憶常見的前引字，特別是那些經常出現在詞彙中的，透過反覆練習和背誦，逐漸熟悉這些前引字的拼讀和用法。

3. **培養語感**：泰文的語感是正確拼讀前引字的關鍵。多聽、多說、多讀，逐漸培養對泰文語音和語調的敏感性。提升語感後，會更自然準確讀出含有前引字的單詞。

長得很像前引字，但不是前引字

有些泰語詞彙看起來很像有前引字，像是「中子音／高子音＋單低子音的結合」，（表4-4），但實際上，純粹只是母音「-ะ」被省略沒寫出來，並無引導後面音節的功能，對於已經學會使用前引字的學習者來說，反而更常發錯聲調，因為以為前面是前引字，實際上則不然。

表4-4　長得像前引字但非前引字　▶MP3-302

長得像前引字但非前引字種類	例字 單詞	✓正確讀音	✗錯誤讀音	中文
ส＋單低子音	สมาธิ	สะ-มา-ทิ	สะ-หมา-ทิ	專注力
	สมาคม	สะ-มา-คม	สะ-หมา-คม	協會
	สมาชิก	สะ-มา-ชิก	สะ-หมา-ชิก	會員
ษ＋單低子音	โฆษณา	โคด-สะ-นา	โคด-สะ-หนา	廣告
	พิษณุโลก	พิด-สะ-นุ-โลก	พิด-สะ-หนุ-โลก	彭世洛府（地名）
	ไปรษณีย์	ไปร-สะ-นี	ไปร-สะ-หนี	郵局

長得像前引字但非前引字種類	例字			中文
	單詞	✓ 正確讀音	✗ 錯誤讀音	
ข+ 單低子音	ขโมย	ขะ-โมย	ขะ-โหมย	偷竊
อ+ 單低子音	อนุญาต	อะ-นุ-ยาด	อะ-หนุ-ยาด	准許
	อยุธยา	อะ-ยุ-ทะ-ยา	อะ-หยุ-ทะ-ยา	大城

克服小技巧：

1. **背誦常見單詞**：此類單詞無特殊規則，只能強迫背誦常見、長得像但非前引字的單詞，透過反覆練習和背誦，逐漸熟悉這些字的正確讀法。

2. **沒有規則中的小規則**：特別注意單低子音「ม」，「ม」特別容易發生這類長得像但非前引字的單詞，如「สมาธิ、สมาคม、สมาชิก、ขโมย」。

隱藏的母音，增加拼讀難度

泰語的詞彙中有許多情形是母音被省略沒寫出來，但發音時仍必須將母音讀出來。此外，有些被省略的母音位置還不好找，學習者必須利用本身的學習經驗與知識才能將母音還原。除了前面提過被省略的母音「-ะ」（表4-5），其他常見的被省略母音還有「โ-ะ」（表4-6）與「-อ」（表4-7）。

表4-5 母音「-ะ」省略表　▶ MP3-303

省略母音	省略位置	例字	讀音	中文
-ะ	放在前面	ตลก	ตะ-หลก	好笑
		สบาย	สะ-บาย	舒服
		ทหาร	ทะ-หาน	軍人
		อธิบาย	อะ-ทิ-บาย	解釋
		อภัย	อะ-พัย	原諒
	藏在中間	เจริญ	จะ-เริน	生長、進步
		เผชิญ	ผะ-เชิน	面對
		เกษตร	กะ-เสด	農業
		แมลง	มะ-แลง	昆蟲
	尾子音再當首子音（雙重功能）	ผลไม้	ผน-ละ-ไม้	水果
		พัทยา	พัด-ทะ-ยา	芭達雅（地名）
		มลพิษ	มน-ละ-พิด	汙染
		ตุ๊กตา	ตุ๊ก-กะ-ตา	洋娃娃
		สุขภาพ	สุก-ขะ-พาบ	健康
		จักรยาน	จัก-กระ-ยาน	腳踏車
	音節與音節之間	อันตราย	อัน-ตะ-ราย	危險的

表4-6 母音「โ-ะ」省略表　▶ MP3-304

省略母音	省略位置	例字	讀音	中文意思
โ-ะ	子音＋子音	คน	โคะน	人
		นม	โนะม	奶
		ตกลง	โตะก-โละง	同意
	子音＋ห＋子音	พระพรหม	พระ-โพระม	梵天
		พรหมลิขิต	โพระม-ลิ-ขิด	命運

表4-7 母音「-อ」省略表　▶ MP3-305

省略母音	省略位置	例字	讀音	中文意思
-อ	放在前面	บริษัท	บอ-ริ-สัด	公司
		บริการ	บอ-ริ-กาน	服務
		บริหาร	บอ-ริ-หาน	管理
		กรณี	กอ-ระ-นี	案件
		ทรมาน	ทอ-ระ-มาน	折磨
		มรกต	มอ-ระ-กด	翡翠
		มรดก	มอ-ระ-ดก	遺產
		บดี	บอ-ดี	上司
		บรม	บอ-รม	極佳

省略母音	省略位置	例字	讀音	中文意思
-อ	子音+ร	มังกร	มัง-กอน	龍
		พร	พอน	祝福
		นคร	นะ-คอน	城市
		ละคร	ละ-คอน	戲劇
		เกสร	เก-สอน	花粉
		ถาวร	ถา-วอน	持久的
		จราจร	จะ-รา-จอน	交通

克服小技巧：

1. **熟悉常見省略規則**：本書第 170 頁有提供詳細常見的母音省略規則，請熟記規則並在學習過程中積累經驗，透過不斷接觸和練習，逐漸熟悉不同情況下的母音省略規則，如此提升對此類單詞的識別度和語感。

2. **背誦常見單詞**：此類單詞無特殊規則，只能強迫背誦常見的單詞，透過反覆練習和背誦，逐漸熟悉這些字的正確讀法。

複合子音（2個子音連在一起）拼讀難判斷

複合子音在泰語拼讀中有 3 種常見的情形，第一種是「真複合子音」（表 4-8），也就是 2 個子音連在一起，而且都有發音，可以一起連讀；第二種是「兩音節複合子音」（表 4-9），也就是 2 個子音連在一起，但要分成 2 個音節讀，第 1 個音雖然字面上母音被省略，但必須還原才能正確讀出；第三種是「假複合子音」（表 4-10），也就是 2 個子音連在一起，但是只能讀一個音，可能只讀第一個字母的音，可能只讀第二個字母的音，也可能完全變音，需要有拼音經驗與記憶才能正確讀出。其中「ทร」的發音（表 4-11），更是上述 3 種情形都有，因此常造成學習者發音困難。

表4-8　真複合子音表　▶MP3-306

複合子音型態		例字	中文
子音＋ร	กร-	กรุง	大城市
	ขร-	ขริบ	修剪過的
	คร-	ครู	老師
	พร-	พระ	和尚
	ปร-	ประเทศ	國家
	ตร-	ตรวจ	檢查
	少數ทร-	จันทรา	月亮
	ฟร-（fr-外來字）	ฟรี（free）	免費
	บร-（br-外來字）	เบรก（brake）	煞車
	ชร-（shr-外來字）	เชรด（shred）	撕碎
	ทร-（tr-外來字）	ทรู（true）	真實
	ดร-（dr-外來字）	ดรัก（drug）	藥

複合子音型態		例字	中文
字音＋ล	กล-	กลับ	回去
	ขล-	ขลาด	膽怯的
	คล-	คลอง	運河
	พล-	เพลง	歌曲
	ปล-	แปล	翻譯
	ผล-	ผลาญ	花費
	ฟล-（fl-外來字）	ฟลาย	飛
	บล-（bl-外來字）	บลิง（bling）	閃亮
字音＋ว	กว-	กวาง	鹿
	ขว-	ขวาง	阻擋
	คว-	ควาย	水牛

表4-9　兩音節複合子音表　　▶ MP3-307

兩音節複合子音	例字	讀音	中文意思
子音＋ -ะ ＋/子音	ตลก	ตะ-หลก	好笑
	กรุณา	กะ-รุ-นา	請
	ตวาด	ตะ-หวาด	喊
	ปวารณา	ปะ-วา-ระ-นา	奉獻
	เจริญ	จะ-เริน	生長、進步
	ปริญญา	ปะ-ริน-ยา	學位

兩音節複合子音	例字	讀音	中文意思
子音＋-อ＋/子音	บริษัท	บอ-ริ-สัด	公司
	บริเวณ	บอ-ริ-เวน	區域

表4-10　假複合子音　▶ MP3-308

假複合子音	例字	讀音	中文意思
(ทร-) 讀成 ซ-	ทรวง	ซวง	胸部
	ทราย	ซาย	沙子
	ทราบ	ซาบ	知道
(สร-) ร 不發音	เสร็จ	เส็ด	結束
(ศร-) ร 不發音	เศร้า	เส้า	悲傷
(ซร-) ร 不發音	ไซร้	ไซ้	～的話

表4-10　「ทร」發音表　▶ MP3-309

	規則	單字	讀音	中文意思
ทร-	讀成「ซ-」	ทราบ	ซาบ	知道
	複合子音	จันทรา	จัน-ทรา	月亮
		นิทรา	นิท-ทรา	睡眠
	兩音節	โทรศัพท์	โท-ระ-สับ	電話
		โทรทัศน์	โท-ระ-ทัด	電視

克服小技巧：

1. **熟悉常見複合子音規則**：本書第 141 頁有提供詳細常見的複合子音規則，請熟記規則並在學習過程中積累經驗，透過不斷接觸和練習，逐漸熟悉不同情況下的母音省略規則，如此提升對此類單詞的識別度和語感。
2. **背誦常見單詞**：此類單詞無特殊規則，只能強迫背誦常見的單詞，透過反覆練習和背誦，逐漸熟悉這些字的正確讀法。

雙重功能子音無法判斷音節

所謂的「雙重功能」指的是尾音除了是「尾子音」，又當下一個音節的「首子音」，具有尾子音與首子音的雙重功能。對於初學者來說，若單用拼音規則的理解，無法得知詞彙是否為雙重功能字，必須靠老師教學及熟記才能知道，有些雙重功能字有 2 個尾音字母，這種情況就更難判斷發音。

泰語詞彙中雙重功能字可大致分為 3 種，如表 4-12 所示。

表4-12　雙重功能字種類表　　▶ MP3-310

雙重功能字種類	單字	讀音	中文意思
單尾子音再當首子音	ผลไม้	ผน-ละ-ไม้	水果
	มลพิษ	มน-ละ-พิด	汙染
	พัทยา	พัด-ทะ-ยา	芭達雅（地名）
	พัฒนา	พัด-ทะ-นา	進步
	กิจกรรม	กิด-จะ-กัม	活動
	ตุ๊กตา	ตุ๊ก-กะ-ตา	洋娃娃
	สุขภาพ	สุก-ขะ-พาบ	健康
	เทศกาล	เทด-สะ-กาน	節慶
雙尾子音再當首子音	จักรยาน	จัก-กระ-ยาน	腳踏車
	มาตรฐาน	มาด-ตระ-ถาน	標準
單尾子音＋母音再當首子音	ประวัติศาสตร์	ประ-หวัด-ติ-สาด	歷史學

克服小技巧：

1. **培養經驗語感**：此類單詞非常依靠經驗和語感，逐漸掌握母音省略的位置和可能的規律。
2. **背誦常見單詞**：此類單詞無特殊規則，只能強迫背誦常見的單詞，透過反覆練習和背誦，逐漸熟悉這些字的正確讀法。

不發音的子音與母音造成亂讀或拼錯

在有些詞彙中會有母音或子音不發音的情形（表 4-13），這種不發音的字母會導致兩種情形。第一，看到就讀出來，導致發音錯誤；第二，寫詞彙時常會漏寫。這種類型的詞彙只能熟記。

表4-13　不發音的子音與母音字母　▶ MP3-311

不發音種類		單字	讀音	中文
母音省略不讀	ตุ	ธาตุ	ทาด	元素
		เหตุ	เหด	原因
	ติ	ญาติ	ยาด	親戚
		ประวัติ	ประ-หวัด	歷史
	มิ	ภูมิใจ	พูม-ใจ	驕傲
		อุณหภูมิ	อุน-หะ-พูม	溫度
子音省略不讀		พุทธ	พุด	佛教徒
		วันจันทร์	วัน-จัน	星期一
		สามารถ	สา-มาด	能夠
子音＋母音省略不讀		เกียรติ	เกียด	榮譽

克服小技巧：

1. 背誦常見單詞：此類單詞無特殊規則，只能強迫背誦常見的單詞，透過反覆練習和背誦，逐漸熟悉這些字的正確拼讀。

「ร」拼讀的讀音變化太多

「ร」的拼讀有很多細微的拼音規則需要注意（表 4-14），一旦沒有掌握好，就會讀錯音，需要透過大量練習才能將「ร」的讀音運用自如。

表4-14　「ร」拼音規則表　　▶ MP3-312

ร拼音規則	讀音	例字
「ร-」作首子音	ร	รอ（等）
「-ร」作尾子音	-น	อาคาร（大樓）、ควร（應該）
「-ร」作尾子音（無母音時）	-อน	พร（祝福）、จราจร（交通）
「-รร」後面無尾音	-ั น	กรรไกร（剪刀）、รถบรรทุก（卡車）
-รร ＋尾音	-ั-	ธรรมชาติ（自然）、พรรค（政黨）
ทร-	ซ	ทราย（沙子）、แทรก（擠進）、ทราบ（知道）
สร-/ศร-/ซร- 作首子音	ร不發音	เสร็จ（結束）、เศร้า（悲傷）、ไซร้（～的話）
尾子音＋ร	ร不發音	สมุทร（海洋）、เพชร（鑽石）、บัตร（卡片）
其他（沒有原因）	ร不發音	สามารถ（能）、เกียรติ（榮譽）、ศีรษะ（頭部）、จริง（真實的）

克服小技巧：

1. **提高警覺**：「ร」發音有很多細微的拼音規則，所以見到「ร」出現在非首子音位置時，要特別注意有無符合「ร」拼音規則表中的情形。
2. **背誦常見單詞**：強迫背誦常見「ร」單詞，透過反覆練習和背誦，逐漸熟悉這些字的正確拼讀。

泰語的子音「อ」可作子音，有時也可作母音，時常分辨不出

「อ」這個泰文字母可以是子音，也可以是母音，所以在拼字時要注意在詞彙中的「อ」是子音還是母音，如果是子音，就是不發音的子音，例如「เอา」（要）；如果是母音，例如「รอ」（等待），就要配合首子音發聲。有些單詞子音及母音都有「อ」，如「ออก」，會需要知道第一個「อ」是子音，第二個「อ」是母音。

克服小技巧：

1. **熟悉泰文音節結構**：泰文的音節基本結構包括子音、母音和尾音，通過掌握這些基本元素，會更容易地分析和拼讀泰文詞彙。
2. **熟悉母音「อ」的位置**：「-อ-」若當母音，子音要放在其前面，尾音要放在其後面，也就是說透過其位置，確認有無首子音、有無尾音，可判斷其是否為母音。

需運用多重拼讀規則及經驗才能順利拼讀正確

泰語的子音、母音數量多，而且拼音規則繁雜，需要仰賴反覆學習和複習來熟悉規則，增加拼字經驗與語感。特別是有些詞必須依靠多重的規則才能正確拼讀（表4-15）。

表4-15　運用多重拼讀規則的詞彙　▶MP3-313

	例字	中文	讀法	運用規則
1	เกษตรกรรม	農業	กะ-เสด-ตระ-กำ	（1）「ก」省略母音「-ะ」，成獨立音節 （2）「ตร」當尾音，又當下一音節的首子音＋「-ะ」 （3）「รร」＋尾音時要發成「-ั」
2	กรรมกร	工人	กำ-มะ-กอน	（1）「รร」＋尾音時要發成「-ั」 （2）「ม」當尾音，又當下一音節的首子音＋「-ะ」 （3）「กร」省略母音「-อ」

346

3	วันพฤหัสบดี	星期四	วัน-พะ-รึ-หัด-สะ-บอ-ดี	(1)「พ」省略母音「-ะ」，成獨立音節 (2)「ฤ」為少見母音，讀作「รึ」 (3)「ส」省略母音「-ะ」 (4)「บ」省略母音「-อ」
4	สกปรก	骯髒	สก-กะ-ปรก	(1)「สก」省略母音「โ-ะ」 (2)「ก」當尾音，又當下一音節的首子音＋「-ะ」 (3)「ปรก」省略母音「โ-ะ」
5	สุวรรณภูมิ	蘇汪那普	สุ-วัน-นะ-พูม	(1)「รร」發音「-ั」 (2)「ณ」當尾音，又當下一音節的首子音＋「-ะ」 (3)「มิ」母音不發音
6	เสถียรภาพ	穩定	สะ-เถียน-ระ-พาบ	(1)「ส」省略母音「-ะ」，成獨立音節 (2)「ร」當尾音發「น」 (3)「ร」當尾音，又當下一音節的首子音＋「-ะ」

347

> **克服小技巧：**

1. **拆解成小部分**：例如「เกษตรกรรม」是一個複雜的泰文詞彙，可能對許多人來說確實難以判斷如何讀音，可嘗試拆解這個詞彙。

    （1）「เกษตร」：這個部分表示「農」

    （2）「กรรม」：這個部分表示「業」或「行為」

    因此，「เกษตรกรรม」組合起來即指的是「農業」，指農民和農業相關的活動。

2. **背誦常見單詞**：背誦常見複雜單詞，透過反覆練習和背誦，逐漸熟悉這些字的正確拼讀。

有些字難以區分音節

　　音節的劃分在泰語拼讀中扮演非常重要的角色，但有時候就算學習者精熟拼音規則，已經有一定程度的泰語語感，仍然會有一些泰語詞彙是較難解釋其讀音，或是無法判斷其音節之區分，常常會讓學習者以為讀得正確，實際上卻錯讀。常見不易區分音節泰語詞彙如表 4-16 所示。

表4-16　常見不易區分音節泰語單詞　　▶ MP3-314

	泰文	正確拼讀	中文
1	มกราคม	มะ-กะ-รา-คม	一月
2	กรกฎาคม	กะ-ระ-กะ-ดา-คม	七月
3	ภูมิศาสตร์	พู-มิ-สาด	地理
4	อันตราย	อัน-ตะ-ราย	危險
5	วีรบุรุษ	วี-ระ-บุ-หรุด	英雄
6	ทรมาน	ทอ-ระ-มาน	折磨
7	กรณี	กอ-ระ-นี	案件
8	ปกติ	ปะ-กะ-ติ	普通的、一般的
9	ปลัด	ปะ-หลัด	副手
10	ปรอท	ปะ-หรอด	溫度計

克服小技巧：

1. **反覆讀出**：多練習可以培養語感，反覆的聽、說、讀、寫練習可以提升對詞彙發音的熟悉度和自信心，見到此類詞彙時就會更自然直覺讀出正確發音。

2. **創建聯想**：將單詞與具體的圖像、故事或其他感官體驗聯繫起來，可以使記憶更加生動和深刻。透過建立聯想，會更容易地回想起單詞及其正確的音節劃分。例如「ทรมาน」意思是「折磨」，發音類似中文「拖 - 拉 - 慢」三個音節，可以聯想「ทรมาน」把你又「拖」又「拉」來「慢」慢折磨你。

發音相似的單詞

泰語中發音相似的詞彙非常多，子音相似、尾音相似、母音相似、聲調相似，太多發音細節必須注意，這些相似的詞彙群組常造成學習者發音錯誤或理解錯誤，詞彙的背誦往往也會造成困擾。常見發音相似詞彙如表 4-17 所示。

表4-17　常見發音相似詞彙

1~10　▶ MP3-315

	泰文	中文		泰文	中文
1	เตะ	踢	3	หลัง	背、後面
	แตะ	觸碰		ล้าง	洗滌
	แดด	陽光		ล่าง	下面
	แดก	吃	4	กรอบ	脆、框
	เด็ก	兒童		กรอก	填寫
	แตก	碎		โกรธ	生氣
2	สับสน	混淆		กรด	酸
	ซับซ้อน	複雜	5	ป่วย	病的
	สะสม	累積		บ่อย	常常
				ปล่อย	放手

350

6	แข็ง	硬的	12	แล้ว	然後
	เข็ม	針、皮帶		เลี้ยว	轉
	แขน	手臂	13	กระโดด	跳
	เข็น	推		กระดูก	骨頭
	แค้น	怨恨	14	โปรด	請
	เค็ม	鹹		ปลอด	沒有的
7	กอด	抱	15	ฉลอง	慶祝
	กบ	青蛙		ฉลาม	魚翅
	กด/กฎ	按壓/法律	16	กระโปรง	裙子
8	โครง	框架		กระป๋อง	罐子
	คลอง	運河	17	ร้อย	百
	ครอง	佔據		รวย	富有
9	โลก	世界		ลอย	漂浮
	โรค	疾病	18	จูบ	親吻
	รอด	存活		จุด	點
	รอบ	回合	19	ฉี่	尿尿
10	ชื่อ	名字		ฉีด	注射
	เชื่อ	相信	20	ทอด	炸
	เชือก	（象）量詞		โทษ	責備
11	เปรี้ยว	酸	21	ทางม้าลาย	斑馬線
	เบี้ยว	歪		พวงมาลัย	方向盤

351

35~50　▶MP3-317

22	หลอด	管子	31	เตรียม	準備
	หลอก	騙		เตียง	床
	หล่อ	帥	32	กรรไกร	剪刀
23	ซ่อม/ส้อม	修理／叉子		กำไล	鐲子
	ส้ม	橙橘	33	มักจะ	時常
24	โรงแรม	旅館		มาจาก	來自
	โรงเรียน	學校	34	บวก	加
25	แพทย์	醫師		บวช	出家
	เพศ	性		ปวด	痛
26	ปลอม	假的	35	ปอด	肺
	ปรอง	妥協		บอก	説
27	แขก	客人		บอด	瞎
	เขต	區域	36	แลก	交換
28	เร็ว	快的		เลข	數字
	เลว	壞的		แรด	犀牛
29	ร้าน	商店	37	จังหวัด	府
	ล้าน	百萬		จังหวะ	節奏
	หลาน	姪子	38	หาด	海灘
30	จอด	停		หาก	如果
	จด	寫		หัก	減少
				หัด	練習、麻疹

352

39	ระวัง	小心、注意	45	มะเร็ง	癌症
	ระหว่าง	之間		แมลง	昆蟲
40	สมุย	蘇美（地名）	46	สรุป	結論、結果
	เสม็ด	沙美（地名）		สลบ	暈倒
41	บาท	泰銖		สนุก	有趣的
	บัตร	卡片		สบู่	肥皂
	ปาก	嘴	47	ตลก	搞笑的
42	คลื่น	波浪		ตลอด	永遠、一直
	เครื่อง	機器	48	เว้นวรรค	空格
	ครึ่ง	一半		เวียนหัว	頭暈
43	ตอบ	回答		ลอง	試著
	ดอก	花	49	ลง	下去
	ตบ	打		ลม	風
44	หลาย	許多	50	สระ	母音
	ร้าย	邪惡的		สลัด	甩、沙拉
	ไร้	沒有			

克服小技巧：

1. **加強聽力訓練**：多聆聽泰語母語者發音，同時注意發音口型。才能更分辨出相似詞彙的發音差異，並專注於辨認相似詞彙的不同之處。反覆練習相似詞彙的發音，通過不斷練習，可以逐漸提升對這些詞彙的掌握程度，減少發音錯誤的可能性。

2. **注意細節**：注意相似詞彙之間的細微差異，包括子音、尾音、母音和聲調等。透過仔細觀察和聆聽，逐漸提升對這些差異的識別能力。
3. **比較對照**：將相似詞彙進行比較對照，找出它們之間的異同點。本書列有大量相似音的單詞，仔細分析它們的差異。

บทที่ 5 泰語語法與其它學習困難點歸納
ความยากในการเรียนไวยากรณ์ไทยและอื่นๆ

不同的老師使用不同的羅馬拼音系統造成混亂

　　初學者剛接觸泰語，在尚未熟記泰語字母時，老師為了教學方便，通常會使用英語的羅馬拼音輔助初學者學習，雖然泰國官方有公佈「皇家泰語轉寫通用系統」（Royal Thai General System of Transcription，簡稱 RTGS）的泰語羅馬拼音，而這種拼音法常用於交通路標與政府出版物品，但是其中還是有不少缺點，其一是「無法顯示音調」，其二是「無法顯示長短音」，其三則「無法區分全部的字母」，例如：「จ、ฉ、ช」都用「ch」表示，而「โ-、โ-ะ、-อ、เ-าะ」都用「o」表示。基於上述原因，老師們在實際教學時，並不會使用 RTGS 的拼音系統，且每位老師所使用的羅馬拼音不一致，甚至每本泰語學習書籍的拼音系統也都不同，完全依照老師的個人偏好而使用，例如：「กิน」（吃）的拼音，有的老師用「gin」，有的老師用「kin」；而「สวัสดี」（你好）的拼音，有的老師用「sawatdii」，有的老師用「sawasdee」，還有更多不同的拼音方式，使得學習者常感到無所適從。

　　另外，有些老師教學時使用的拼音法甚至與學習者學習過的發音系統完全不同，造成不同拼音系統之間的干擾，導致學習困難，例如：「ถนน」（路），有的老師拼音使用「thanon」，但是「th」在學生的印象中是發 [θ] 或 [ð] 的咬舌音，類似英文的「that、thank」中的「th」；或是「สะพาน」（橋），有的老師拼音使用「saphan」，但是「ph」在學習者的印象中發音是 [f]，類似英文的「Sophia、iPhone」中的「ph」。這些都與學習者原本認知的拼音法有所不同，都會造成學習上轉換的困擾。本書採用之拼音方式盡量以華語母

語者熟悉之拼音法拼音，就是要讓初學者能輕易將泰語字母發音與拼音做連結。建議初學者在學習泰文拼音時，要先拋棄原來學習英文時的既有拼音印象，拼音只是輔助（類似中文的注音符號或漢語拼音），最終的目標還是要將每個泰語字母真正的發音記熟。

不同的老師使用不同聲調標準與符號

中文的聲調符號（2聲：╱；3聲：√；4聲：、）基本上是固定的，任何老師教中文時均使用同一套聲調符號系統。但在泰語中，每個老師所使用的聲調數字及符號不一致（表5-1），需視老師偏好而定，若學習者在學習過程中遇到多位不同的老師，且皆使用不同聲調系統的話，將會對初學者帶來非常大的學習認知問題及溝通上的困擾。本書採用的聲調符號較貼近母語為華語人士的使用習慣，最終目的還是要讓學習者清楚發出泰語1到5聲真正的聲調。

表5-1　泰語聲調系統

	\	\	\	\	\
	泰語聲調				
1	เสียงสามัญ	เสียงเอก	เสียงโท	เสียงตรี	เสียงจัตวา
2	第1聲	第2聲	第3聲	第4聲	第5聲
3	平聲	第1聲	第2聲	第3聲	第4聲
4	中平調	低平調	下降調	高平調	上升調
5	mid tone	low tone	falling tone	high tone	rising tone
6	-	\	∧	╱	√
7	-	√	\	～	╱

本書採用聲調符號

克服小技巧：

1. **確定一種拼音及聲調系統**：儘管不同老師和教材可能使用不同的拼音聲調系統，可以選擇其中一種並在學習過程中保持一致。選擇對你來說最容易理解和使用的那一種系統，本書的拼音系統雖不一定最完善，但是符合中文學習者的既有觀念，可統一使用本書的拼音及聲調系統。

2. **注意聲調和音長**：即使在使用羅馬拼音時，也應該盡量注意泰語的音調和音長。很多拼音系統可能無法準確反映這些特徵，但這些特徵對於正確發音至關重要，本書的拼音聲調系統可表現完整長短及聲調，可統一使用本書的拼音及聲調系統。

量詞的使用

　　泰語的名詞與中文相同，都會有相對應的量詞。量詞的使用對泰語學習者來說有 2 個問題有：第一，泰語的量詞數量繁多，需要熟記每個物品該用哪一個量詞，常見的泰語量詞如表 5-2 所示；第二，量詞的語法位置與中文不一致，必須將量詞放在正確的語序中。

表5-2　泰語常見量詞　▶MP3-318

	量詞	用於		量詞	用於
1	คน	人	14	รูป	照片、畫像
2	เล่ม	書籍	15	องค์	國王、神仙、佛像
3	เรือน	鍾錶	16	หวี	（一手）香蕉
4	เรื่อง	電影、故事、議題	17	วง	戒指、鐲子
5	รอบ	場次	18	เครื่อง	機器、電子產品
6	ลูก	球類、圓形水果類	19	ลำ	船、飛機
7	คำ	字、詞、話語	20	ชุด	套
8	ที่	座位、份	21	ขวบ	十二歲以下的年紀
9	ต้น	樹木、柱狀物	22	ปี	用於年紀、年
10	บท	文章、課文、劇本	23	เม็ด	顆粒狀物體、藥丸、鈕扣
11	หยด	滴狀液體	24	หน้า	扁平物的平面、書頁、鏡面
12	รุ่น	批次、型號、屆次	25	แผ่น	紙張、薄片物
13	ฟอง	蛋類	26	ดอก	花朵、鑰匙、鑽頭、香

27	ฉบับ	報紙、雜誌、信件	34	ตัว	衣物、動物
28	ม้วน	捲筒狀物品、膠卷、捲尺	35	ซี่	牙齒、柵欄條
29	เส้น	細條狀物、繩、麵、線、領帶	36	ชิ้น	件、消息
30	ใบ	葉、紙條、包、盤、碗	37	ชั้น	階層或有等級的事物
31	สาย	可延伸之帶狀物、河流、道路	38	ด้าม	柄、筆、刀、劍
32	ช่อง	孔、洞、通道、頻道	39	แท่ง	鉛筆
33	ก้อน	塊狀物、石頭、冰塊	40	อัน	廣泛一般物品

克服小技巧：

1. **熟記常見的泰語量詞**：泰語的量詞種類繁多，但在日常生活中，只需掌握一些常見的量詞就能應對大部分情況。

2. **多練習、多模仿**：透過閱讀、聽力練習和實際交流，可以更好地理解量詞的使用情況。模仿泰語母語人士的語言表達方式也是一種有效的學習方法，反覆練習和使用，會逐漸熟悉各個物品應該使用的量詞。可以更自然地使用量詞。

修飾語的語法順序

　　泰語的語法和中文有類似的地方，如「主詞＋動詞＋受詞」，這種基本句型與中文是相同的。泰語讓初學者產生最大的語法問題是修飾語的位置。中文的修飾語習慣放在名詞在前面，而泰語的修飾語則習慣放在名詞的後面，如「形容詞要放在名詞」之後，「副詞要放在動詞」之後，所以常造成語序的錯置，例如：「แม่ฉัน」（我的媽媽），讀成「ฉันแม่」。特別是在較長的修飾語句子，如「形容詞子句」中，學習者也經常放錯位置，或是使用錯誤的連接詞。

克服小技巧：

有 2 種方式可讓初學者減少錯誤。

第一：重要的東西先說出來

・เด็กดี 好孩子▶重點是「孩子」
（เด็ก ＋ ดี → 孩子＋好）：
→先說出「เด็ก」（孩子），再說出「ดี」（好的），
　因此「好孩子」泰語就是「เด็กดี」。

・สวยจริงๆ 真美▶重點是「美」
（สวย ＋ จริงๆ → 美＋真地）：
→先說出「สวย」（美），再說出「จริงๆ」（真地），
　因此「真美」泰語就是「สวยจริงๆ」。

・ฟังดีๆ 仔細聽▶重點是「聽」
（ฟัง ＋ ดีๆ → 聽＋仔細地）：
→先說出「ฟัง」（聽），再說出「ดีๆ」（仔細地），
　因此「仔細看」泰語就是「ฟังดีๆ」。

第二：用英文的文法學習

例如：

- **หนังสือ(<u>ที่</u>ฉันซื้อเมื่อวาน)** 我昨天買的書：
  → the book (<u>that</u> I bought yesterday)，泰語和英文是一樣的語序。

代名詞及語尾助詞的使用

泰語中的「人稱代名詞」和「語尾助詞」除了會依男、女有所不同，還會依照長幼順序、尊卑關係、熟稔程度等情況而有所不同（表 5-3），不僅種類非常多，有時同一個詞彙會代表不同的人稱或是其它含意（表 5-4），因此要正確、合宜、安全地使用泰語人稱代名詞也非易事。初學者學會基本的人稱代名詞後，在實際使用溝通或觀看影視戲劇時，可能會因為遇到非常多不同於所學的代名詞而感到困擾。建議初學者先使用最常用、最有禮貌的說法，其餘的人稱代名詞再根據經驗累積慢慢使用。

表5-3　泰語人稱代名詞

人稱	使用單詞	使用時機
第一人稱（我）	ผม	男性一般使用
	ฉัน (ชั้น)	女性一般使用、男性對熟識平輩或晚輩使用
	กระผม	男性對長輩或上司自謙使用
	ดิฉัน	女性對長輩或上司自謙使用
	หนู	女性對長輩使用
	เรา	男、女性對熟識平輩使用 長輩對晚輩使用
	เขา (เค้า)	情人間使用
	อาตมา	僧人對俗人使用
	ข้าพเจ้า	正式書面使用、正式演講
	หม่อมฉัน	皇族間使用
	กู	男、女性對非常熟識平輩使用 長輩對晚輩使用（不文雅用法）

人稱	使用單詞	使用時機
第一人稱（我）	ข้า	男、女性對熟識平輩使用 長輩對晚輩使用，較復古用法
	ข้อย	東北方言用
	อั๊ว	潮州方言
	นี่	對不熟、剛認識的人使用
第二人稱（你）	以稱謂自稱	根據說話對方使用適當稱謂（ลุง、ป้า、น้า、น้า、พี่、น้อง、ตา、ยาย 等）自稱
	以小名自稱	男、女性對熟識平輩使用
	คุณ	一般使用
	ท่าน	對長輩或上司使用（您）
	เจ้า	男、女性對熟識平輩使用 長輩對晚輩使用，較復古用法
	เธอ	對熟識女性使用、情人間使用（妳） 長輩對晚輩使用
	เอ็ง	男、女性對非常熟識平輩使用 長輩對晚輩使用
	นาย	對熟識男性平輩使用（你）
	ตัวเอง (เตง)	情人間使用
	ที่รัก	情人間使用
	โยม	僧人對俗人使用
	หล่อน	對不喜歡的女性使用（妳）

人稱	使用單詞	使用時機
第二人稱 （你）	เรา	男、女性對熟識平輩使用 長輩對晚輩使用
	หนู	長輩對晚輩使用
	ลื้อ	潮州方言
	แก	男、女性對非常熟識平輩使用 長輩對晚輩使用
	มึง	男、女性對非常熟識平輩使用 長輩對晚輩使用（不文雅用法）
	以稱謂稱對方	根據說話對方使用適當稱謂（ลุง、ป้า、น้า、น้า、พี่、น้อง、ตา、ยาย等）稱對方
	以小名稱對方	男、女性對熟識平輩使用
第三人稱 （他、他、它）	เขา (เค้า)	一般對人稱呼使用
	มัน	一般對動物、物品稱呼使用
	เธอ	她
	แก	對長輩或尊重人
	ท่าน	尊稱第三人

表5-4 一字多義代名詞

	使用單詞	中文
1	เค้า	他、我
2	เธอ	你、她
3	เรา	我、你、他、我們
4	แก	你、他
5	ผม	我（男性用）、頭髮
6	ฉัน	我（女性用）、吃（和尚用）
7	ชั้น	我（女性口語用）、樓層、架子、等級
8	หนู	我（晚輩對長輩用）、你（長輩對晚輩用）、老鼠
9	เจ้า	你、泰北女性語尾助詞
10	มัน	它、地瓜、馬鈴薯、油、脂肪、很嗨、很好玩
11	ตา	外公、眼睛

克服小技巧：

1. **先掌握最常用的人稱代名詞**：儘管泰語中有很多不同的人稱代名詞，但在日常交流中，通常只會使用其中的幾個。初學者可以首先專注於掌握最常用的人稱代名詞，並在實際交流中透過不斷練習和應用它們。

2. **注意禮貌和尊卑**：在泰語中，使用適當的人稱代名詞與禮貌和尊卑有關。對於不同的場合和對象，可能需要使用不同的人稱代名詞來表達尊重和禮貌。因此，應該注意這些差異，並根據情況選擇合適的人稱代名詞。

3. **通過實際交流和觀察學習**：最好的學習方法之一是透過實際交流和觀察來學習。當你與泰國人交流時，留意他們使用的人稱代名詞，並試著模仿他們的表達方式。觀看泰國影視劇和戲劇也是一種有效的學習方法，可以幫助你更加自然地掌握泰語中的人稱代名詞用法。

泰文的廣告體、書寫體、印刷體等字型有辨識上的困難

　　如同中文字型字型有非常多的形態，泰語也有類似的情形，常常有學習者好不容易學完泰文字母，但見到泰文廣告的字卻認不出來，而泰語母語者常用的書寫體，更是令泰語學習者難以辨識。

　　泰國的實際生活中，不論平面廣告、電視廣告、海報、菜單、書籍雜誌等，都很少使用正體印刷字，有別於泰文正體字，廣告體及書寫體字母中的「圈圈」均不明顯。在一般泰語教學時，老師常要求學生注意字母有無「圈圈」，或透過「圈圈」朝內或朝外來區分不同字母，因此一但「圈圈」消失，就會造成學生辨識文字時的困擾。

　　而最好的認字方式，就是將看不懂的字母詢問懂泰語的人，確認是哪一個字母後，稍微記一下，其實大部分學習者慢慢都可以認出沒有圈圈的廣告體。

> **克服小技巧：**

1. **熟悉基本字型**：首先，要確保已經熟悉了有圈圈的基本的泰文字母字型。
2. **觀察真實例子**：觀察實際生活中的泰文文字，例如廣告、菜單、海報等，可以幫助你熟悉不同字型的泰文字母。嘗試將你已經學過的字母應用到這些實際例子中，看看你能否辨識出它們。
3. **比較不同字型**：比較不同字型之間的差異，尤其是正體印刷字和廣告體或書寫體之間的差異。注意不同字型的字母形狀、筆劃和結構，以及它們的共同特徵。

詞彙量不足或使用不正確

　　詞彙量是語言學習的基礎，如果學習者知道的詞彙太少，無論老師教得有多好，都難以有更進步的學習發展。臺灣的泰語學習者普遍詞彙量不足，因此在聽、說、讀、寫均有無法理解或是理解錯誤的情形產生。聽、讀方面，因為學習者所認識的詞彙數量很少，不知道詞彙的意思，而導致無法掌握內容。說、寫方面，也同樣因為認識的詞彙量少，連帶影響能夠運用的詞彙量，就算是學過的詞彙也不太知道該怎麼運用，常因為拼寫錯誤，導致內容匱乏或詞不達意。

　　有些泰語詞彙翻譯成中文後的意思會相同或相似，例如：「เชิญ、ชวน、โปรด、กรุณา」中文均翻譯成「請」，「เจ็บ、ปวด」中文均翻譯成「疼痛」；「หน่อย」和「น้อย」中文均翻譯成「一點」、「เดียว」和「เดี่ยว」中文均翻譯成「單一」，因此造成學習者無法正確區分和使用。但不同的單字其實有細微的差異，使用的時機也不同，若要了解細微的差異，可透過不同的例句比較觀察。

　　另外，泰語的詞彙有分等級，會按照使用群體區分詞彙，可分成「一般用語」、「皇室用語」和「僧侶用語」三種等級。以「吃」為例，可分為：「กิน、เสวย、ฉัน」，而每一種等級又再區分為「口語詞彙」和「書面語詞彙」，接著口語的詞彙又可再依輩分區分不同的詞彙，以不同禮貌程度的「吃」為例，可分為：「แดก、กิน、ทาน、รับประทาน」。因此，即使基礎泰語口語的詞彙已足夠的學習者使用，但在閱讀泰文書報或是跟長輩上司溝通時，也會產生很多詞彙使用時的障礙。此部分的學習困難，是需透過大量例句細細比較，才能理解其中個別差異。

克服小技巧：

1. **學習搭配語**：了解每個詞彙常用的搭配和固定搭配，可以幫助學習者更好地掌握詞彙的使用方式，包括常見的詞彙組合、短語和句型。

2. **參考例句和情境**：通過閱讀和聽取包含這些詞彙的例句和情境，可以幫助學習者更好地理解詞彙的使用情境和意義，可以透過閱讀書籍、文章、對話或者觀看影視劇等方式來實現。
3. **實際運用**：在日常交流中積極使用新學到的詞彙，透過實際應用來加深印象和理解。例如與泰國朋友交流、觀看泰國影視劇等，可以更容易理解詞彙的使用情境，並提高你的語言運用能力。

綜上所述，泰語學習最困難的地方，其實在於一開始認識每個字母的寫法及發音，對於華語母語者而言，在學習泰語上有很多優勢，如有聲調的概念、中文語序有很多跟泰文是一致的（除了修飾語），大部分的學習困難都是可以靠練習、模仿與比較解決，相信只要循序漸進，將會慢慢發現學習泰語變得既簡單又有趣。

學習筆記

第四部分
泰語字母書寫練習

ตอนที่ 4
แบบฝึกคัดภาษาไทย

泰語字母看似複雜，但透過大量練習便可輕易寫出及讀出，學習泰語無捷徑，熟能生巧。

阿拉伯數字	泰語數字	泰語	拼音
0	๐	ศูนย์	suún

阿拉伯數字	泰語數字	泰語	拼音
1	๑	หนึ่ง	neǔng

阿拉伯數字	泰語數字	泰語	拼音
2	๒	สอง	sór:ng

๒	๒	๒	๒	๒	๒	๒	๒	๒	๒
๒	๒	๒	๒	๒	๒	๒	๒	๒	๒
๒	๒	๒	๒	๒	๒	๒	๒	๒	๒

阿拉伯數字	泰語數字	泰語	拼音
3	๓	สาม	saám

๓	๓	๓	๓	๓	๓	๓	๓	๓	๓
๓	๓	๓	๓	๓	๓	๓	๓	๓	๓
๓	๓	๓	๓	๓	๓	๓	๓	๓	๓

阿拉伯數字	泰語數字	泰語	拼音
4	๔	สี่	siǐ

阿拉伯數字	泰語數字	泰語	拼音
5	๕	ห้า	haà

阿拉伯數字	泰語數字	泰語	拼音
6	๖	หก	hŏg

๖	๖	๖	๖	๖	๖	๖	๖	๖	๖
๖	๖	๖	๖	๖	๖	๖	๖	๖	๖
๖	๖	๖	๖	๖	๖	๖	๖	๖	๖

阿拉伯數字	泰語數字	泰語	拼音
7	๗	เจ็ด	jěd

๗	๗	๗	๗	๗	๗	๗	๗	๗	๗
๗	๗	๗	๗	๗	๗	๗	๗	๗	๗
๗	๗	๗	๗	๗	๗	๗	๗	๗	๗

阿拉伯數字	泰語數字	泰語	拼音
8	๘	แปด	bpaě:d

阿拉伯數字	泰語數字	泰語	拼音
9	๙	เก้า	kaò

ก	ก	ก ไก่	
gor: [g]		gor: – găi	雞

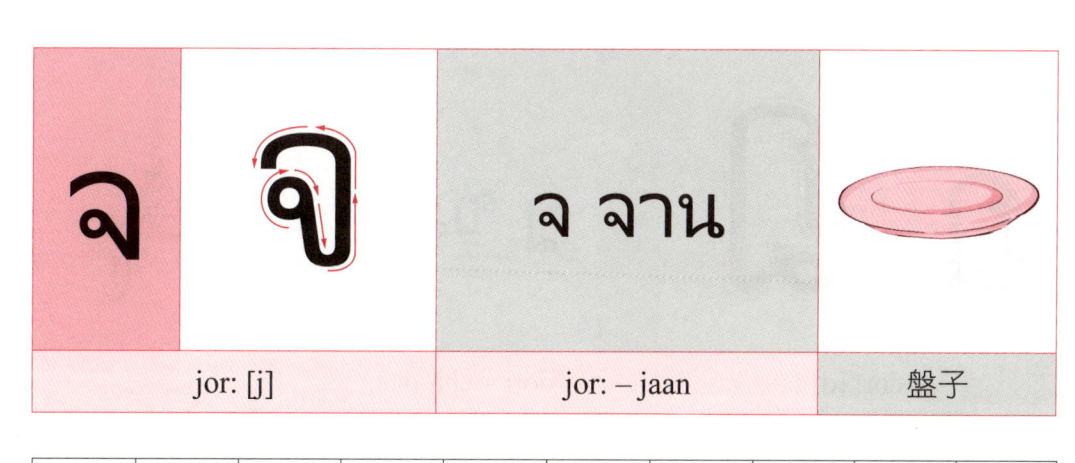

ก	ก	ก	ก	ก	ก	ก	ก	ก	ก
ก	ก	ก	ก	ก	ก	ก	ก	ก	ก
ก	ก	ก	ก	ก	ก	ก	ก	ก	ก

จ	จ	จ จาน	
jor: [j]		jor: – jaan	盤子

จ	จ	จ	จ	จ	จ	จ	จ	จ	จ
จ	จ	จ	จ	จ	จ	จ	จ	จ	จ
จ	จ	จ	จ	จ	จ	จ	จ	จ	จ

ด	ด	ด เด็ก	小孩
	dor: [d]	dor: – děk	

ฎ	ฎ	ฎ ชฎา	舞冠
	dor: [d]	dor: – chã-daa	

ต	ต	ต เต่า	烏龜
dtor: [dt][ㄉ]		dtor – dtǎo	

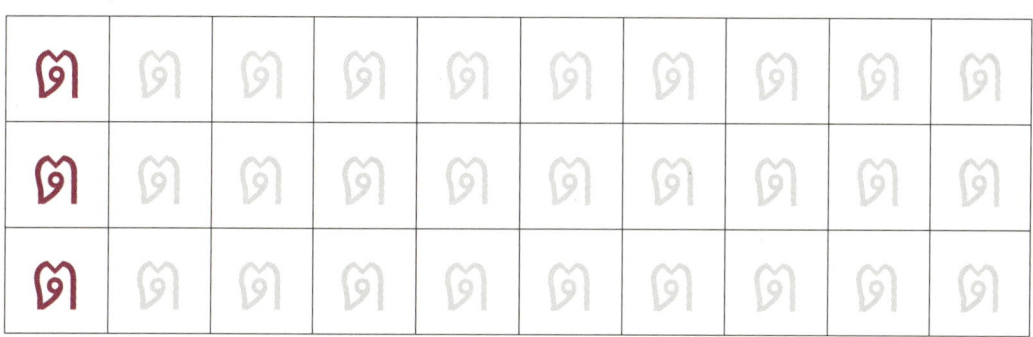

ฏ	ฏ	ฏ ปฏัก	刺棍
dtor: [dt][ㄉ]		dtor: – bpǎ-dtǎk	

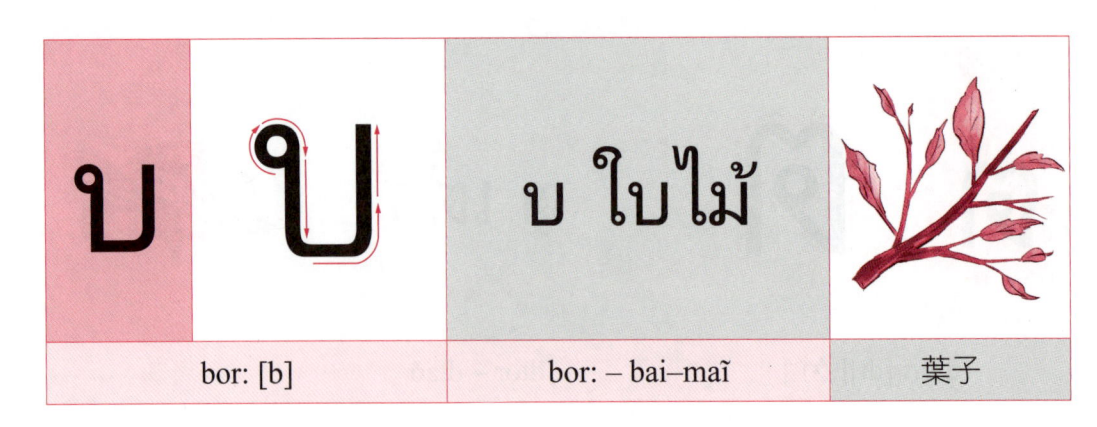

บ	บ	บ ใบไม้	
bor: [b]		bor: – bai–maĩ	葉子

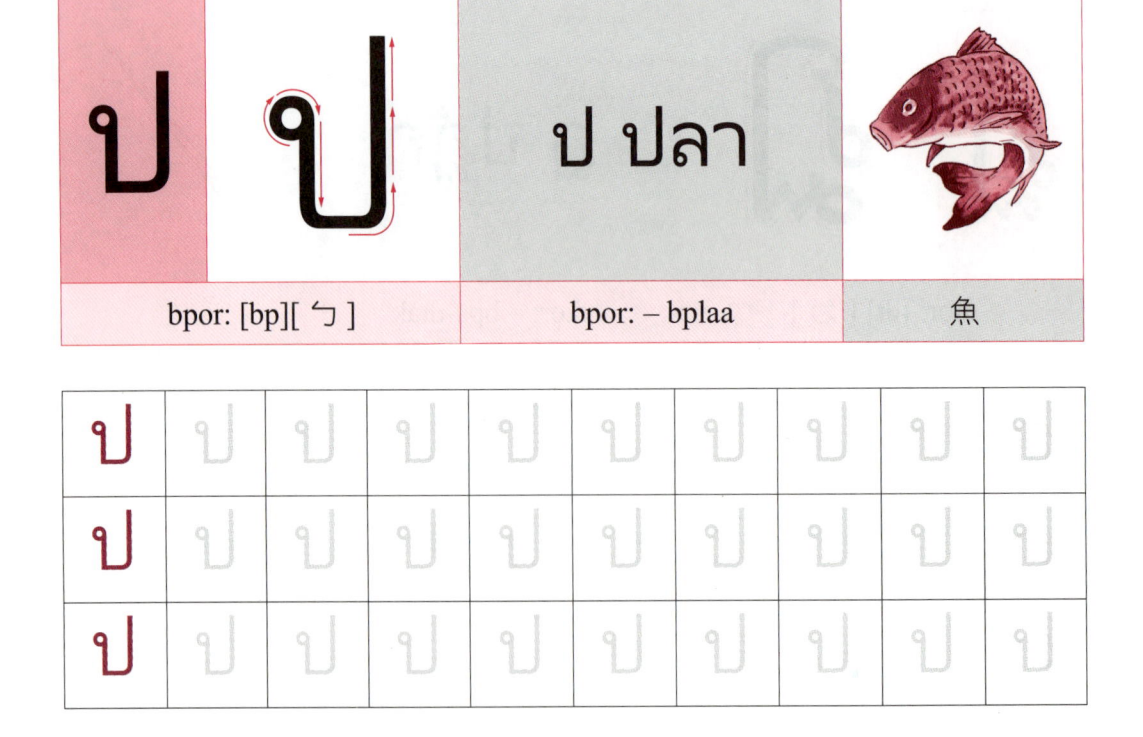

บ	บ	บ	บ	บ	บ	บ	บ	บ	บ
บ	บ	บ	บ	บ	บ	บ	บ	บ	บ
บ	บ	บ	บ	บ	บ	บ	บ	บ	บ

ป	ป	ป ปลา	
bpor: [bp][ㄅ]		bpor: – bplaa	魚

ป	ป	ป	ป	ป	ป	ป	ป	ป	ป
ป	ป	ป	ป	ป	ป	ป	ป	ป	ป
ป	ป	ป	ป	ป	ป	ป	ป	ป	ป

อ	อ	อ อ่าง	
or: [Ø][不發音]		or: – aǎng	盆

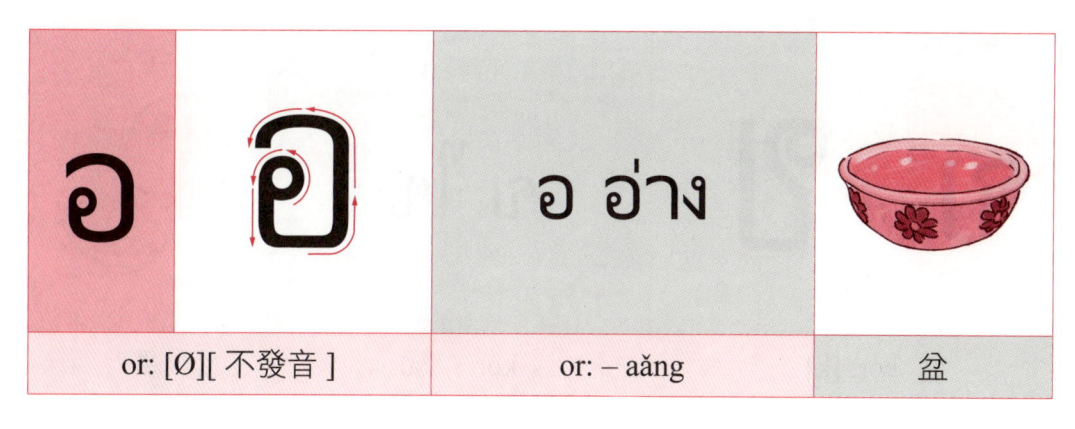

อ	อ	อ	อ	อ	อ	อ	อ	อ	อ
อ	อ	อ	อ	อ	อ	อ	อ	อ	อ
อ	อ	อ	อ	อ	อ	อ	อ	อ	อ

ข	ข	ข ไข่	蛋
kór: [k]		kór: – kaǐ	

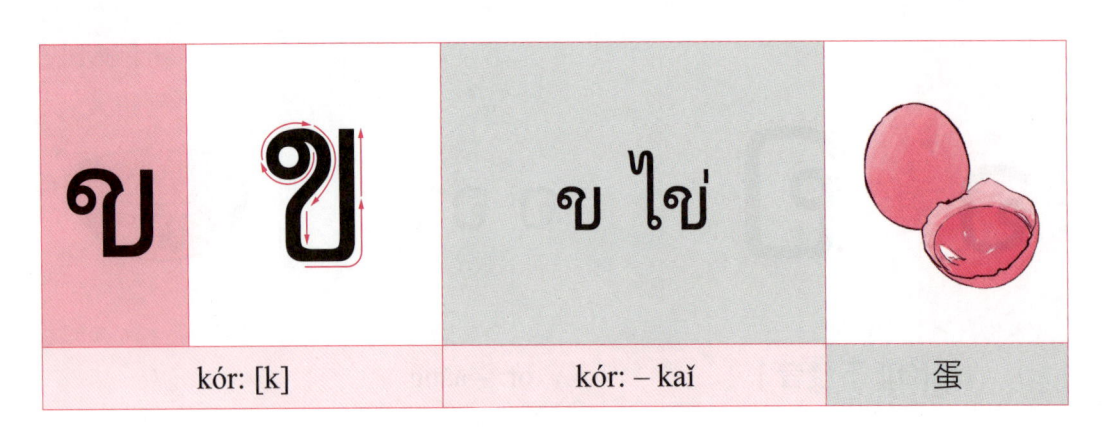

ฃ	ฃ	ฃ ขวด ฃ目前已廢除不使用，均由 ข 取代	瓶子
kór: [k]		kór: – kuǎ:d	

ฉ	ฉ	ฉ ฉิ่ง	小拔
chór: [ch]		chór: – chǐng	

ฏ	ฏ	ฏ ฏุง	袋子
tór: [t]		tór: – tuúng	

第四部分

高字音

383

ฐ ฐาน

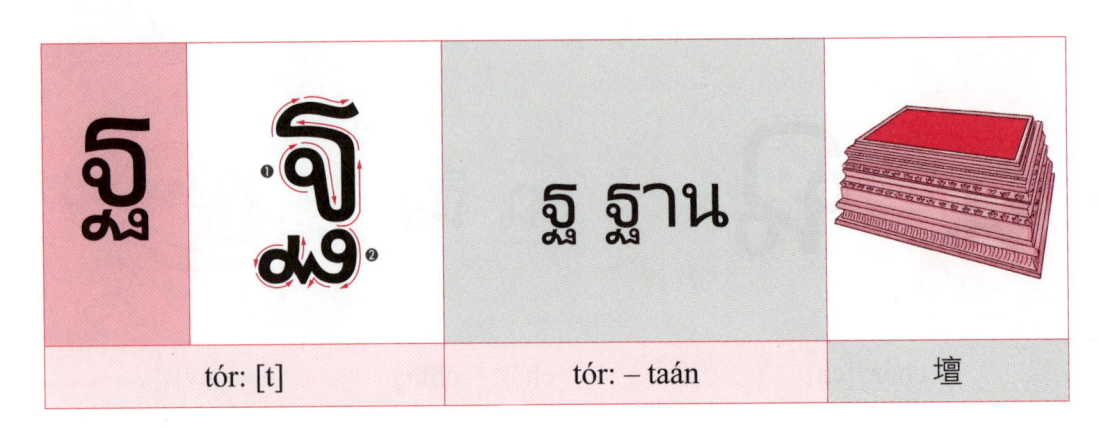

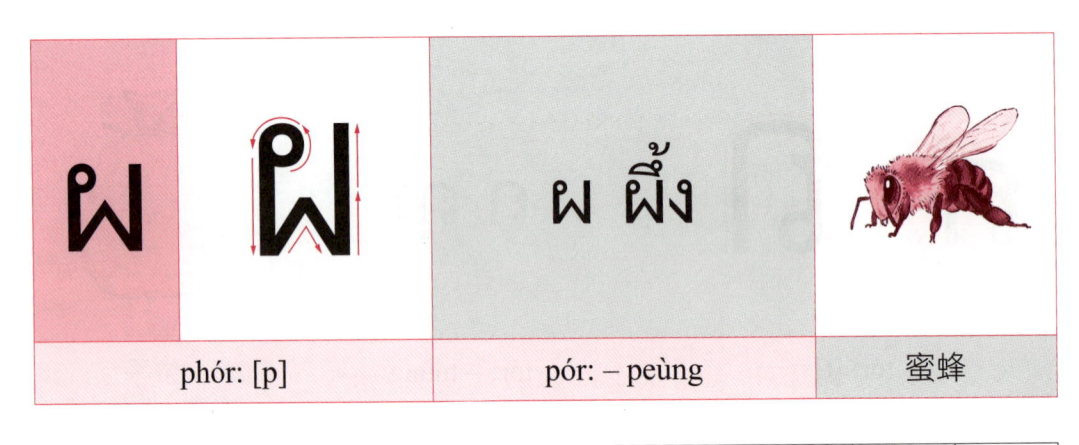

tór: [t]   tór: – taán   壇

ผ ผึ้ง

phór: [p]   pór: – peùng   蜜蜂

ฝ	ฝ	ฝ ฝา	
	fór: [f]	fór: – faá	蓋子

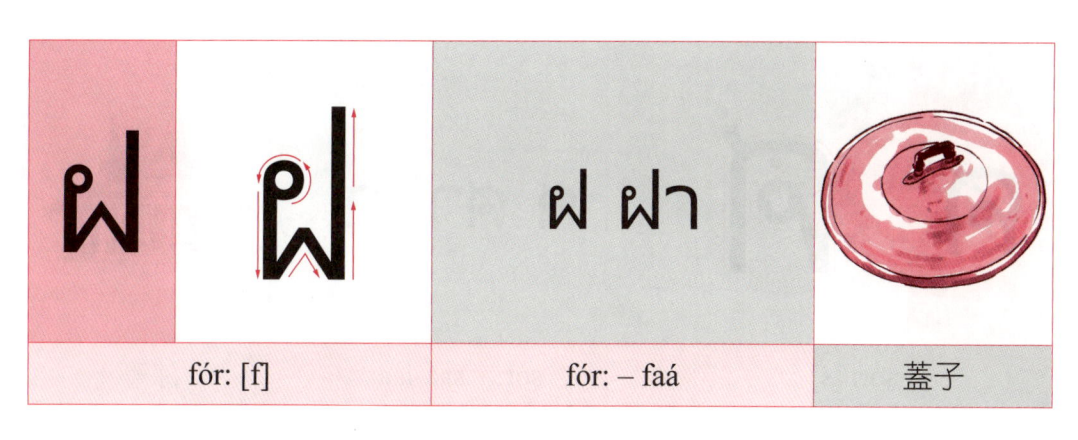

ส	ส	ส เสือ	
	sór: [s]	sór: – seuá:	老虎

ศ	ศ	ศ ศาลา	涼亭
	sór: [s]	sór: – saá-laa	

ษ	ษ	ษ ฤาษี	隱士
	sór: [s]	sór: – reu-sií	

ห	ห	ห หีบ	箱子
hór : h		hór: – hĭb	

ค

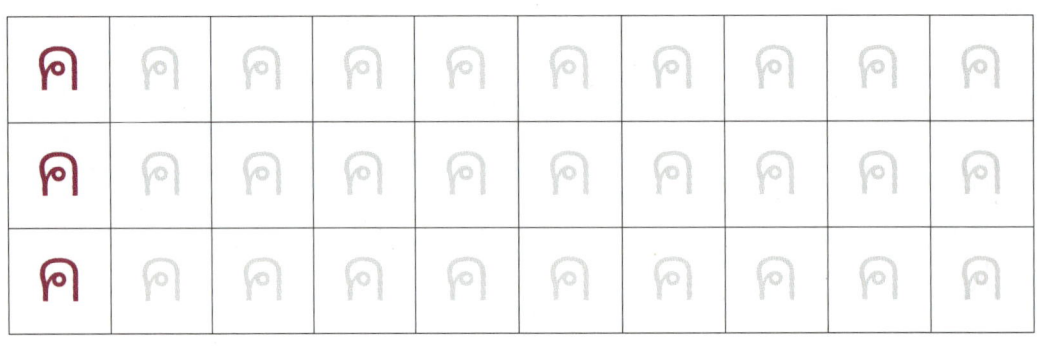

kor: [k]

ค ควาย

kor: – kwaay

水牛

ฅ

kor: [k]

ฅ คน

ฅ 目前已廢除不使用，均由 ค 取代

kor: – kon

人

388

ฆ	ฆ	ฆ ระฆัง	鐘
kor: [k]		kor: – rã-kang	

ฆ	ฆ	ฆ	ฆ	ฆ	ฆ	ฆ	ฆ	ฆ	ฆ
ฆ	ฆ	ฆ	ฆ	ฆ	ฆ	ฆ	ฆ	ฆ	ฆ
ฆ	ฆ	ฆ	ฆ	ฆ	ฆ	ฆ	ฆ	ฆ	ฆ

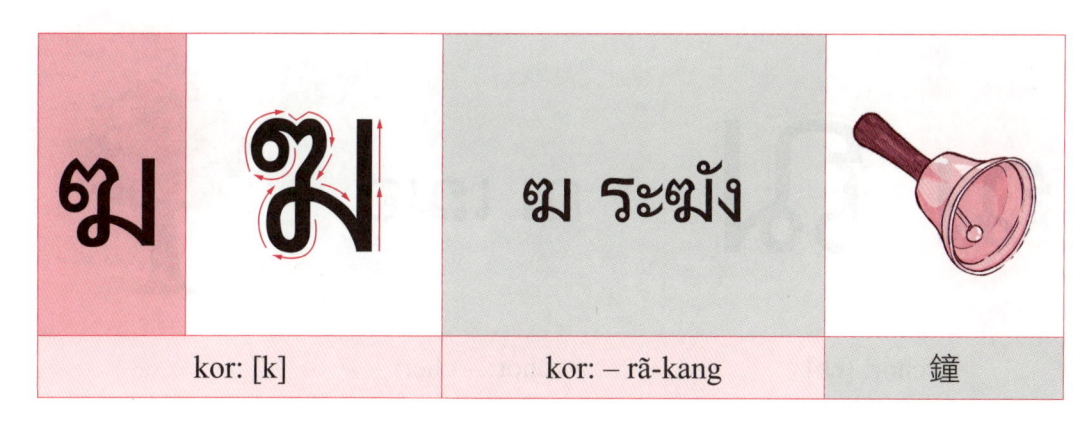

ช	ช	ช ช้าง	大象
chor: [ch]		chor: – chaãng	

ช	ช	ช	ช	ช	ช	ช	ช	ช	ช
ช	ช	ช	ช	ช	ช	ช	ช	ช	ช
ช	ช	ช	ช	ช	ช	ช	ช	ช	ช

第四部分 雙低子音

ฌ	ฌ	ฌ เฌอ	大樹
	chor: [ch]	chor: – cher:	

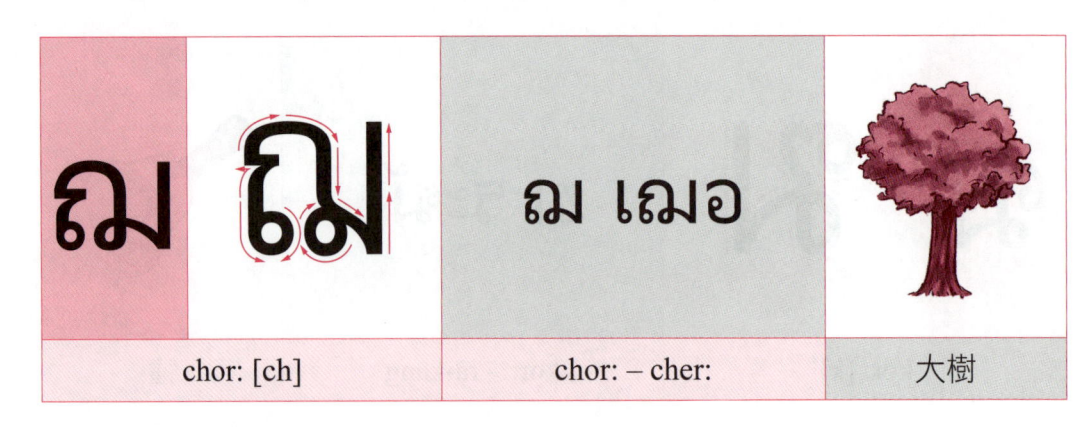

ฌ	ฌ	ฌ	ฌ	ฌ	ฌ	ฌ	ฌ	ฌ
ฌ	ฌ	ฌ	ฌ	ฌ	ฌ	ฌ	ฌ	ฌ
ฌ	ฌ	ฌ	ฌ	ฌ	ฌ	ฌ	ฌ	ฌ

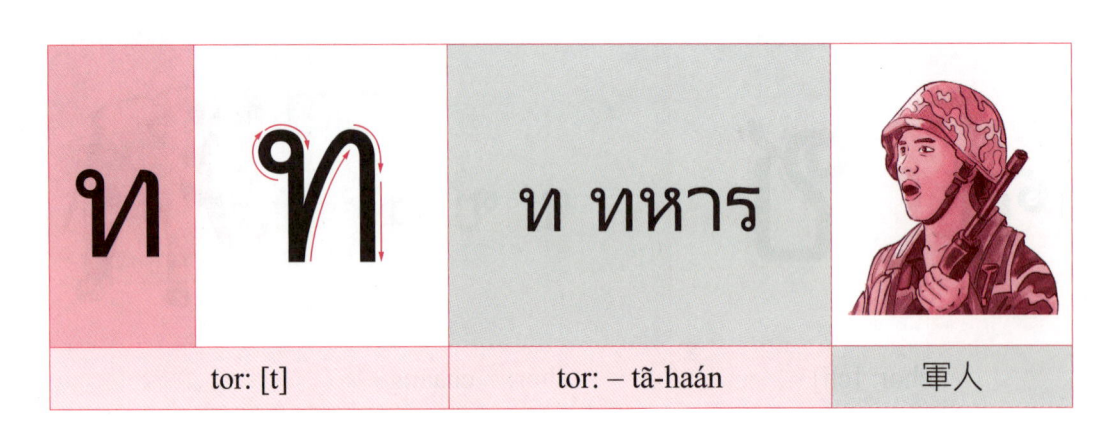

ท	ท	ท ทหาร	軍人
	tor: [t]	tor: – tã-haán	

ท	ท	ท	ท	ท	ท	ท	ท	ท
ท	ท	ท	ท	ท	ท	ท	ท	ท
ท	ท	ท	ท	ท	ท	ท	ท	ท

ฑ

tor: [t]   ฑ มณโฑ   tor: – mon-too   魔后名

ธ

tor: [t]   ธ ธง   tor: – tong   旗子

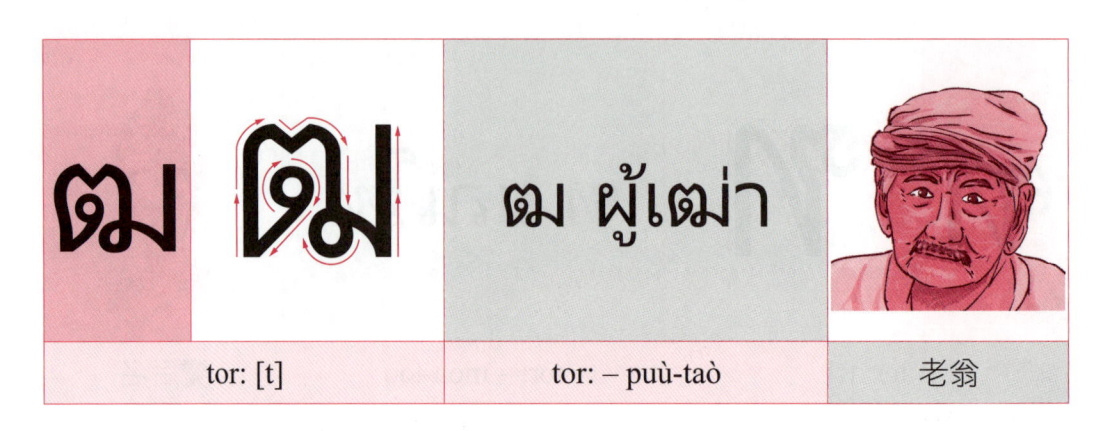

ฒ	ฒ	ฒ ผู้เฒ่า	老翁
	tor: [t]	tor: – puù-taò	

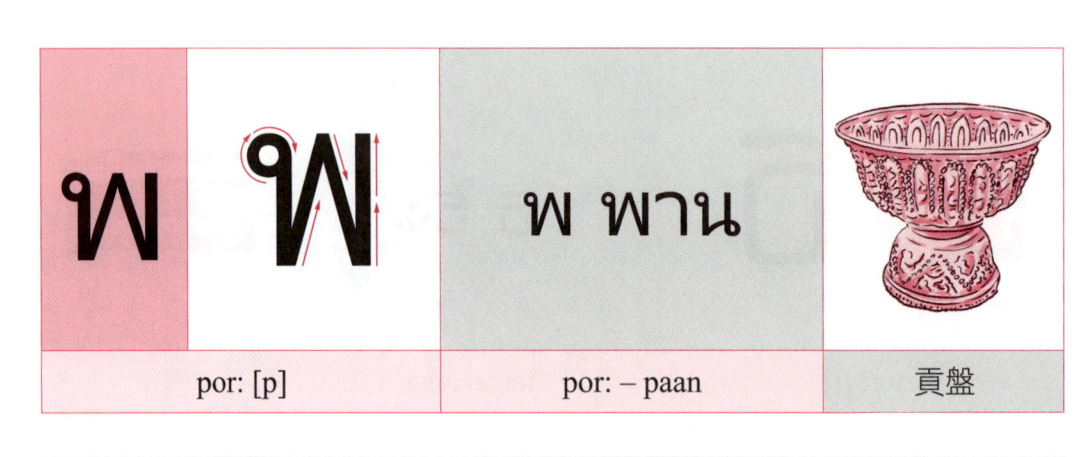

ฒ	ฒ	ฒ	ฒ	ฒ	ฒ	ฒ	ฒ	ฒ	ฒ
ฒ	ฒ	ฒ	ฒ	ฒ	ฒ	ฒ	ฒ	ฒ	ฒ
ฒ	ฒ	ฒ	ฒ	ฒ	ฒ	ฒ	ฒ	ฒ	ฒ

พ	พ	พ พาน	貢盤
	por: [p]	por: – paan	

พ	พ	พ	พ	พ	พ	พ	พ	พ	พ
พ	พ	พ	พ	พ	พ	พ	พ	พ	พ
พ	พ	พ	พ	พ	พ	พ	พ	พ	พ

ภ	ภ	ภ สำเภา	
por: [p]		por: – sám-pao	帆船

ภ	ภ	ภ	ภ	ภ	ภ	ภ	ภ	ภ
ภ	ภ	ภ	ภ	ภ	ภ	ภ	ภ	ภ
ภ	ภ	ภ	ภ	ภ	ภ	ภ	ภ	ภ

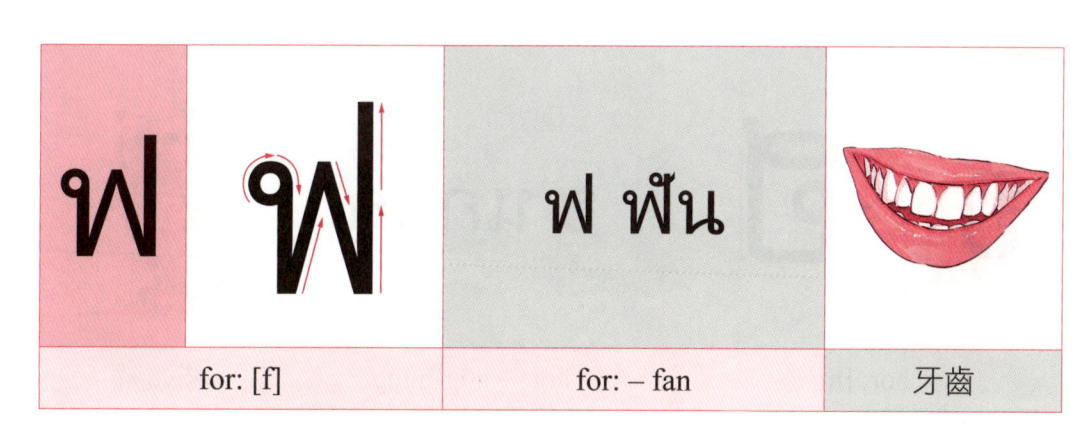

ฟ	ฟ	ฟ ฟัน	
for: [f]		for: – fan	牙齒

ฟ	ฟ	ฟ	ฟ	ฟ	ฟ	ฟ	ฟ	ฟ
ฟ	ฟ	ฟ	ฟ	ฟ	ฟ	ฟ	ฟ	ฟ
ฟ	ฟ	ฟ	ฟ	ฟ	ฟ	ฟ	ฟ	ฟ

第四部分　雙低子音

ซ	ซ	ซ โซ	鎖鏈
sor: [s]		sor: – soò	

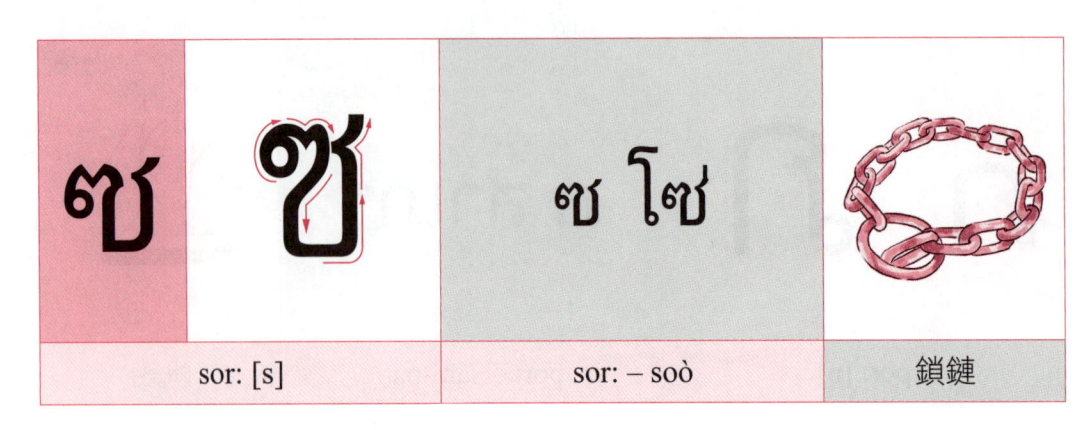

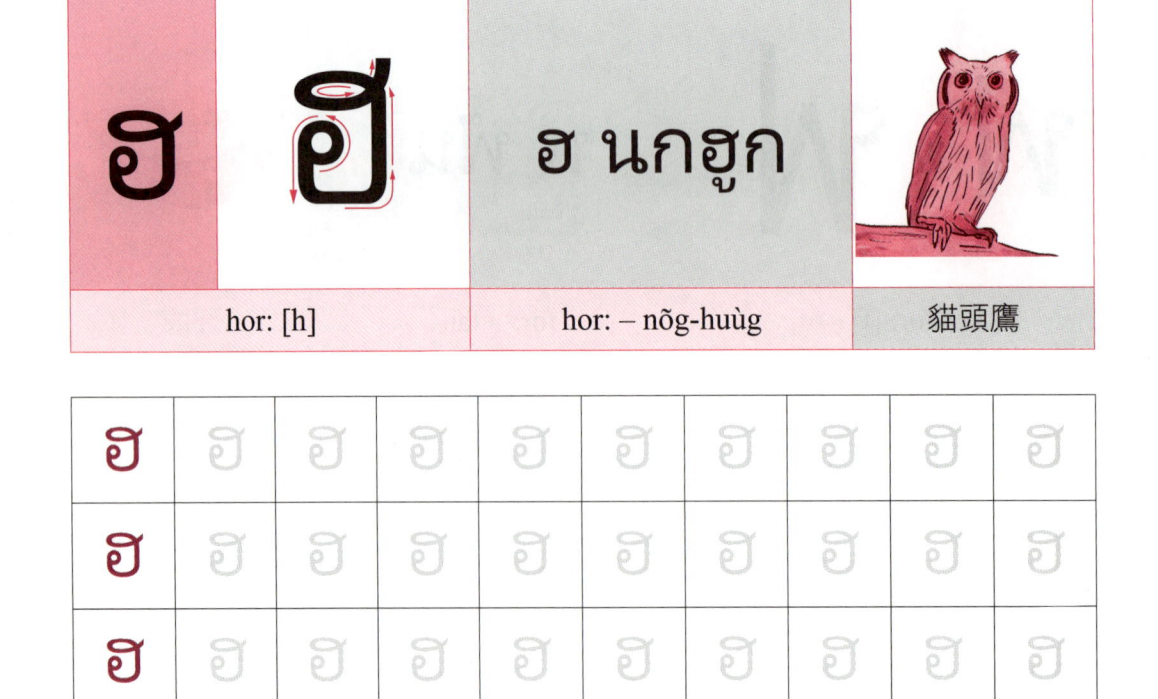

ฮ	ฮ	ฮ นกฮูก	貓頭鷹
hor: [h]		hor: – nõg-huùg	

ง	ง	ง งู	蛇
ngor: [ng]		ngor: – nguu	

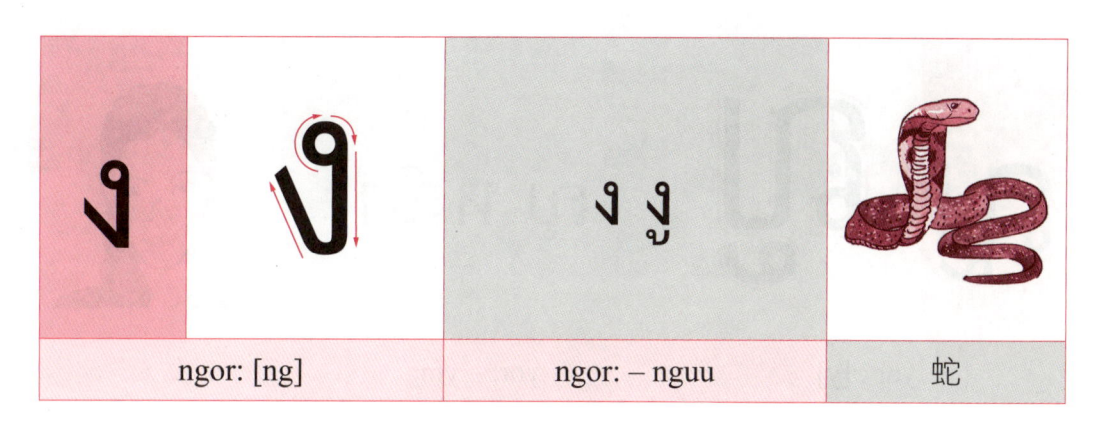

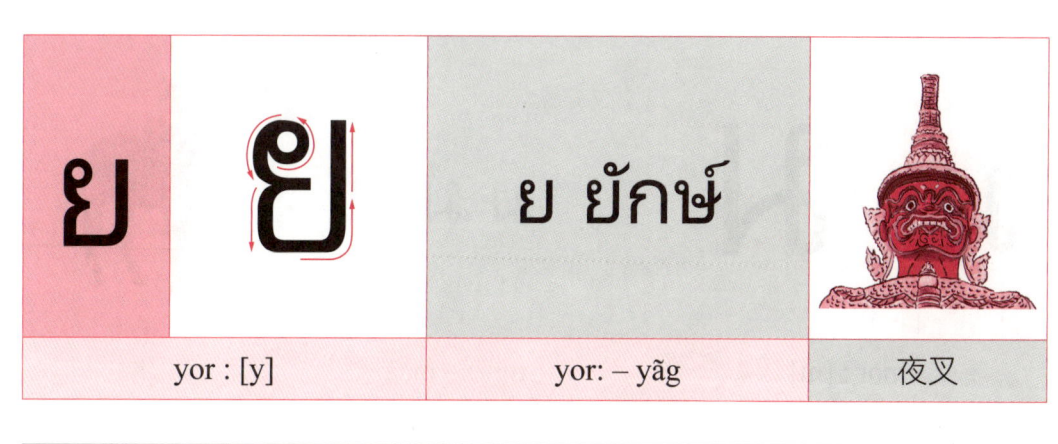

ย	ย	ย ยักษ์	夜叉
yor : [y]		yor: – yãg	

ญ	ญ	ญ หญิง	女人
	yor : [y]	yor: – yíng	

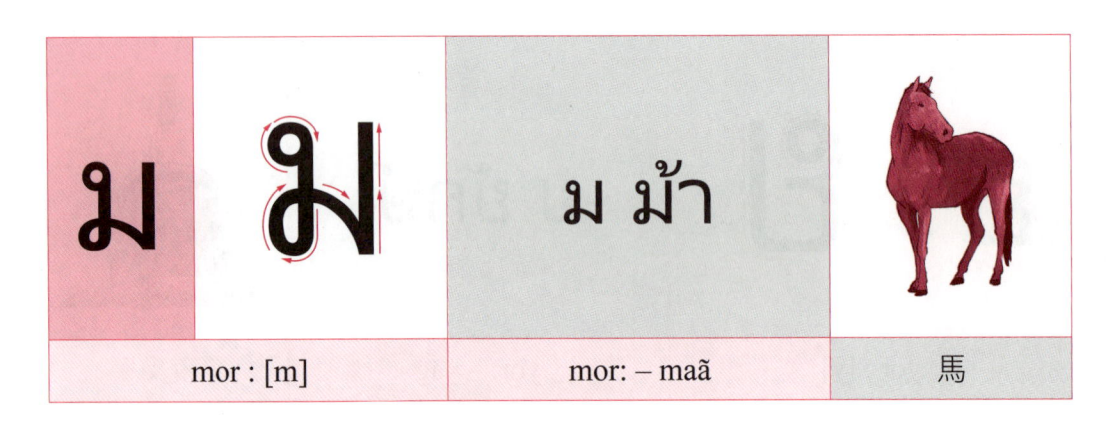

ม	ม	ม ม้า	馬
	mor : [m]	mor: – maã	

น	น หนู	老鼠
nor : [n]	nor: – nuú	

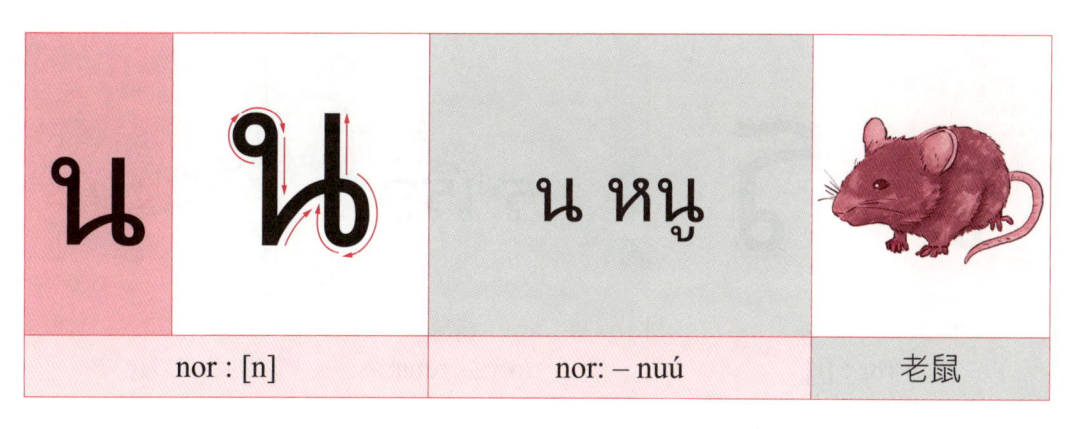

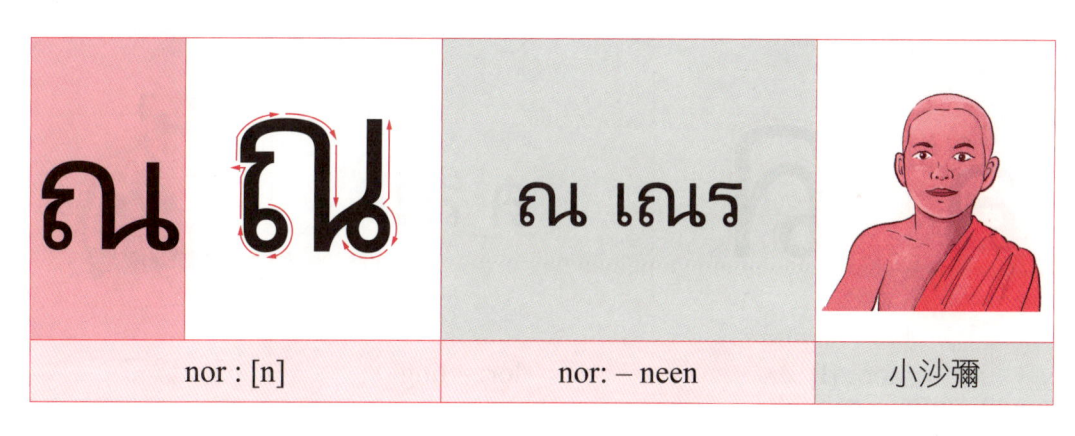

ณ	ณ เณร	小沙彌
nor : [n]	nor: – neen	

第四部分 單低子音

ร	ร	ร เรือ	船
		ror: – reua:	

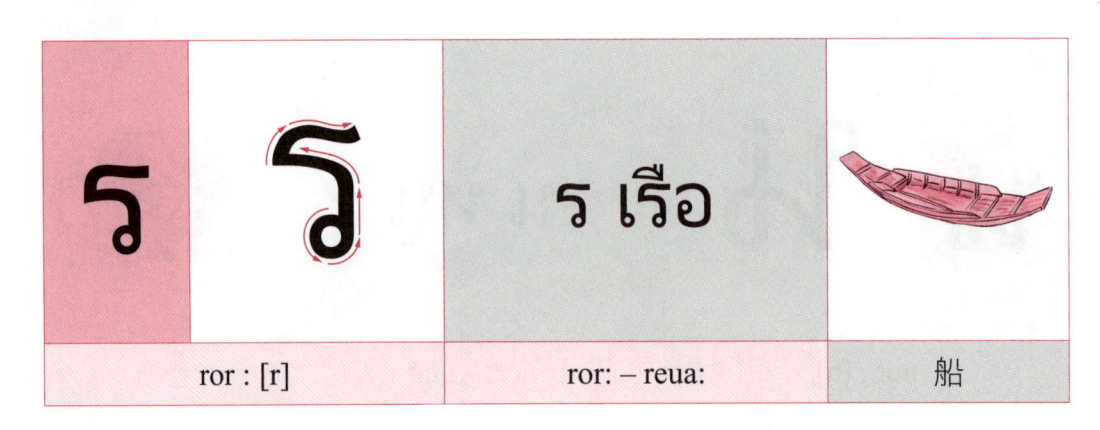

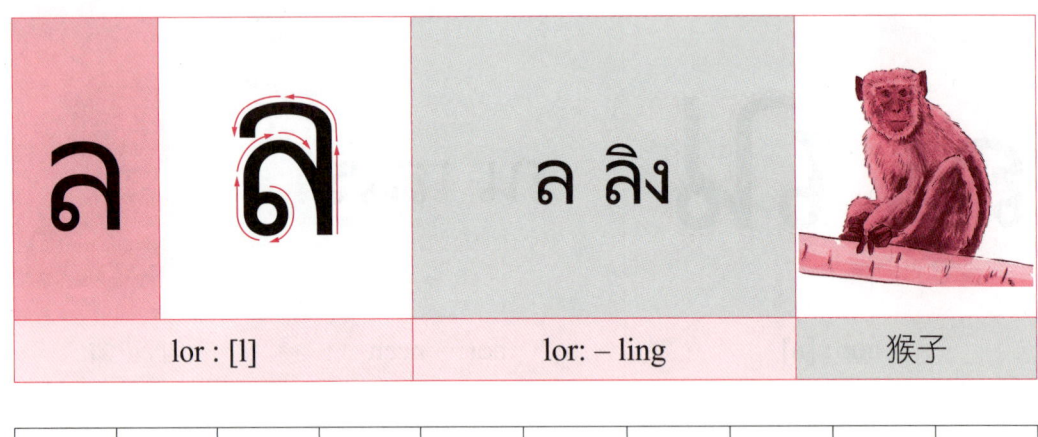

ror : [r]

ล	ล	ล ลิง	猴子
		lor: – ling	

lor : [l]

ฬ	ฬ	ฬ จุฬา	星型風箏
lor : [l]		lor: – jǔ-laa	

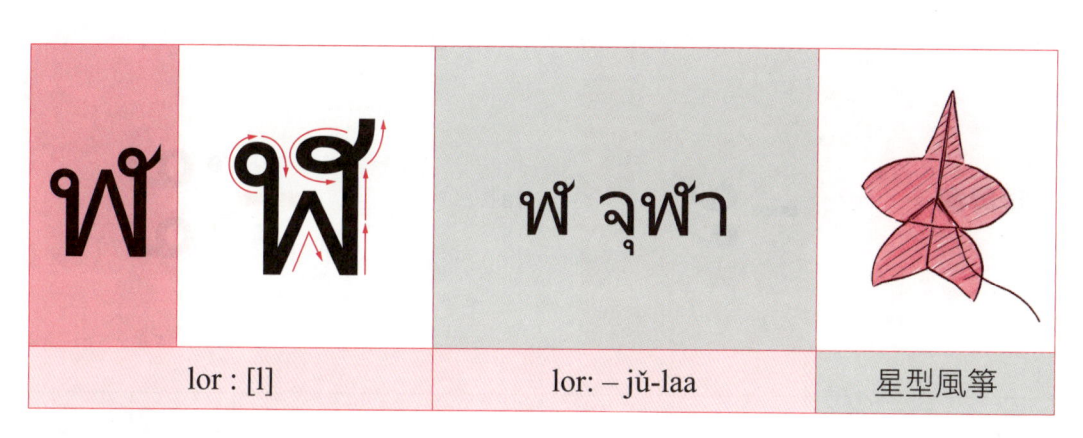

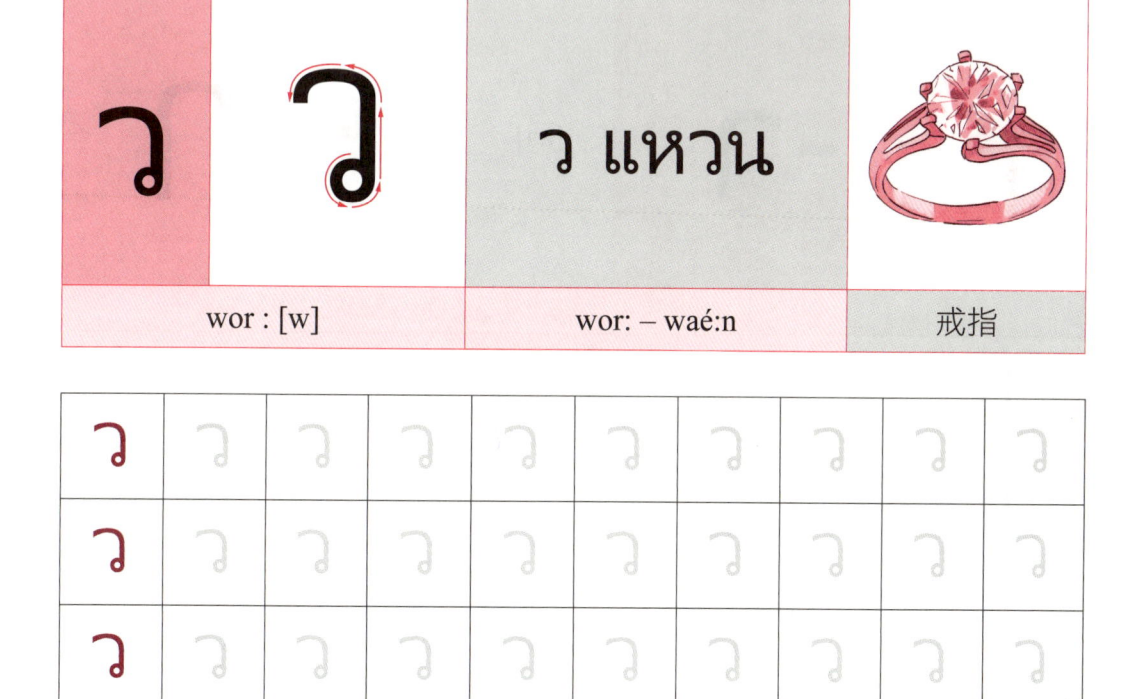

ว	ว	ว แหวน	戒指
wor : [w]		wor: – waé:n	

短母音　 ◌ะ　　[a]

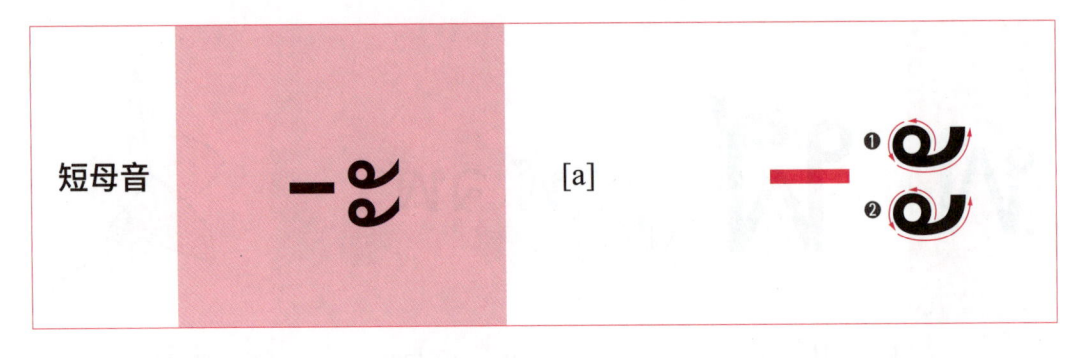

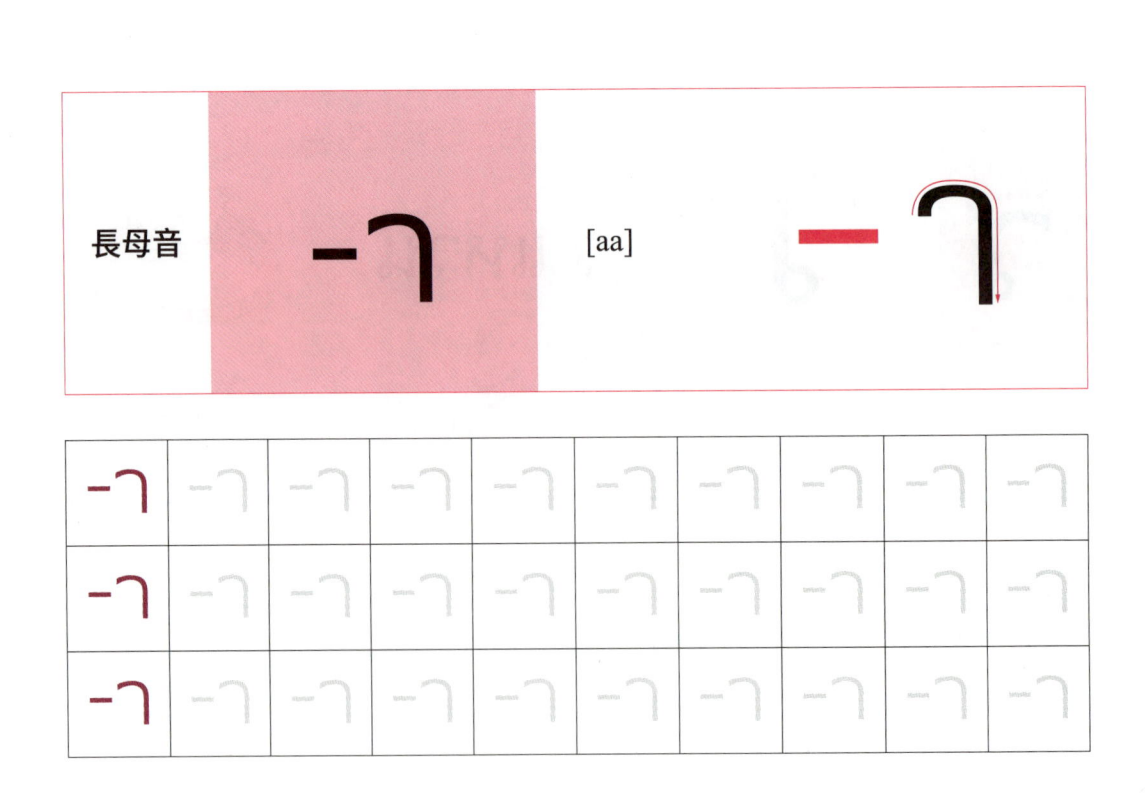

長母音　 ◌า　　[aa]

短母音　ㅣ　[i]

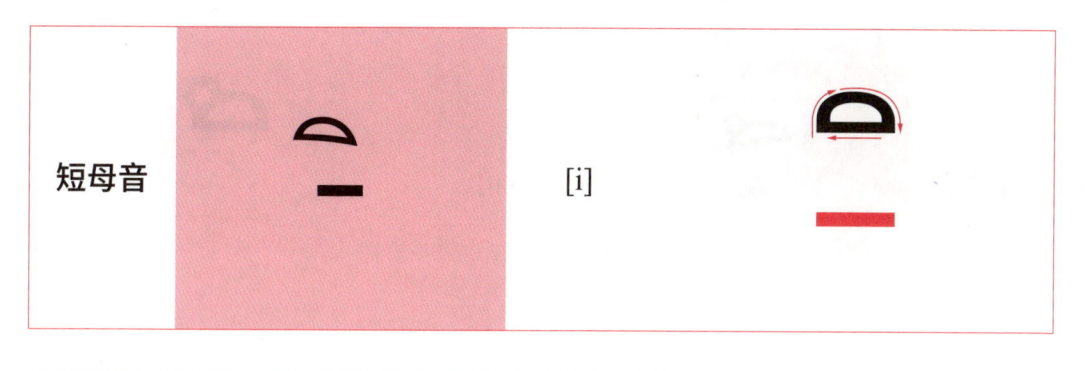

長母音　ㅣ　[ii]

401

短母音　ㅡ ิ　[eu]

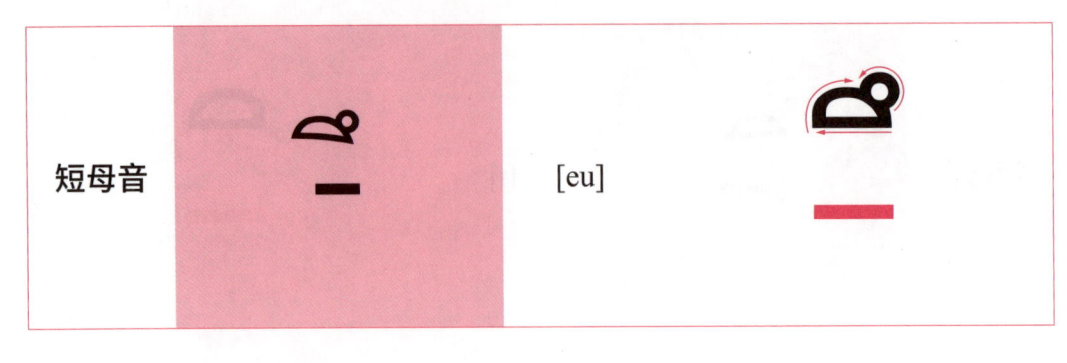

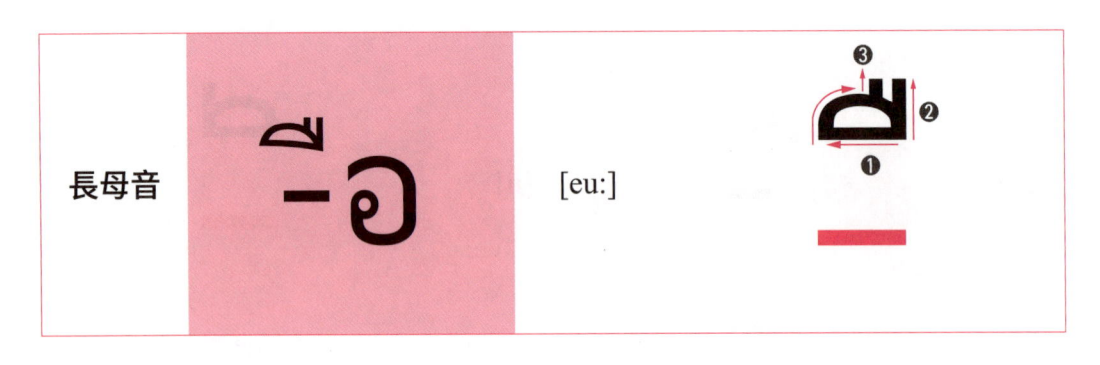

長母音　ㅡ ื อ　[eu:]

短母音　◌ุ　[u]

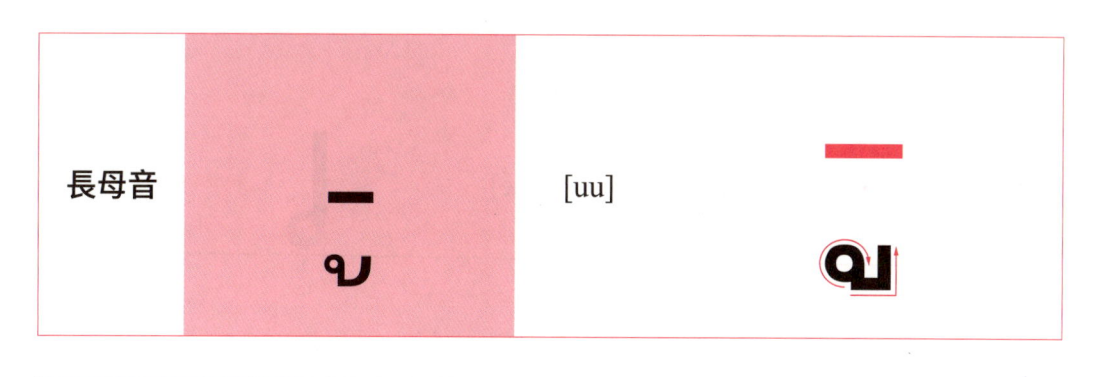

長母音　◌ู　[uu]

短母音　ဗ-ေ　[e]

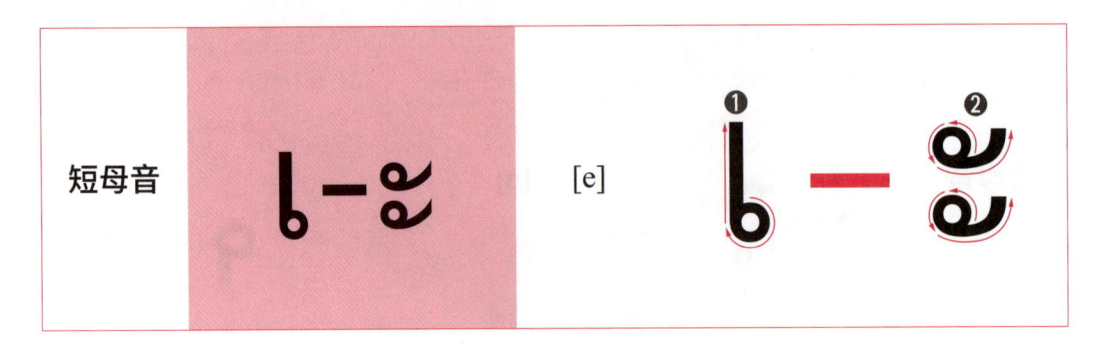

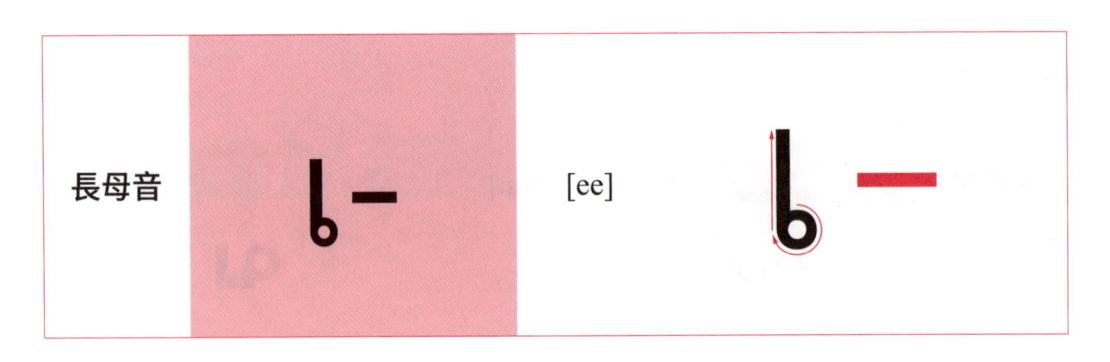

長母音　ဗ-　[ee]

| 短母音 | ဗြ–ည် | [ae] | ဗြ–ည် |

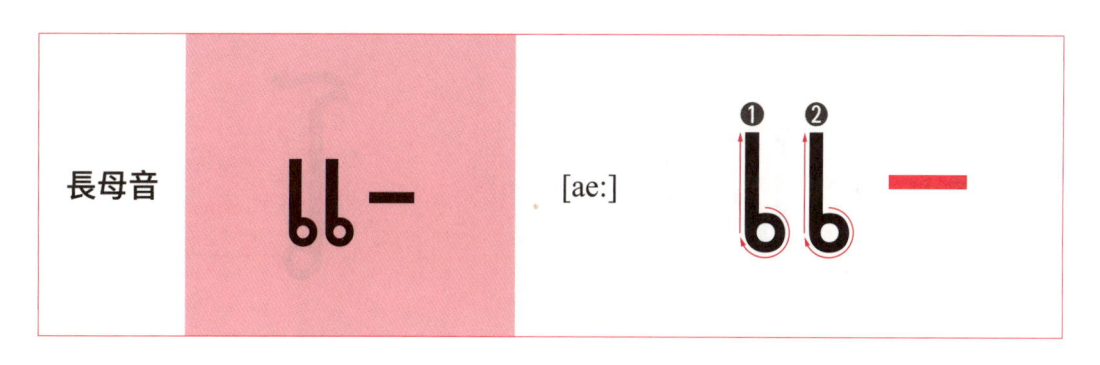

ဗြ–ည်	ဗြ–ည်	ဗြ–ည်	ဗြ–ည်	ဗြ–ည်	ဗြ–ည်	ဗြ–ည်
ဗြ–ည်	ဗြ–ည်	ဗြ–ည်	ဗြ–ည်	ဗြ–ည်	ဗြ–ည်	ဗြ–ည်
ဗြ–ည်	ဗြ–ည်	ဗြ–ည်	ဗြ–ည်	ဗြ–ည်	ဗြ–ည်	ဗြ–ည်

| 長母音 | ဗြ– | [ae:] | ဗြ– |

ဗြ–	ဗြ–	ဗြ–	ဗြ–	ဗြ–	ဗြ–	ဗြ–
ဗြ–	ဗြ–	ဗြ–	ဗြ–	ဗြ–	ဗြ–	ဗြ–
ဗြ–	ဗြ–	ဗြ–	ဗြ–	ဗြ–	ဗြ–	ဗြ–

第四部分　配對母音（短母音＋長母音）

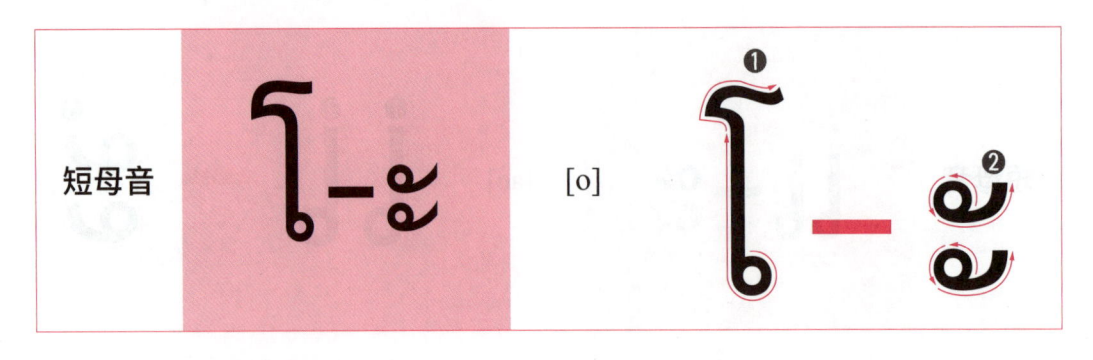

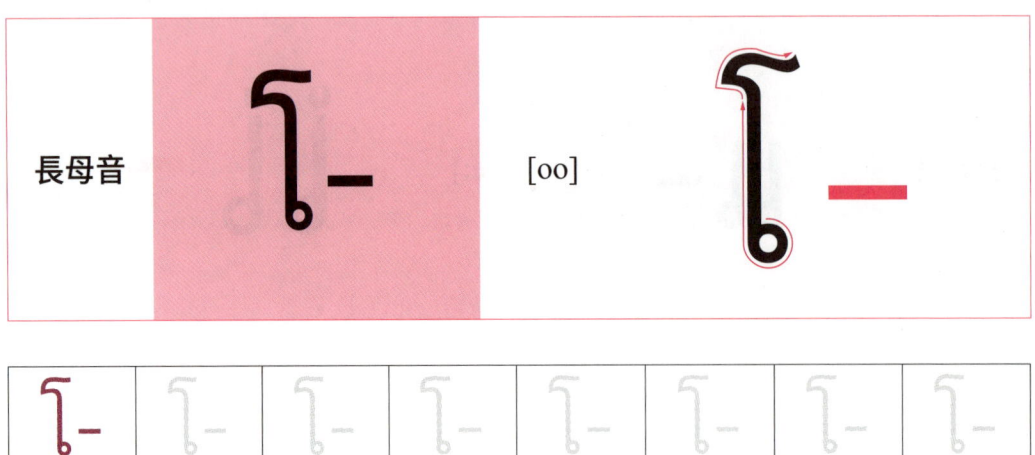

| 短母音 | ေ−ာ့ | [o] |

| 長母音 | ေ−ာ | [oo] |

| 短母音 | เ-าะ | [or] | 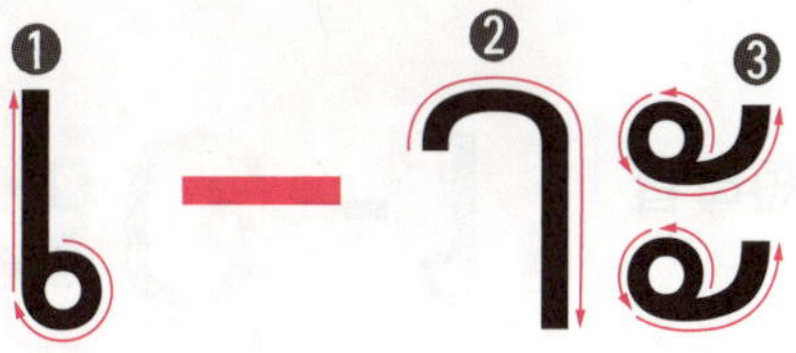 เ-าะ |

เ-าะ	เ-าะ	เ-าะ	เ-าะ	เ-าะ	เ-าะ	เ-าะ
เ-าะ	เ-าะ	เ-าะ	เ-าะ	เ-าะ	เ-าะ	เ-าะ
เ-าะ	เ-าะ	เ-าะ	เ-าะ	เ-าะ	เ-าะ	เ-าะ

| 長母音 | -อ | [or:] | -อ |

-อ	-อ	-อ	-อ	-อ	-อ	-อ	-อ
-อ	-อ	-อ	-อ	-อ	-อ	-อ	-อ
-อ	-อ	-อ	-อ	-อ	-อ	-อ	-อ

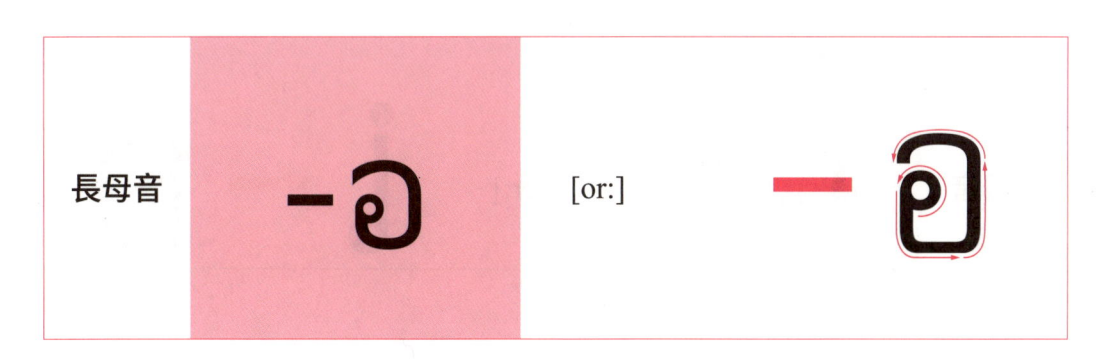

第四部分

配對母音（短母音＋長母音）

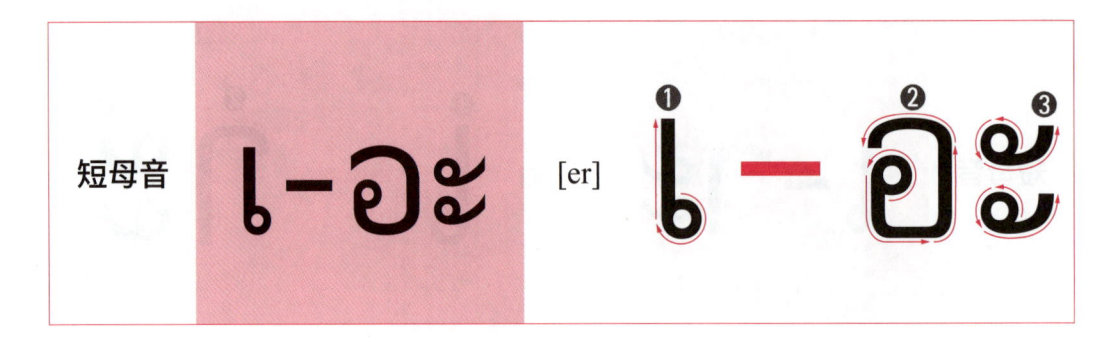

| 短母音 | เ-อะ | [er] | เ-อะ |

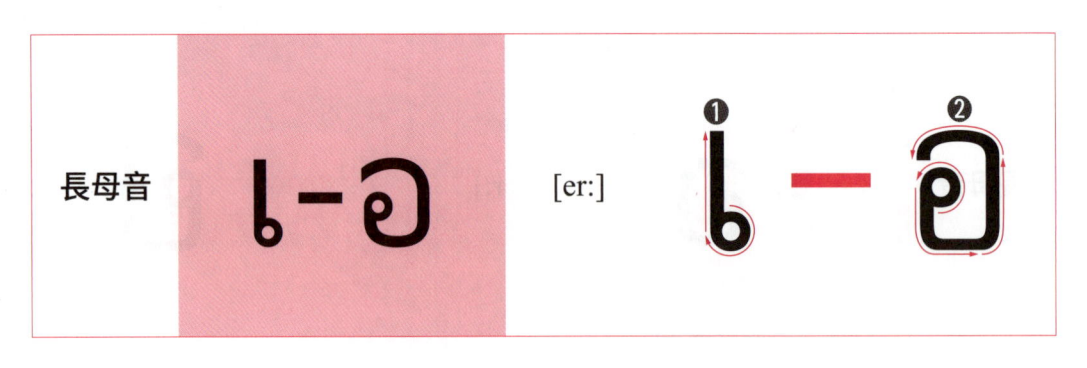

เ-อะ	เ-อะ	เ-อะ	เ-อะ	เ-อะ	เ-อะ	เ-อะ
เ-อะ	เ-อะ	เ-อะ	เ-อะ	เ-อะ	เ-อะ	เ-อะ
เ-อะ	เ-อะ	เ-อะ	เ-อะ	เ-อะ	เ-อะ	เ-อะ

| 長母音 | เ-อ | [er:] | เ-อ |

เ-อ	เ-อ	เ-อ	เ-อ	เ-อ	เ-อ	เ-อ
เ-อ	เ-อ	เ-อ	เ-อ	เ-อ	เ-อ	เ-อ
เ-อ	เ-อ	เ-อ	เ-อ	เ-อ	เ-อ	เ-อ

短母音	เ-ียะ	[ia]

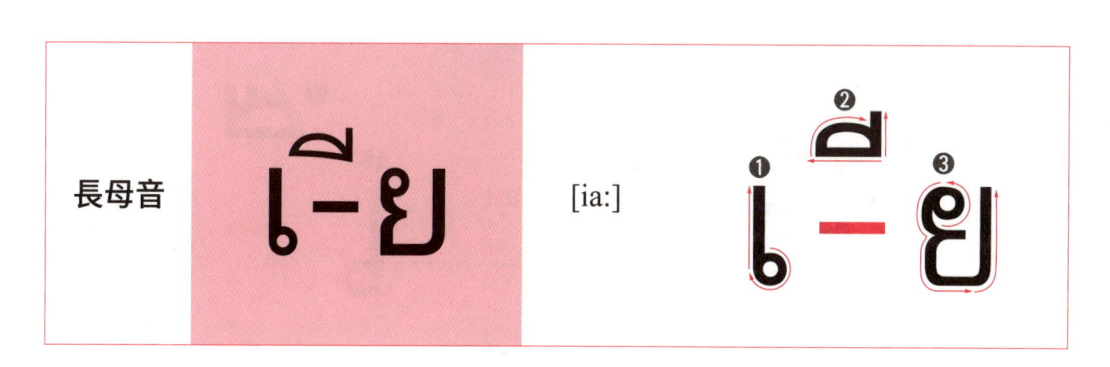

เ-ียะ	เ-ียะ	เ-ียะ	เ-ียะ	เ-ียะ	เ-ียะ	เ-ียะ
เ-ียะ	เ-ียะ	เ-ียะ	เ-ียะ	เ-ียะ	เ-ียะ	เ-ียะ
เ-ียะ	เ-ียะ	เ-ียะ	เ-ียะ	เ-ียะ	เ-ียะ	เ-ียะ

長母音	เ-ีย	[ia:]

เ-ีย	เ-ีย	เ-ีย	เ-ีย	เ-ีย	เ-ีย	เ-ีย
เ-ีย	เ-ีย	เ-ีย	เ-ีย	เ-ีย	เ-ีย	เ-ีย
เ-ีย	เ-ีย	เ-ีย	เ-ีย	เ-ีย	เ-ีย	เ-ีย

第四部分

配對母音（短母音＋長母音）

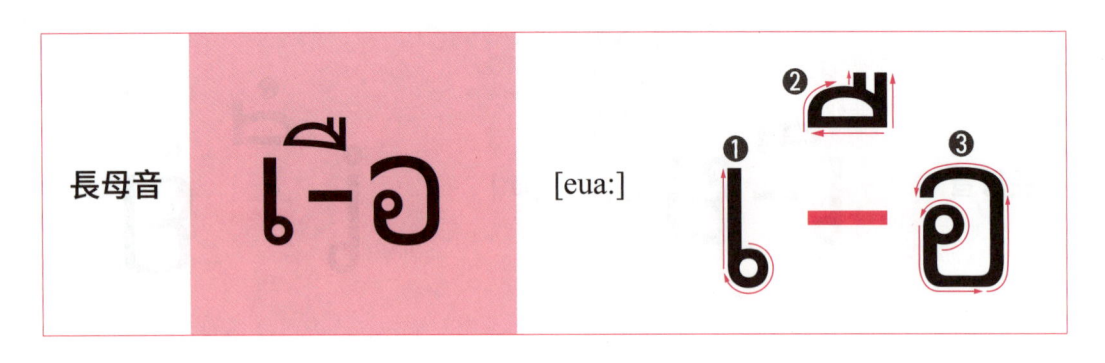

短母音	เ-อะ	[eua]	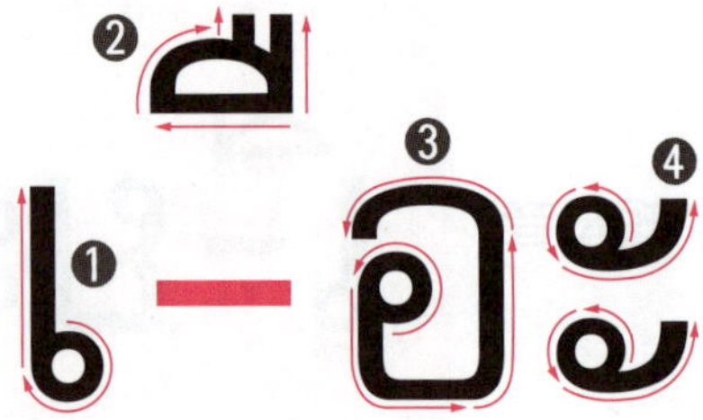 เ-อะ

เ-อะ	เ-อะ	เ-อะ	เ-อะ	เ-อะ	เ-อะ
เ-อะ	เ-อะ	เ-อะ	เ-อะ	เ-อะ	เ-อะ
เ-อะ	เ-อะ	เ-อะ	เ-อะ	เ-อะ	เ-อะ

長母音	เ-อ	[eua:]	เ-อ

เ-อ	เ-อ	เ-อ	เ-อ	เ-อ	เ-อ
เ-อ	เ-อ	เ-อ	เ-อ	เ-อ	เ-อ
เ-อ	เ-อ	เ-อ	เ-อ	เ-อ	เ-อ

| 短母音 | ◌ໍຶວະ | [ua] |

| 長母音 | ◌ົວ | [ua:] |

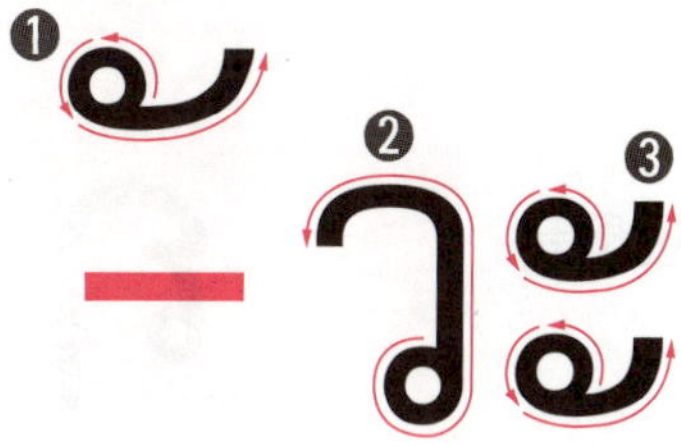

短母音	ฤ	[reu]	ฤ

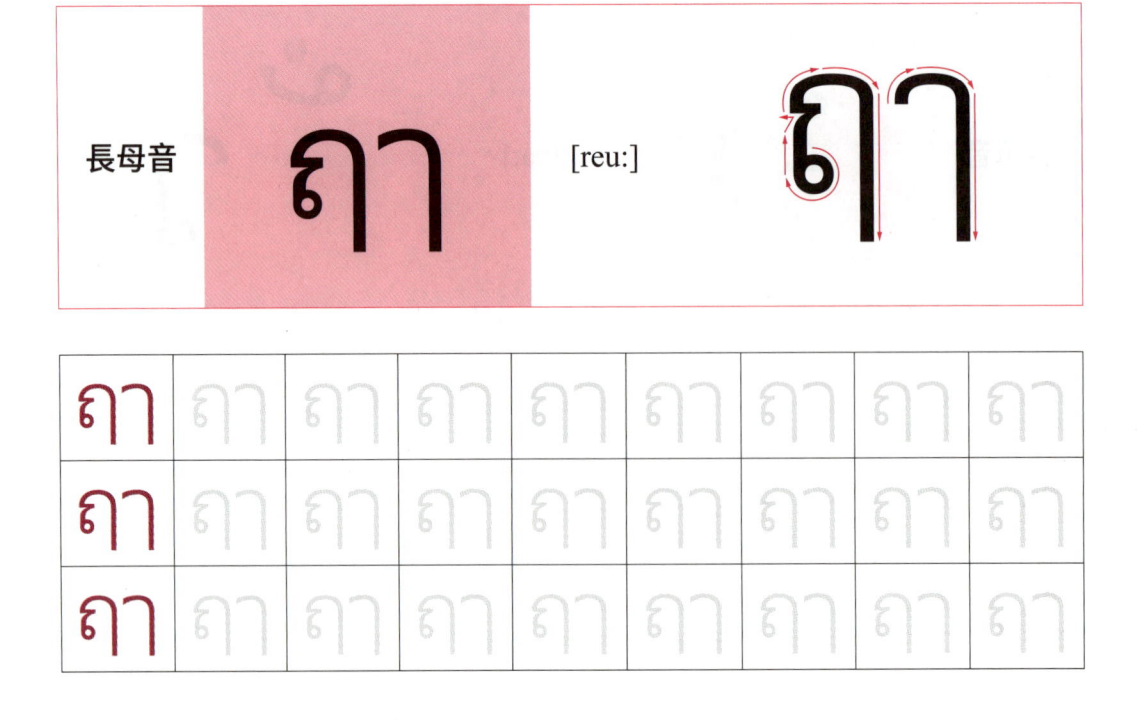

ฤ ฤ ฤ ฤ ฤ ฤ ฤ ฤ ฤ ฤ
ฤ ฤ ฤ ฤ ฤ ฤ ฤ ฤ ฤ ฤ
ฤ ฤ ฤ ฤ ฤ ฤ ฤ ฤ ฤ ฤ

長母音	ฤๅ	[reu:]	ฤๅ

ฤๅ ฤๅ ฤๅ ฤๅ ฤๅ ฤๅ ฤๅ ฤๅ ฤๅ ฤๅ
ฤๅ ฤๅ ฤๅ ฤๅ ฤๅ ฤๅ ฤๅ ฤๅ ฤๅ ฤๅ
ฤๅ ฤๅ ฤๅ ฤๅ ฤๅ ฤๅ ฤๅ ฤๅ ฤๅ ฤๅ

| 短母音 | ฦ | [leu] |

| 長母音 | ฦๅ | [leu:] |

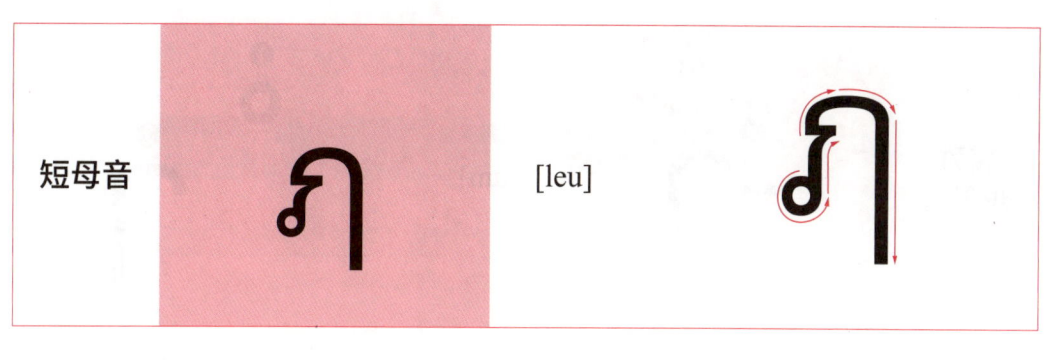

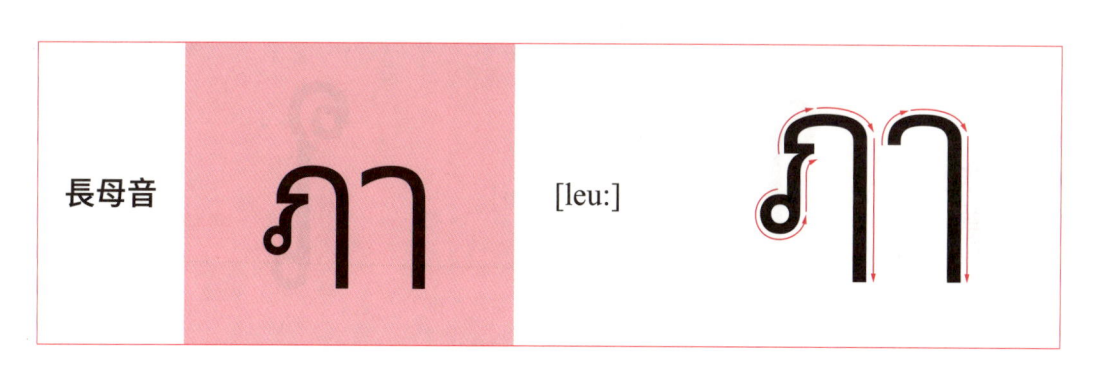

413

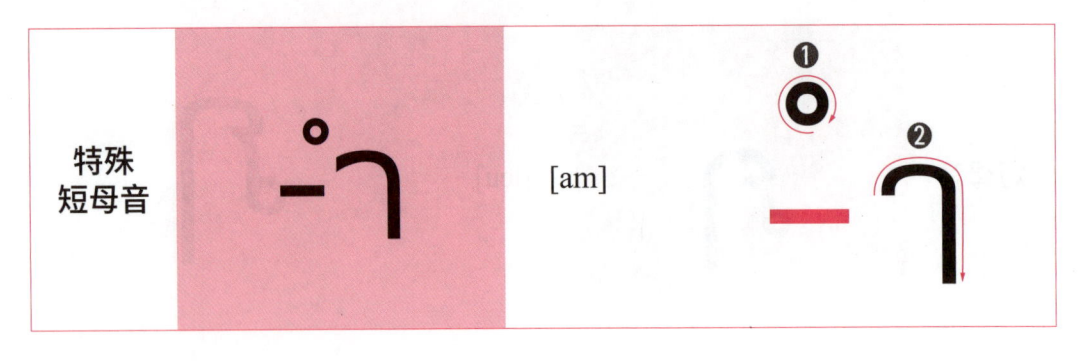

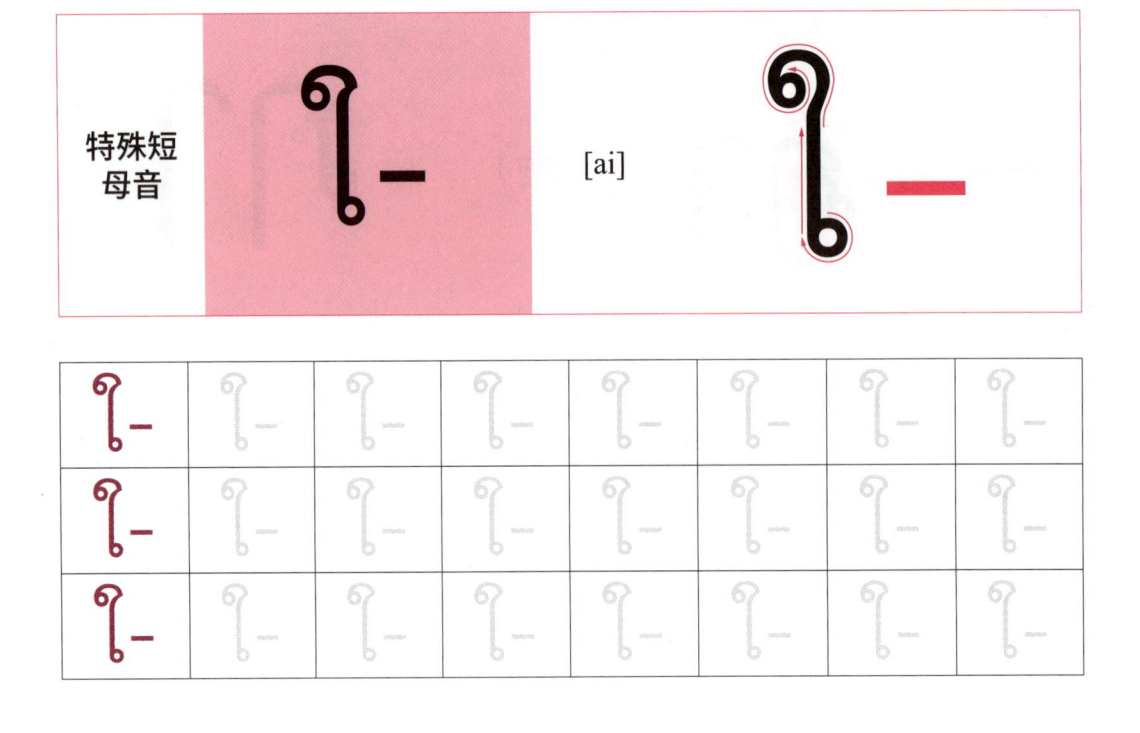

| 特殊短母音 | -ำ | [am] |

| 特殊短母音 | เ-ะ | [ai] |

| 特殊短母音 | ใ- | [ai] |

| 特殊短母音 | เ-า | [ao] |

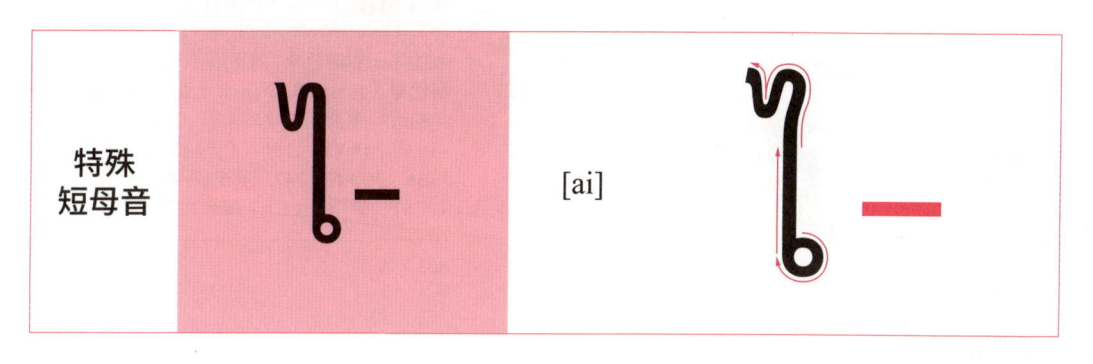

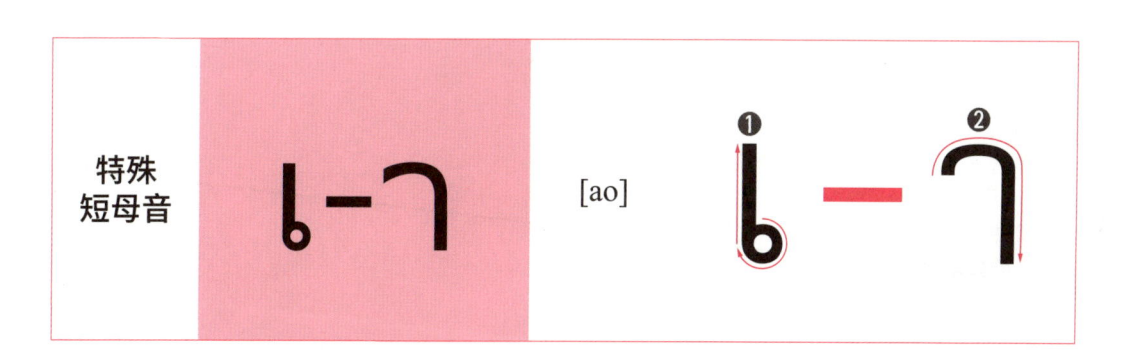

國家圖書館出版品預行編目資料

我的第一堂泰語課 / 陳正娟（Anthika Manowong）、
阮國榮（Jirasak Rakkarn）、沈兆鼎、陳立洋著；
-- 初版 -- 臺北市：瑞蘭國際, 2025.09
416 面；19×26 公分 --（外語學習系列；155）
ISBN：978-626-7473-56-6（平裝）
1. CST：泰語 2. CST：讀本

803.758　　　　　　　　　　　　　　　　　113012699

外語學習系列 155
我的第一堂泰語課

作者｜陳正娟（Anthika Manowong）、阮國榮（Jirasak Rakkarn）、
　　　沈兆鼎、陳立洋
責任編輯｜潘治婷、王愿琦
校對｜陳正娟（Anthika Manowong）、阮國榮（Jirasak Rakkarn）、
　　　沈兆鼎、陳立洋、潘治婷、王愿琦

泰語錄音｜陳正娟（Anthika Manowong）、陳周明（Thanakit Kaeokoedmi）
中文錄音｜沈兆鼎
錄音室｜采漾錄音製作有限公司
封面設計、版型設計｜劉麗雪
內文排版｜陳如琪
美術插畫｜KKDraw

瑞蘭國際出版
董事長｜張暖彗・社長兼總編輯｜王愿琦
編輯部
副總編輯｜葉仲芸・主編｜潘治婷・文字編輯｜劉欣平
設計部主任｜陳如琪
業務部
經理｜楊米琪・主任｜林湲洵・組長｜張毓庭

出版社｜瑞蘭國際有限公司・地址｜台北市大安區安和路一段 104 號 7 樓之一
電話｜(02)2700-4625・傳真｜(02)2700-4622・訂購專線｜(02)2700-4625
劃撥帳號｜19914152 瑞蘭國際有限公司
瑞蘭國際網路書城｜www.genki-japan.com.tw

法律顧問｜海灣國際法律事務所　呂錦峯律師

總經銷｜聯合發行股份有限公司・電話｜(02)2917-8022、2917-8042
傳真｜(02)2915-6275、2915-7212・印刷｜科億印刷股份有限公司
出版日期｜2025 年 09 月初版 1 刷・定價｜800 元・ISBN｜978-626-7473-56-6

◎版權所有・翻印必究
◎本書如有缺頁、破損、裝訂錯誤，請寄回本公司更換

PRINTED WITH SOY INK　本書採用環保大豆油墨印製